உடல்-பால்-பொருள்
பாலியல் வன்முறை எனும் சமூகச் செயற்பாடு

உடல்–பால்–பொருள்

பாலியல் வன்முறை எனும் சமூகச் செயற்பாடு

பெருந்தேவி

கவிஞர். அமெரிக்காவிலுள்ள ஜார்ஜ் வாஷிங்டன் பல்கலைக் கழகத்தில் தெற்காசிய மதங்கள், பண்பாட்டு மானுடவியல், இந்திய மருத்துவ வரலாறு, பெண்ணியம் ஆகிய துறைகளூடே ஆராய்ந்து முனைவர் பட்டம் பெற்றவர். தற்போது அமெரிக்காவில் சியனா கல்லூரியில் இணைப் பேராசிரியராகப் பணிபுரிகிறார். தன் துறைகள் சார்ந்து கட்டுரைகளை ஆய்வு இதழ்களில் வெளியிட் டிருக்கிறார். *காலச்சுவடு*, *கல்குதிரை*, *மணல்வீடு*, *கூடு* ஆய்விதழ் முதலிய தமிழ் இதழ்களிலும் கட்டுரைகள் வெளிவந்துள்ளன.

கவிதை தவிர மொழிபெயர்ப்பு, இலக்கியத் திறனாய்வு, நாடகம் ஆகியவற்றிலும் ஈடுபாடு கொண்டிருப்பவர்.

தொடர்புக்கு: sperundevi@gmail.com

பெருந்தேவியின் பிற நூல்கள்

கவிதைகள்

- உலோக ருசி (2010)
- இக்கடல் இச்சுவை (2006)
- விளையாட வந்த எந்திர பூதம் (2019)
- பெண் மனசு ஆழம் என 99.99 சதவிகித ஆண்கள் கருதுகிறார்கள் (2017)
- வாயாடிக் கவிதைகள் (2016)
- அழுக்கு சாக்ஸ் (2016)
- தீயுறைத் தூக்கம் (1998)

தொகுத்தவை

- அசோகமித்திரனை வாசித்தல் (2018)

பெருந்தேவி

உடல்-பால்-பொருள்
பாலியல் வன்முறை எனும் சமூகச் செயற்பாடு

காலச்சுவடு பதிப்பகம்

அன்பார்ந்த வாசகருக்கு,

வணக்கம்.

காலச்சுவடு நூலை வாங்கியமைக்கு நன்றி.

நூலின் உள்ளடக்கம், உருவாக்கம், அட்டைப்படம் இன்ன பிற அம்சங்கள் பற்றிய உங்கள் கருத்துகளையும் ஆலோசனைகளையும் காலச்சுவடு வரவேற்கிறது. தகவல், எழுத்து, வாக்கியப் பிழைகள் தென்பட்டால் கட்டாயம் தெரிவித்து உதவுங்கள். நூல் தயாரிப்பில் கடும் குறைபாடு இருப்பின் மாற்றுப் பிரதி உங்களுக்குக் கிடைக்கக் காலச்சுவடு ஏற்பாடு செய்யும்.

மின்னஞ்சல்: publisher@kalachuvadu.com

காலச்சுவடு நாகர்கோவில் தலைமையகத்துக்கும் கடிதம் அனுப்பலாம்.

தங்கள்
எஸ்.ஆர். சுந்தரம் (கண்ணன்)
பதிப்பாளர் — நிர்வாக இயக்குநர்

உடல்–பால்–பொருள்: பாலியல் வன்முறை எனும் சமூகச் செயற்பாடு ❖ கட்டுரைகள் ❖ ஆசிரியர்: பெருந்தேவி ❖ © பெருந்தேவி ❖ முதல் பதிப்பு: டிசம்பர் 2019 ❖ வெளியீடு: காலச்சுவடு பப்ளிகேஷன்ஸ் (பி) லிட்., 669 கே. பி. சாலை, நாகர்கோவில் 629001

காலச்சுவடு பதிப்பக வெளியீடு: 950

uTtal-paal-poruL: Paliyal Vanmurai Enum Camukac Ceyarpatu ❖ Articles ❖ Author: Perundevi ❖ © Perundevi ❖ Language: Tamil ❖ First Edition: December 2019 ❖ Size: Demy 1 x 8 ❖ Paper: 18.6 kg maplitho ❖ Pages: 176

Published by Kalachuvadu Publications Pvt. Ltd., 669 K.P. Road, Nagercoil 629001, India ❖ Phone: 91-4652-278525 ❖ e-mail: publications@kalachuvadu.com ❖

ISBN: 978-93-89820-15-7

12/2019/S.No. 950, kcp 2492, 18.6 (1) 9ss

என் அம்மாவுக்கு

பொருளடக்கம்

முன்னுரை: சிந்தனையின் வீச்சில் துலங்கும் பின்புலம் 11

என்னுரை: உடல்—பால்—பொருள் 15

1. பாலியல் துன்புறுத்தல்: சிந்தனைக்குச் சில குறிப்புகள் 21

2. பாலியல் வன்முறை: குறுக்குவெட்டு அரசியல்களும் தன்வரலாறுகளும் 34

3. 'அக்கினிப் பிரவேசம்:' பாலுறவில் சம்மதமும் வல்லுறவிலிருந்து பாலியல் நீக்கமும் 43

4. 'சில நேரங்களில் சில மனிதர்கள்:' பாலியல் துன்புறுத்தலின் இயல்பாக்கம் 57

5. பாலியல் சொல்லாடல்களின் பெருக்கமும் பெண்ணை நோக்கிய விசாரணைகளும் 64

6. பால் தன்னிலைகளின் கட்டமைப்பு: வல்லுறவெனும் சமூகச் செயற்பாடு 73

7. பொள்ளாச்சி வன்முறையில் குடும்ப ஒழுங்கு: தண்டனை/அவமானம் 87

8. மனிதன் 'மிருகம்' ஆகும் தருணம்: புதுமைப்பித்தனின் 'விபரீத ஆசை' சிறுகதை 98

9. #MeToo திறக்கும் புதிய பாதைகள் 110

10. ரஞ்சன் கோகாய்: விசாரணை, சாட்சியம், நீதி 136

11. 'திரைகள் ஆயிரம்:' கண்ணுக்குத் தெரியாத காட்சிகள் 156

12. "ஆடையும் மானமும் இல்லாததோர் வெளியினில் ஆடி மகிழ்ந்திட விரும்புகிறேன்" 164

கலைச்சொற்கள் 173

முன்னுரை

சிந்தனையின் வீச்சில் துலங்கும் பின்புலம்

#MeToo இயக்கம் தமிழ்ச் சூழலில் எழுந்த போது மின்னம்பலம் இணைய இதழின் பொறுப்பாசிரியராக இருந்தேன். அந்தப் பிரச்சினை குறித்து யாரை எழுதச் சொல்லலாம் என்னும் கேள்வி எழுந்தது. ஓரளவிற்கேனும் அறிந்திராத விஷயங்கள் பற்றி நான் எழுதுவதில்லை என்பதால் நான் எழுத வேண்டாம் என்று முடிவெடுத்தேன். தமிழில் பெண்களின் பிரச்சினைகள், பெண்ணியம் சார்ந்து எழுதிவருபவர்கள் பலர் இருந்தாலும், பொதுப்புத்தியின் வரையறையைத் தாண்டிச் சிந்திக்கவும் எழுதவும் கூடியவர்கள் மிகவும் குறைவு. தேய்வழக்காகிப்போன கோஷங்களையும் சொல்லணிகளையும் தாண்டி எழுதுபவர்களைக் கண்டறிவது வாட்ஸ் ஆப் பகிர்வுகளில் உருப்படியான வற்றைப் பிரித்தறிவதுபோலச் சிக்கலானது. இதைப்பற்றி யோசித்துக்கொண்டிருந்தபோதுதான் பெருந்தேவியின் முகநூல் பதிவொன்று கண்ணில் பட்டது. உடனடியாக அவருக்கொரு செய்தி அனுப்பினேன்.

விரிவான வாசிப்பு, தகவல் திரட்டு, கோட்பாட்டுப் பின்புலம், சர்வதேசச் சூழல் குறித்த கவனம், தர்க்க ரீதியான வாதங்கள், நுண்தளத்திலான அலசல் ஆகியவற்றுடன் ஆழ்ந்த அக்கறையும் சுய சிந்தனையும் கூடிய பார்வை கொண்டவர் பெருந்தேவி என்பதை முன்பே அறிவேன். இலக்கியம், சமூகவியல் சார்ந்து அவருடைய

பல கட்டுரைகளைப் பல ஊடகங்களில் நான் வெளியிட்டும் இருக்கிறேன். எனினும் கட்டுரை வடிவில் பிரச்சினைகளுக்கான உடனடி எதிர்வினைகளில் அவர் ஈடுபடக்கூடியவர் அல்லர். என்பதால் அவருடைய பெயர் நினைவுக்கு வந்தும் அவரிடம் கேட்பதில் தயக்கம் இருந்தது. எனினும் அவர் எழுதியிருந்த குறிப்பு அந்தத் தயக்கத்தைப் போக்கியது.

நான் அனுப்பிய செய்திக்குப் பதில் வந்தது. எதிர்பார்த்தது போலவே உடனடியாக எழுத முடியாது என்றார். வேறு வழி யில்லை நீங்கள் எழுதித்தான் ஆக வேண்டும் என்று நானும் வழக்கம்போலவே பிடிவாதமாக இருந்தேன். ஓரிரு நாள் இழுபறிக்குப் பின் என் பிடிவாதம் வென்றது. கட்டுரை வந்தது. பெரிய அளவில் கவனம் பெற்றது. #MeToo என்பது வெறுமனே ஒரு பாடகரையும் பாடலாசிரியரையும் குறித்த விவகாரம் அல்ல என்னும் புரிதலை அக்கட்டுரை ஏற்படுத்தியது. பிரச்சினையை விரிவான சமூகப் பண்பாட்டுப் புலத்தில் வைத்துப் பேசியது.

ஒரு கட்டுரையில் இதைப்பற்றி எழுதித் தீரவில்லை பெருந்தேவிக்கு. தொடர்ந்து இதுபற்றி எழுதுங்கள் என்றேன். வழக்கம்போலவே சொன்ன நேரத்திற்கு அனுப்பவில்லை என்றாலும் தொடர்ந்து எழுதினார். பாலியல் வன்முறை தொடர்பான பல்வேறு பரிமாணங்கள் கோட்பாட்டுப் பின்புலத் துடனும் சமகால யதார்த்தங்களுடனும் வலுவாக வெளிப்பட்டன. #MeToo என்னும் தற்கால நிகழ்வோடு நிற்காமல் பணியிடங்களில் பாலியல் துன்புறுத்தலின் பல்வேறு வெளிப்பாடுகள், பாலுறவில் பெண்ணின் சம்மதம், பால் அடையாளங்களின் உருவாக்கம் எனப் பல புள்ளிகளையும் தொட்டு விரிந்துகொண்டே சென்றது இந்தக் கட்டுரைத் தொடர். உச்ச நீதிமன்ற நீதிபதி ரஞ்சன் கோகாய் மீதான பாலியல் அத்துமீறல் புகார் உள்ளிட்ட பிரச்சினைகளையும் உள்ளடக்கியது.

கோட்பாட்டு ரீதியான பார்வையின் உள்ளார்ந்த வலிமையுடன் தகவல்களின் பலமும் தர்க்கரீதியான அணுகுமுறையும் எதையும் காலம், இடம் சார்ந்த விரிந்த பின்புலத்தில் வைத்துப் பார்க்கும் தன்மையும் சேர்ந்து இந்தக் கட்டுரைகளை வலுவான பிரதிகளாக ஆக்கியிருக்கின்றன. சுய சிந்தனை கொண்ட அசலான பெண்ணியப் பிரதி என்று இக்கட்டுரைகளைச் சொல்லலாம்.

இலக்கியப் பனுவல்களை முன்வைத்துப் பெண்ணியச் சிக்கல்களை அவற்றின் பலவித நுணுக்கங்களோடும் அணுகும் விதம் இக்கட்டுரைகளுக்குப் படைப்பு ரீதியான வலிமையையும் சேர்ந்திருக்கின்றன. புதுமைப்பித்தனின் ‘விபரீத ஆசை’, ஜெயகாந்தனின் ‘அக்கினிப் பிரவேசம்’, ‘சில நேரங்களில் சில

மனிதர்கள்', சுந்தர ராமசாமியின் 'திரைகள் ஆயிரம்' ஆகிய புனைவுகள் சமகாலப் பின்னணியில் மீளாய்வு செய்யப்பட்ட விதம் சிறப்பானது. பாலியல் வன்முறையின் மாறுபட்ட பரிமாணங்களைப் புரிந்துகொள்ள இலக்கியப் பனுவல்கள் எந்த வகையில் உதவக்கூடும் என்னும் புரிதலையும் இது அளிக்கிறது. தன்னளவில் முக்கியமான இலக்கிய விமர்சனக் கட்டுரைகளாகவும் அமைந்திருப்பது கூடுதல் பலன்.

பெண்கள் மீதான பாலியல் துன்புறுத்தல், பாலியல் சுரண்டல் ஆகியவை குறித்த சிக்கல்களின் ஒரு பகுதியாகத்தான் #MeToo இயக்கத்தைப் பார்க்க வேண்டும். ஆண்மையச் சூழலில் இத்தகைய இயக்கம் எப்படி எதிர்கொள்ளப்படுமோ அப்படித்தான் உலகின் பல பகுதிகளிலும் இது எதிர்கொள்ளப்பட்டது. பாதிப்புக் குள்ளானவர்களையே குற்றவாளிக் கூண்டில் ஏற்றும் செயல்கள் அரங்கேறின. தமிழ்ச் சூழலில் இந்த வக்கிரம் மேலும் வலுவான பரிமாணங்களுடன் வெளிப்பட்டது. பாதிக்கப்பட்டவர்களைக் குற்றம் சுமத்தும் போக்குடன் அவர்களுடைய 'ஒழுக்க'த்தையும் நேர்மையையும் கேள்விக்குள்ளாக்கும் வன்மம் தன் கோர முகத்தைக் காட்டியது. குற்றம்சாட்ட முன்வருபவர்களுக்கு அறிவுரைகளை அள்ளி வழங்கும் தடித்தனமும் தலைகாட்டியது. "இந்த இயக்கம் தேவைதான்" என்று சொல்ல வேண்டிய நிர்ப்பந்தத்துக்கு ஆளான ஆண் பிரபலங்களில் பலரும், "ஆனால், இதைத் தவறாகப் பயன்படுத்தக் கூடாது" என்றும் சொல்லத் தவறவில்லை. அதிகாரத்தைத் தவறாகப் பயன்படுத்திப் பாலியல் சுரண்டலில் ஈடுபடாதீர்கள் என இவர்கள் ஆண்களுக்கு அறிவுரை சொல்லவே இல்லை.

இத்தகைய வன்முறைகளுக்கும் போலித்தனங்களுக்கும் மத்தியில் இரண்டு கேள்விகள் முனைப்புப் பெற்றன. "ஏன் அப்போதே சொல்லவில்லை?," "அப்போது இணங்கிவிட்டு இப்போது ஏன் புகார் சொல்கிறாய்?" குறிப்பாக இரண்டாவது கேள்வி #MeToo இயக்கத்தை ஆதரித்த ஆண்களிடமிருந்து மட்டுமல்லாமல் பெண்களிடமிருந்தும் வெளிப்பட்டது. மிக நியாயமான கேள்வியாக இன்றளவிலும் இது முன்வைக்கப்படு கிறது. பெருந்தேவியின் எழுத்து இந்தக் கேள்வியின் ஊற்றுக் கண்ணைத் தேடிச்சென்று, இதற்குப் பின்னாலுள்ள ஆண்மையச் சிந்தனையின் அநீதியை அம்பலப்படுத்துகிறது. இந்தக் கேள்விக் கான பதிலைத் தர்க்கரீதியாகவும் நியாயத்தின் மொழியிலும் வலுவாக முன்வைக்கிறது.

#MeTooவுக்கு அப்பால் காமம் என்பது ஒரு பேரப்பொருளாக எப்படி மாற்றப்பட்டிருக்கிறது என்பதையும் அதில் பெண்

பாலியல் எப்படிப் பகடைக்காயாக மாற்றப்பட்டது என்பதையும் அவருடைய கட்டுரைகள் விவரிக்கின்றன. பெண்ணின் சம்மதம் என்பது எப்படிப் பெரும்பாலான நேரங்களில் ஆணுக்குச் சாதகமாகப் பொருள் கொள்ளப்படுகிறது என்பதை மிக விரிவான ஆதாரங்களுடனும் வாதங்களுடனும் பெருந்தேவி நிறுவுகிறார். பாதிக்கப்படுபவரே அந்தப் பாதிப்பின் கசப்பை வாழ்நாள் முழுவதும் சுமக்க வேண்டிய கட்டாயத்துக்கு ஆளாக்கப் படுவதன் யதார்த்தத்தையும் விளக்குகிறார்.

இக்கட்டுரைகளில் பெரும்பாலானவற்றைப் பிரசுரித்ததில் இதழாசிரியராக எனக்குக் கிடைத்த திருப்தி ஒருபுறம் இருக்க, பெண்கள் எதிர்கொள்ளும் பிரச்சினைகள் குறித்த எனது பார்வையை விரிவுபடுத்தியதில் இக்கட்டுரைகள் செய்த பங்களிப்புக்காகப் பெருந்தேவிக்குத் தனிப்பட்ட முறையில் நன்றி சொல்லக் கடமைப்பட்டிருக்கிறேன்.

கோட்பாட்டுப் புரிதலுடனும் சமூக யதார்த்தங்கள் குறித்த பிரக்ஞையுடனும் எழுதப்பட்ட காத்திரமான பெண்ணியக் கட்டுரைகளைத் தமிழில் மிகமிக அரிதாகவே காண முடிகிறது. அத்தகைய கட்டுரைகளைக் கொண்ட இந்தத் தொகுப்பு தமிழுக்கு மிக அவசியமான வரவு. அன்றாட அவசரங்களுக்கிடையில் கவனமாகப் படிக்க இயலாமல் கடந்து போகக்கூடிய பல்வேறு முக்கியமான கட்டுரைகளை நூலாகத் தொகுக்கும்போது நிதானமாக வாசித்து, பரிசீலித்து உள்வாங்கிக்கொள்ள உதவியாக இருக்கும். அந்த வகையிலும் இந்தத் தொகுப்பு முக்கியமானது. இந்தக் கட்டுரைகள் மேலும் பலரால் ஆழமாக வாசிக்கப்பட்டு விவாதிக்கப்படும் என்று நம்புகிறேன்; அப்படி நடக்க வேண்டும் என விரும்புகிறேன்.

நவம்பர்   **அரவிந்தன்**
21.11.2019

என்னுரை

உடல்-பால்-பொருள்

இத்தொகுப்பை முன்னிட்டு தெளிவுக்காக என் பார்வையை, நிலைப்பாட்டை முன்னுரையாக எழுத நினைக்கிறேன். ஆண் அல்லது பெண் என்பதை சாராம்சமான அடையாளமாக நான் கருதவில்லை. மேலும் பாலியல் வன்முறை என்ற பொருளைப் பற்றி உரையாடும்போது ஒரு விஷயத்தில் மிகக் கவனம் தேவை. பெண்களைத் தன்னியல்பாகப் பாதிப்புக்கு ஆளாகுபவர் என்ற நிலையில் வைத்தும் ஆண்களை வன்முறையாளர்கள் என்ற நிலையில் வைத்தும் பேசுவது பிரச்சினைக்குரியது. இப்படி லேபிள்களுக்குக் கீழ் இரு பால்களையும் வரிசைப் படுத்துவது ஆணின் வலிமையையும் பெண்ணின் நொய்மையையும் அப்படியே மறுப்பின்றி ஏற்பதாக வும் அல்லவா இருக்கிறது?

பாதிக்கப்படுபவர், பாதிப்புக்கு உள்ளாக்குபவர் பற்றி நான் உரையாடுவது பால்களின் (sexes) சாராம்ச குணமாகவோ அல்லது அடையாளத்தில் வைத்தோ அல்ல. இந்தக் கட்டுரைகளில் ஆண், பெண் என்ற பிரயோகங்களை சமூகத்தில் இடையறாது கட்டமைக்கப்படும் தன்னிலைகள் என்ற அளவில் புரிந்துகொள்ள வேண்டும். 'சுயம்' எனும் சொல்லைப் பயன்படுத்தாமல் 'தன்னிலை' என்பதைப் பயன்படுத்துவதற்குக் காரணமுண்டு. சுயம் எனும்போது ஏற்கெனவே ஒருவருக்குத் தரப்பட்டிருப்பதாகப் பொருள் வருகிறது. மாறாக, சுயம் தன்னாளுகை கொண்டதல்ல என்பதையும் அது சமூகத்தின் பல்வேறு சமூக, வரலாற்று விசைகளால் இந்த விசைகளின் ஊடே உருவாகும்

சொல்லாடல்களால் தொடர்ந்து வடிவமைக்கப்படுகிறது என்பதையும் 'தன்னிலை' எனும் சொல் குறிக்கிறது. ஊறுபடுத்தும் தன்னிலை, ஊறுபடக்கூடிய தன்னிலை எனக் கூறும்போது சமூகச் செயற்பாடுகளுக்கு (social practices) நான் முக்கியத்துவம் தருகிறேன், அவற்றின் பாரதூர விளைவுகளை ஆராயும் விதத்திலேயே இப்பிரயோகங்களைப் பயன்படுத்துகிறேன். என் ஆய்வுப் பார்வையை வடிவமைத்ததில் பின்-அமைப்பியல் பெண்ணியளாலரும் தத்துவ அறிஞருமான ஜுடித் பட்லருக்கு இருக்கும் பங்களிப்பை நன்றியோடு அங்கீகரிக்கிறேன்.

பின்-அமைப்பியல் பெண்ணியத்தின் இன்றியமையாத பங்களிப்பானது பால் என்பதை சாராம்சம் எனப் புரிந்து கொள்வதைச் சவாலுக்கு உள்ளாக்கியதே. இதன் தொடர்பில் ஓர் அடிப்படையான பார்வைச் சட்டகத்தைப் பகிர்ந்துவிட்டு மேற்கொண்டு எழுதுகிறேன். 'பால் என்பது உடற்கூறாக ஏற்கெனவே இயற்கையில் தரப்பட்ட அடிப்படையான அடையாளம், ஆனால் பாலினம் (gender) பண்பாட்டுக் கட்டமைப்பு' என்ற இருமையை மறுத்ததே பட்லர் முன்வைத்த பெண்ணியத் தத்துவத்தின் அடிப்படை. பால் என்பதை 'இயற்கை'யானதாக நாம் பார்க்கவைக்கப்பட்டிருக்கிறோம், இப்படி பார்க்க வைத்ததில் பண்பாட்டுரீதியான சொல்லாடலாகப் பாலினம் செயல்படுகிறது எனக் கூறுகிறார் பட்லர். பால் என்பதே பண்பாட்டு ரீதியான, அரசியல்மயமான ஒன்றுதான் என்பதே அவரது புரட்சிகரத் தத்துவப் புரிதல். பால் / பாலினம் ஆகியவற்றை இயற்கை / பண்பாடு முரணோடு இணைவைத்துப் பேசுவதே 'பால் ஒரு பண்பாட்டுக் கட்டமைப்பு' என்பதை மறைக்க உதவும் திரை, ஏனெனில் பண்பாட்டுக்கு வெளியே பால் சுட்டுகிற உயிர்க் கூறு என்று ஒன்றில்லை என்பது அவர் தத்துவச் செறிவு (Judith Butler. *Gender Trouble: Feminism and the Subversion of Identity.* New York: Routledge, 1990).

உடலின் உயிரியல் இருப்பை, இயற்கையை ஜுடித் பட்லர் மறுக்கிறார் என்று அவசரமாகப் புரிந்துகொள்வதைத் தவிர்க்க வேண்டும். பட்லர் கூறுவது பண்பாட்டுச் சொல்லாடல்களின் எங்கெங்குமான பாரிய தாக்கம் பற்றி. இச்சொல்லாடல்களைக் கடந்து உடலை, அதன் உயிர்க் கூறு யதார்த்தத்தை நம்மால் பேச இயலாது என்பதே அவர் வாதம். ஓர் உடல் நமக்குப் பொருட்டாகும்போது, அது ஒரே சமயத்தில் இரண்டு விதமாகப் பொருளாகிறது: பருண்மைப் பொருளாகவும் பொருள் எனப்படும் அர்த்தமாகவும். 'Bodies that Matter' என்பது பட்லரின் முக்கியமான நூலொன்றின் தலைப்பு. பட்லரின் கருத்தாக்கங்கள் விரிவாகத் தனிநூலாக எழுதப்படத் தக்கவை.

எனினும் சுருக்கமாகச் சொன்னால் பண்பாட்டு அளவில் நாம் வழங்குகிற அர்த்தத்தைத் தாண்டி மொழிக்கு அப்பாற்பட்ட இயற்கையாக, தன்னியல்பாகப் பால் என்பதைச் சுட்டவே முடியாது என ஓரளவுக்கு எளிமைப்படுத்திப் புரிந்துகொள்ளலாம்.

எதிர்பால் அதிகாரம்

'ஆண்,' 'பெண்' எனும்போது இந்தப் பயன்பாடுகள் ஓர் உடல் இருப்பைச் சாதாரணமாக விவரிப்பதாக அமைவதில்லை, மாறாக அவை பொருள் வழங்கி உடல் இருப்பைப் பால்மயமாக்கி வேறுபடுத்திக் கட்டமைப்பதாகவும் அதற்கான நியதியை மொழிபவையாகவும் உள்ளன. ('உடல்–பால்–பொருள்' இதன் அடிப்படையிலேயே இடப்பட்ட தலைப்பு.) இந்த நியதி எதிர்பால் நியதியாக இருப்பதைக் குறிப்பிட வேண்டும். இங்கே நிலவும் பண்பாட்டுச் சொல்லாடல்கள் எதிர்பால் நியதியின் பிரகாரம் வலம் வருகின்றன. இவற்றுக்கேயான களமான எதிர்பால் அதிகாரம் எனும் களத்தில் இயங்குகின்றன. இந்தப் பின்னணியிலேயே ஆண், பெண் தன்னிலைகள் சமூகத்தில் உருவாக்கப்படுகின்றன, இருமைப்படுத்தி வேறுபடுத்தப்பட்டு படிநிலையில் வைத்து வடிவமைக்கப்படுகின்றன. ஒரு குழந்தை பிறந்தவுடன் 'என்ன, பையனா, பெண்ணா?' என்ற முதல் கேள்வியிலேயே அது எதிர்பாலியல் அதிகாரக் களத்துக்குள், அதில் இயங்கும் பண்பாட்டுச் சொல்லாடலுக்குள் நுழைந்துவிடுகிறது என பட்லர் சுட்டுவது எண்ணத்தக்கது. அதன்பின் பேச்சு முறை, உடை போன்றவற்றில் அன்றாடம் பால் அடையாளத்தை இடையறாது நிகழ்த்தி அந்த அடையாளத்தைப் பற்றிக்கொண்டிருக்கிறோம். விண்ணப்பப் படிவங்களில் 'பால்' என்ற கேள்விக்கு பதில் சொல்வதிலிருந்து, டாய்லெட்களில் 'ஆண்' படமா, 'பெண்' படமா என்று பார்த்து நுழைவது வரை நிகழ்த்தல்கள் நடந்தபடி உள்ளன.

தமிழ் அறிவுச் சூழலில் அதிகாரம் பற்றிப் பேசும் பலரும் இன்றும் அதிகாரத்தை வைப்பவர், அதிகாரத்தின் இலக்காகிறவர் என்பது போல் நபர்களை முன்னிலைப்படுத்திப் பழைய பாணியிலேயே பேசுவதைப் பார்க்க முடிகிறது. ஆனால் அதிகாரம் என்பது கட்டுப்படுத்துவது, ஒழுங்குபடுத்துவது மட்டுமல்ல. அது தன்னிலைகளை, அடையாளங்களை உருவாக்கக்கூடியதும் கூட அதிகாரத்தின் இந்த உருவாக்கப் பரிமாணத்தைப் பற்றி மிஷேல் பூக்கோவிலிருந்து தொடங்கி தத்துவ அறிஞர்கள் விரிவாக எழுதியிருக்கிறார்கள். ஆண்பால், பெண்பால் ஆகிய பால்களின் கட்டமைப்பில் எதிர்பால் அதிகாரம் என்பதன் பங்களிப்பை இந்தப் பின்னணியில் வைத்து நாம் புரிந்து

கொள்ள முயலலாம். மேற்குறிப்பிட்ட தத்துவ நோக்கின் பரந்த அடிப்படையிலேயே இக்கட்டுரைகளில் சமூகச் செயற்பாடுகளைப் பார்க்க முயன்றிருக்கிறேன்.

நமது சமூகச் செயற்பாடுகள் பலவும் பேச்சுவழக்குகளிலிருந்து, உடை உள்ளிட்ட பழக்கவழக்கங்களிலிருந்து சடங்கு, வழிபாட்டு முறைகளிலிருந்து, அரசியல், விளையாட்டு தொடர்பான நடைமுறைகளிலிருந்து இப்படிப் பலவும் இரு பால்களின் கட்டமைப்பை உருவாக்க முனைகின்றன, அதை வலுப்படுத்துபவை யாக, அதை நோக்கிய நிகழ்த்தல்களாக உள்ளன. மேலே ஒரு பத்தியில் சொல்லிய டாய்லட்களுக்குள் நுழைவது உட்பட. இந்த நிகழ்த்தல்கள் எதிர்ப்பில்லாமல் இல்லை. இவை சமயத்தில் தோல்வி அடைவதும் உண்டு. இவற்றில் மீறல்கள் நேரலாம். இவை மீறல்களாக அறியப்படுவதே எதிர்பாலியல் நியதிகளின் அதிகாரத்தின் ஆற்றலை அறைகூவுவதாகவே உள்ளது. மேலும் விதிமீறல்கள் இன்றி விதிகள் எவ்வாறு இருக்கமுடியும்? விதிமீறல்களே விதிகளுக்கு நியாயப்பாட்டைத் தருகின்றன என்பது பட்லரின் கருத்து.

பாலியல் வன்முறையின் வகைமாதிரிகளான துன்புறுத்தலை யும் வல்லுறவையும் பொறுத்தவரை அவை எதிர்பால் நியதியின்படி இயங்கும் சமூகச் செயற்பாடுகள். அவற்றின் இன்றியமையாத வரையறை இது. அதனால்தான் வீட்டையும் பொதுவெளியையும் ஒரு தொடர்ச்சியில் வைத்தே இவற்றை அணுக வேண்டியிருக்கிறது. இவற்றைச் சமூகச் செயற்பாடாகப் புரிந்துகொள்ளும் பின்–அமைப்பியல் பார்வை 'ஆணாதிக்கம்' என்ற தேய்வழக்கான கருத்தாக்கத்திலிருந்து விலகியிருப்பது, 'ஆண் சதிக் கோட்பாட்டுப்' பார்வையையும் மறுப்பது.

#MeToo இயக்கம் அறிமுகமாயிருக்கும், வலுப்பெற்று வரும் இந்தியச் சூழலில் இந்த இயக்கத்தின் பேசுபொருள்களை முகாந்திரமாகக் கொண்டேனும் இந்தச் செயற்பாடுகளைக் குறித்து நம் மத்தியில் நிலவும் பொதுப்புத்திக் கட்டமைப்புகளையும் அவற்றைக் கலைக்கும் செய்கைகளையும் தெரிந்துகொள்ளுதல் அவசியமாகிறது. ஊடகத்தில் பகிரப்படும் செய்திகள், அன்றாட வாழ்வனுபவங்கள் இவற்றோடு பண்பாட்டு ஆக்கங்களாகச் செயல்படும் இலக்கியப் பிரதிகளும் இப்பணியில் நமக்கு உதவு கின்றன. இக்கட்டுரைகள் நடந்த நிகழ்வுகளையும் இலக்கியப் பிரதிகளையும் முன்வைத்து பாலியல் துன்புறுத்தல், அத்துமீறல், வல்லுறவு ஆகியவை சமூகச் செயற்பாடுகளாகும் விதம், இவை பால் தன்னிலைகளைக் கட்டமைக்கும் முறைகள், இவற்றின் ஊடாக ஒழுங்குபடுத்தப்படும் பாலியல்கள் (sexualities)

முதலியவற்றை அணுகுகின்றன. இது தொடர்பாக ஒன்றைக் கூற வேண்டும். 'பாலியல் வன்முறை' என இக்கட்டுரைத் தொகுப்பின் உபதலைப்பில் வன்முறை என்ற பதத்தைப் பாலியல் ரீதியிலான வன்முறைச் செயல் என்ற பொருளில் நான் பயன்படுத்தவில்லை. பாலியல்களை ஒழுங்குபடுத்தும் சமூக வன்முறையையே இதில் சுட்டியிருக்கிறேன்.

மேலே குறிப்பிட்ட பேசுபொருள்களை ஒட்டி *மின்னம்பலம் மின்னிதழில்* தொடராகக் கிட்டத்தட்ட ஒரு வருடம் பல சிறு கட்டுரைகளை எழுதினேன். ஆனால் இத்தொகுப்பில் இடம் பெற்றிருப்பவைக்கும் அவற்றுக்கும் நிறைய வித்தியாசம் உண்டு. அக்கட்டுரைகள் இத்தொகுப்புக்குக் கச்சாப்பொருள் மாத்திரமே. அவற்றைப் பல இடங்களில் திருத்தியும் மேற்கொண்டு சேர்த்தும் நிறைய மீள்-எழுதியும் உருவாகியிருப்பவை இவை. மின்னம்பலத்தில் தொடராக எழுதியபோதும் சரி, இத்தொகுப்புக் காக இக்கட்டுரைகளை உருவாக்கியபோதும் சரி, எனக்குக் கடினமாக இருந்தது பொருத்தமான கலைச்சொற்களைக் கண்டுபிடிப்பது. எதிர்பாலியல் எனும்போது கரடுமுரடாகத் தெரிகிறது. ஆனால் நமக்கு அத்தனை பழகாத வார்த்தைகள் இல்லாமல் புதிய அணுகுமுறைகளை, புதிய விசாரணைகளை எவ்வாறு முன்னெடுக்க முடியும்?

இன்னொரு பிரச்சினையும் இருந்தது. கலைச்சொற்களை மொழிபெயர்த்தல் சார்ந்த தடுமாற்றங்களோடு, சில கட்டுரை களைப் பொறுத்து (ரஞ்சன் கோகாய் விவகாரம், #MeToo இயக்கம் பற்றிய கட்டுரைகள்) செய்தியாளராகவும் ஆய்வாளராகவும் ஒரே கட்டுரையில் செயல்பட வேண்டிய நிலை. இவ்விரண்டுக்குமான கோடு நிரந்தரமானதில்லைதான். என்றாலும் தமிழில் இந்தப் பேசுபொருள்கள் சார்ந்து ஓரளவுக்கு விரிவான, வரலாற்றுப் பதிவாக விளங்கும் கட்டுரைகள்கூடப் பஞ்சமாக இருந்தன. எனவே நிறைய அடிப்படையான தகவல்களைத் தந்துவிட்டு என் பார்வையை எழுத வேண்டியிருந்தது.

இக்கட்டுரைத் தொகுப்புக்கு நண்பரும் எழுத்தாளருமான அரவிந்தன் முன்னுரை எழுதியிருக்கிறார். அரவிந்தன் தந்த ஊக்கம் மட்டும் இல்லாவிட்டால் *மின்னம்பலத்தில்* தொடரோ, இக்கட்டுரைத் தொகுப்போ வந்திருக்க வாய்ப்பே இல்லை. அவருக்கு 'நன்றி' எனச் சொல்லி நன்றி தெரிவித்துவிட முடியாது. இத்தொகுப்புக்காக என்னோடு இணைந்து கட்டுரை களை வாசித்துப் பார்த்து ஆலோசனைகள் கூறி உதவிய சகோதரி ஹரி ராஜலெட்சுமிக்கு என் பிரியம் எப்போதும் உண்டு. போலவே கிருஷ்ண பிரபு. அரவிந்தனுக்கு அடுத்தபடி

நினைவூட்டிக்கொண்டிருந்தவர் அவர். இத்தொகுப்பை மெய்ப்புப் பார்த்த அவருக்கும் நண்பர் வேம்புவுக்கும் என் அன்பு. மின்னம்பலத்தில் வெளிவந்த கட்டுரைச் சுட்டிகளை நான் முகநூலில் பகிர்ந்தபோது பற்பலர் அவற்றைப் பகிர்ந்து உற்சாகம் தந்தார்கள். நூலாக்கத்துக்கு உதவிய காலச்சுவடு குழுவினருக்கும், குறிப்பாக ஸ்டெனோலினுக்கும் கலாவுக்கும் ஹெமிலாவுக்கும், நண்பர் கண்ணனுக்கும் மனப்பூர்வமான நன்றியைத் தெரிவித்துக்கொள்கிறேன்.

சென்னை/ஆல்பனி   பெருந்தேவி
நவம்பர் 10, 2019.

1

பாலியல் துன்புறுத்தல்: சிந்தனைக்குச் சில குறிப்புகள்

பாலியல் துன்புறுத்தல் என்பது பாலியல் வன்முறைச் செயல்களில் ஒன்றாக அறியப்பட்டிருக்கிறது. நடைமுறையில் அதை எப்படி வரையறுப்பது, பாலியல் தளத்தில் சங்கடமாக உணரப்படக் கூடியவற்றை எல்லாம் பாலியல் துன்புறுத்தல் எனக் கூறிவிட முடியுமா என்ற கேள்விகள் நம் மத்தியில் உள்ளன. சங்கடம் தரும் நடவடிக்கைகளை எல்லாப் பெண்களும் துன்புறுத்தலாகவோ அத்துமீறலாகவோ கூறுவதில்லை. ஒரு தளத்தில் பாலியல் துன்புறுத்தல் செயலுக்கு இலக்காகும் நபர் அதை உணர்கிற விதம், செயலின் தீவிரத்தன்மை ஆகியவற்றைப் பொறுத்துள்ளது. இன்னொரு தளத்தில் காலத்துக்குக் காலம், இடத்துக்கு இடம் மாறும் பண்பாட்டு மதிப்பீடுகளால் அதை வரையறுப்பதில் சிக்கல்கள் வருகின்றன. மேலும் சம்பந்தப்பட்டவர்கள் இடையிலான நெருக்கமும் இவ்விஷயத்தில் பங்களிக்கிறது. நெருங்கிப் பழகும் ஒருவரிடம் சந்திக்கும் பாலியல் தொல்லையை, அத்தகைய சங்கடமான அனுபவத்தைத் 'துன்புறுத்தல்' என்ற வகைமைகளுக்குள் கொண்டு வருவதென்பது பெரும்பாலான பெண்களுக்கு இன்னும் சவாலாகவே உள்ளது. கூடவே பாலியல் துன்புறுத்தல் வகைமையைக் குறித்த பரிச்சயமும் நம்மிடையே பரவலாக இல்லை.

அமெரிக்கச் சமூகத்திலுமேகூட பாலியல் துன்புறுத்தல் பற்றி பரிச்சயமின்மை நிலவுவதை

'MeToo'வை முதன்முதலில் பயன்படுத்திய கறுப்பினக் களப்பணி யாளரும் சிவில் உரிமைப் போராளியுமான டரானா பர்க் குறிப்பிட்டிருக்கிறார். அலபாமாவில் 2005ஆம் ஆண்டு பள்ளி மாணவிகளுக்கு அவர் நடத்திய 'MeToo' பட்டறையில், பட்டறை யின் வாயிலாக அவர்கள் தெரிந்துகொண்ட மூன்று விஷயங்களை எழுதி, அவர்களுக்கு உதவி தேவைப்படுமானால் 'MeToo' என எழுதித்தரச் சொல்லிக் கேட்டிருக்கிறார். ஐந்தாறு மாணவிகள் உதவி கேட்டு எழுதித்தருவார்கள் என எதிர்பார்த்திருக்கிறார். ஆனால் இருபது மாணவிகள் உதவி கேட்டிருக்கிறார்கள். அதாவது அப்போதுதான் அவர்களுக்குத் தாங்கள் சந்தித்தது பாலியல் துன்புறுத்தல் என்று புரிந்திருக்கிறது.[1]

இது குறித்த பரிச்சயமின்மைக்குக் காரணம் இருக்கலாம், 'பாலியல் துன்புறுத்தல்' என்பது ஒரு கரிசனையாக 1970களின் முற்பகுதியில்தான் அறிமுகமானது. இப்பதத்துக்குப் பெண்ணிய வரலாறு உண்டு. பணியிடத்தில் நேரும் பால் பாகுபாட்டுச் செயற்பாடுகள் சொல்லாடல் களத்துக்குள் வந்த வரலாறும்கூட அது. அமெரிக்காவில் 1970களிலிருந்தே பணியிடங்களில் பாலியல் துன்புறுத்தலுக்கு எதிராகப் பெண்கள் நாடெங்கிலும் வழக்குத் தொடர்ந்து வந்திருந்தாலும், அதற்கு எதிரான கூட்டு எதிர்ப்பு என்பதை 1975ஆம் ஆண்டு நடைபெற்ற பெண்கள் சந்திப்பு முன்வைத்ததாகக் கருதப்படுகிறது.[2] அந்த ஆண்டு மே மாதம் 4ஆம் நாள் நியூயார்க் மாகாணத்தில், Greater Ithaca Activities Center இல் கொட்டும் மழையில் 275 பெண்கள் பங்கேற்ற சந்திப்பு நடந்தது. அதில் இருபது பெண்கள் பணியிடங்களில் ஆண்களிடமிருந்து எதிர்கொண்ட துன்புறுத்தல்களின் வரலாறுகளை விரிவாகப் பகிர்ந்துகொண்டனர். இவர்கள் பல்வேறு வயதினர், பல இனத்தினர். தாங்கள் பணி செய்த தொழிற்சாலைகளில், உணவகங்களில், கல்வி நிறுவனங்களில், அலுவலகங்களில், பலதரப்பட்ட பணியிடங்களில் அதிகார மேல்மட்டத்தில் இருந்த ஆண்கள் எவ்வாறு கிள்ளுதல், தடவுதல், வலிந்து வம்பு செய்தல், அவமானப்படுத்தல் போன்றவற்றைச் செய்தனர், சக ஊழியர்கள் இதைக் கண்டும் காணாமல் எப்படி இருந்தனர் என்பதைப் பற்றி அவர்கள் எடுத்துரைத்தனர். தாங்கள் பட்ட அவமானத்தை, அச்சத்தைக் கூறினர். அந்தக் கூட்டத்தில் பெண்கள் பயன்படுத்திய பதம் "sexual harassment." பணியிடங்களில் நடக்கும் அதிகாரத் துஷ்பிரயோகத்தோடு அதை இணைத்துக் காட்டினர் அப்பெண்கள்.

இக்கூட்டத்துக்கு முன் அதே வருடம் ஏப்ரல் மாதத்தில் கார்னல் பல்கலைக்கழகத்தில் பெண்கள் பிரிவு சார்ந்து ஒரு துறையில் இயக்குநராகப் பணியாற்றிய லின் பார்லி (Lin

Farley) எனும் பத்திரிகையாளர் உழைக்கும் வர்க்கப் பெண்கள் பணியிடங்களில் எதிர்கொள்ளும் பாகுபாடுகள் பற்றி விசாரித்து வந்த நியுயார்க் நகர மனித உரிமைகள் ஆணையம் முன்பு சாட்சியம் அளித்தார். அப்போது "பணியிடத்தில் பெண்களுக்குப் 'பாலியல் துன்புறுத்தல்' மிகப் பரவலாக உள்ளது. ஒரு கொள்ளை நோயாகவே அது இருக்கிறது" என அறிவித்தார்.[3] பாலியல் துன்புறுத்தல் போன்ற ஒரு பதம் பிறக்கும்போது ஒரு செயற்பாடு குறித்த அறிவுப் புலமும் சேர்ந்தே பிறக்கிறது என்பதைப் புரிந்து கொள்ள வேண்டும். இந்தியாவிலும் தமிழகத்திலும் இப்பதமும் இது சுட்டும் செயற்பாடும் கடந்த சில பத்தாண்டுகளில் புழக்கத்தில் வந்திருக்கலாம்.

ஒரு செயற்பாடு பாலியல் துன்புறுத்தலா இல்லையா என வகைப்படுத்த முடியாத குழப்பத் தருணங்களில் அது யாரை இலக்காகக் கொள்கிறதோ அவர் தருகிற அர்த்தத்துக்கே முதன்மையான இடமுண்டு. இது ஒரு பரந்த வரையறை. அமெரிக்காவில் 'MeToo'வைக் களப் பணிக் குழுவாகத் தொடங்கிவைத்த போராளியான டரானா பர்க் ஒரு செயல் சின்னப் பிறழ்வா, அல்லது அதைத் தாண்டியதா என்று வகைப் படுத்துவது பற்றிப் பேசுகையில் இப்படிக் கூறுகிறார்: "என்னிடம் கேட்டிருக்கிறார்கள்: 'இந்த ஆள் ஒரு தரம் என் மார்பைத் தொட்டான். இதை #MeToo என்று நான் சொல்லலாமா?' அவர்களிடம் நான் கூறும் பதில்: 'நீங்களும் உங்கள் உடலும் இதற்கெல்லாம் எப்படி எதிர்வினை செய்கிறது என்று என்னால் வரையறுக்க முடியாது. அது அஞர் (trauma) இல்லை என நான் கூற முடியாது.'[4] ஒருவர் எதிர்கொண்டது பாலியல் துன்புறுத்தலா இல்லையா என்று அடுத்தவர் முடிவு செய்ய முடியாது என்பதே இதன் கருத்து.

நம் சூழலில் பாலியல் துன்புறுத்தலைப் பற்றிப் பேசத் தொடங்கும்போது இச்சூழலுக்கேயான சிக்கல்கள் உள்ளன. இங்கே புனிதம் பெற்றிருக்கும் 'பெண் கற்பு' என்பதை அடியோடு குலைப்பதாகக் கருதப்படும் வல்லுறவுகூடச் செய்தி வந்த சில நாட்களுக்குப் பின் பொதுமக்களின் கவனத்திலிருந்தும் அக்கறையிலிருந்தும் நீங்கிவிடுகிறது. சில நாட்களுக்கே கிடைக்கும் கவனத்தை எடுத்துக்கொண்டாலும் பாதிக்கப்பட்டவரது மத, சாதிய, வர்க்க இடம் பொறுத்து அவற்றிலும் பாகுபாடு பார்க்கும் சூழல்தான் நம்முடையது. இந்நிலையில் வல்லுறவு என வகைப்படுத்த முடியாத, அதே நேரத்தில் பாதிப்பு தரக்கூடிய பிற செயற்பாடுகளைப் பாலியல் துன்புறுத்தல் என்ற வகையில் வைத்து, தொடர்புறுத்தி, சமூக அக்கறையை ஈர்ப்பது சவாலான ஒன்று.

பாலியல் துன்புறுத்தல் என்பது பேருந்து, கூட்டம் போன்ற இடங்களில் தொடுவதோ, அமிலத்தை வீசுவதோ, கத்தியால் குத்துவதோ மாத்திரமல்ல. கீழே தந்திருப்பது நமது சமூகச் சூழலில் பாலியல் துன்புறுத்தலாகக் கருதப்படக்கூடிய சில செயல்களின் பட்டியல்.

1. முறையாகப் பரிச்சயமில்லாதபோது பேருந்து நிறுத்தம், உணவகம் போன்ற இடங்களில் வந்து வந்து பேசுதல்

2. தொலைபேசி / வாட்ஸ் அப் எண்ணைக் கேட்டு நச்சரித்தல் அல்லது யார் மூலமாகவாவது தெரிந்துகொள்ள யத்தனித்தல், பதில் இல்லாதபோதும் / வரவேற்கப்படாதபோதும் தொடர்ந்து தொலைபேசியில் அழைத்தல், எஸ்.எம்.எஸ், வாட்ஸ் அப் செய்திகள் அனுப்புதல் போன்றவை. 'ஆபாச' மானவையும் இதில் அடங்கும்.

3. கேட்காதபோதே தொந்தரவை உணரும் வகையில் உதவிகள் செய்தல். பெரிதாக அறிமுகமில்லாதபோதே பரிசுப் பொருட்கள், வாழ்த்து அட்டைகள் அனுப்புதல்.

4. சம்பந்தப்பட்டவருக்குத் தெரியாமல் புகைப்படம் அல்லது வீடியோ எடுத்தல். அதைப் பிறருக்குச் சுற்றுக்கு விடுதல்

5. ஒருவர் பொருள்களைக் (கைக்குட்டை, பூ போன்றவற்றை) கேட்காமல் / தெரியாமல் எடுத்து வைத்துக்கொள்ளுதல்.

6. ஒருவரது வீடு, பணியிடம் அல்லது கல்லூரி போன்ற இடங்களுக்கு அடிக்கடி வருதல், எப்போது வெளியே வருகிறார், எங்கே போகிறார் என்று நோட்டமிடல், பின்தொடர்தல்.

7. சொற்களால் துன்புறுத்தல், பிறரிடம் இழிவாக, களங்கத்தை ஏற்படுத்தும் வகையில் புறம்பேசுதல், பாலியல் சார்ந்து அவதூறு செய்தல்

8. சந்திப்புக்காக நச்சரித்தல், பார்ட்டி போன்ற இடங்களில் பார்க்கும்போது பாலுறவு கொள்ளக் கோரிக்கை விடுத்தல்.

9. பிறரிடம் பேசினால் பொறாமை கொள்ளல், அதனால் இழித்துப் பேசுதல் அல்லது வசைபாடுதல்.

10. அடி, உதை போன்ற துன்புறுத்தல்

11. தற்கொலை செய்துகொள்வேன் என்றோ ஒருவருக்கோ அவரைச் சார்ந்தோருக்கோ ஊறு செய்துவிடுவேன் என்றோ அச்சுறுத்துதல்

12. ஒருவர் இடத்தை / பொருள்களை நாசப்படுத்தல்.

13. ஏற்கெனவே காதல் இருந்து அது முடிந்துவிட்டது என்றால் முடிந்துவிட்டதை ஏற்றுக்கொள்ள மறுத்தல், விடாப்பிடியாகத் தொல்லை செய்தல்.

14. ஒற்றறிதல், சமூக வலைதளங்களில் troll செய்தல், பதில் வராதபோது தொடர்ந்து செய்தி அனுப்புதல்.

15. ஓரிடத்திலிருந்து மற்றொரு இடத்துக்குப் போகவிடாமல் தடுத்தல், அடைத்து வைத்தல்.

16. ஒருவருக்கு வரும் கடிதங்கள் / பார்சல்கள் போன்றவற்றைத் தடுத்து நிறுத்தல், அல்லது அவருக்குத் தெரியாமல் அவற்றைக் கைப்பற்றுதல்.

17. ஓரளவு பரிச்சயம் வந்தவுடனேயே ஒருவர் வீட்டுக்கோ, பணியிடத்துக்கோ, கல்வி கற்கும் இடத்துக்கோ சென்று அமர்தல், எழுந்து போகாமல் அடம்பிடித்தல்.

இவை சில எடுத்துக்காட்டுகள். பரஸ்பரக் காதல் அல்லது ஈர்ப்பு இல்லாதபோது, அது திட்டவட்டமாகத் தெரியாதபோது, இவற்றில் எதையும் யார் செய்தாலும் பாலியல் துன்புறுத்தல்தான். என்றாலும் ஆண்களை ஒப்பிடுகையில் பெண்கள் இவற்றைச் செய்வது அபூர்வம் என்பது என் புரிதல். இவற்றில் பலவற்றை நாம் சாதாரணமாக எதுவும் நடக்காதது போலக் கடந்துவிடப் பழகியிருக்கிறோம். இவற்றில் பலவற்றைத் தமிழ்த் திரைப்படங்கள் இயல்பானவையாகச் சித்திரித்திருக்கின்றன. உதாரணத்துக்கு, *களவாணி* (2010, இயக்கம்: ஏ. சற்குணம்) திரைப்படத்தின் காட்சிகளைச் சொல்லலாம். அதில் கதாநாயகன் "என்னைக் கட்டிக்கறியா?," "கட்டிக்கறேன்னு சொல்லு" என்று பள்ளி மாணவிகளை மிரட்டுவது விளையாட்டு, விடலைத்தனம் என்பவற்றைத் தாண்டியது. ஆனால், தமிழ்ச் சமூகத்தில் கதாநாயக குண விசேஷங்களாக இவை இருக்கின்றன என்கிற நிலை பாலியல் துன்புறுத்தலைக் குறித்துச் சமூக அக்கறையை ஈர்ப்பதில், கோருவதில் கூடுதல் சிரமம் தருகிறது.

மரபாகும் வன்முறை

பாலியல் துன்புறுத்தல் பற்றிப் பேசும்போது திரைப்படங்கள் மட்டுமன்றி பண்டைய இலக்கியம் உள்ளிட்ட மரபுகளில் இது இடம்பெறும் விதம் நோக்கத்தக்கது. சங்க இலக்கியத்தில் பெண்ணின் மீது காமம் மிகுந்த ஆண் சில சமயம் பின்பற்றிய 'மடலேறுதல்' அல்லது 'மடலூர்தல்' என்ற வழக்கம் அகத் துறைகளுள் ஒன்றாகச் சொல்லப்படுகிறது. இவ்வழக்கத்தைப் பற்றி எழுதும் ஆய்வாளர் பா. சிவக்குமார் "பனை மடலால் மா

செய்ததால் அதாவது குதிரை, யானை போன்ற விலங்கு உருவங்கள் செய்ததால் இதற்கு 'மடல்மா' என்றும், இம்மடல்மா மேல் ஏறி வருவதால் 'மடலேறுதல்' என்றும் பெயர்பெறுவதாயிற்று" எனக் கூறுகிறார். "இம்மடலேற்றம் காமத்தின் எல்லை தாண்டும்போது நிகழ்கிறது" என விவரிக்கிறார்.[5]

பனைமடலால் செய்த மா அல்லது விலங்கின்மீது ஆண் ஏன் ஏறிவர வேண்டும்? மடலேறுதல் மூன்று விதச் சூழ்நிலைகளில் நிகழ்த்தப்பட்டது எனத் தெரிகிறது. இவற்றைக் குறித்து பா. சிவக்குமார் கூறுவது: "ஒன்று, தலைவியின் தமர் (சுற்றத்தார்) வரைவிற்கு (திருமணத்திற்கு) உடன்படாத நிலை ஏற்படும்பொழுது தலைவன் மடலூர்ந்து மக்களின் ஆதரவைப் பெற நேரிடும்போது மடலேற்றம் நிகழ்கிறது. இரண்டாவது, தலைவன் தான் இயற்கைப் புணர்ச்சியில் ஈடுபட்ட தலைவியுடன் களவு வாழ்வைத் தொடர [தலைவி] அனுமதி மறுக்கும்போது மடல் ஏறுவேன் என்று தோழி மூலம் அச்சுறுத்துவதாக அமைகிறது. மூன்றாவதாக, தான் மட்டுமே விரும்பி தன்னை விரும்பாத பெண்ணை அடைய விரும்பும் ஆடவன் மடலேறி அப்பெண்ணை அடைய நிகழ்த்தும் ஒரு வாயிலாக இம்மடலேற்றம் நிகழ்கிறது."[6] இவற்றில் இரண்டாவது மூன்றாவது சூழ்நிலைகளில் நிகழ்த்தப்படும் மடலேற்றம் அப்பட்டமான பாலியல் வன்முறையாக உருக்கொள்வதை அறிந்துகொள்ள முடிகிறது. தான் காதலிக்கும் பெண் தன்னைக் காதலிக்காவிட்டால் அவளுக்கு ஊர் அலர் கிட்டும்படி காதலன் நடந்துகொள்ளும் பழக்கமும் இருந்திருக்கிறது.[7] மேலும் தான் காதலிக்கும் பெண் தன்னைக் காதலிக்காவிட்டாலோ அவள் சுற்றத்தார் திருமணத்துக்குச் சம்மதிக்காவிட்டாலோ ஊர்மன்றத்தில் அவள் மீதும் அவளுடைய சுற்றத்தார் மீதும் பழிபோட்டுப் பேசும் பழக்கம் இருந்திருக்கிறது.[8] சில சமயங்களில் பெண்ணின் சம்மதத்தைக் கேட்டறியாமலேயே ஊரார் பழிக்கு அஞ்சி மடலேறத் துணிந்தவனுக்குப் பெண்ணை மணம்முடித்துக் கொடுத்ததும் நடந்திருக்கிறது.[9]

பொதுவாக பாலியல் வன்முறை நிகழ்வு நடந்தால் அதைத் தனி மனித வன்மம் என்றோ அல்லது வன்முறை என்றோ பேசும் போக்கு நம் சமூகத்தில் உண்டு. மடலேறுதலை வன்முறை / வன்செயல் என்று சிவக்குமார் கூறியிருந்தாலும் அதைத் தனி மனித வன்முறை / சுய வன்முறை என்ற தளத்தில் வைத்துப் பார்க்கிறார். மேலும் "பெண்கள் மீது திணிக்கப்பட்ட கருத்தியல் வன்முறை," "சமூகத்தின் மீது தலைவன் திணிக்கும் கருத்தியல் வன்முறை" என்றெல்லாம் கொஞ்சம் குழப்பத்தோடு பேசுகிறார். ஆனால் மடலேறுதல் என்பது ஒரு சமூகச் செயற்பாடாகத்

தன்னைக் காட்டித்தருகிறது. தனி நூலுக்கு இதைப் பற்றிய ஆய்வு உகந்தது என்றாலும் சில கருத்துகளை மட்டும் என்னுடைய இக்கட்டுரைத் தொடர்பில் பகிர நினைக்கிறேன். மடலேறுதல் ஒரு அகத்துறையாகச் சங்க இலக்கியத்தில் இருப்பதோடு அன்றி அது குறித்து பதினாறு சங்கப் பாடல்கள் உள்ளதாக அறிகிறோம்.[10] இது தனித்த நிகழ்வு அல்ல என்றும் மேலே குறிப்பிட்ட சில சமூகச் சூழல்களில் நடந்த, ஏற்றுக்கொள்ளப்பட்ட நிகழ்வுதான் என்றும் இந்த எண்ணிக்கையே கூறுகிறது.

இரண்டாவது, மடலேறுவதற்குப் பெண்ணை எனப்படும் பெண் பனையை ஆண் பயன்படுத்தியது. பெண்ணையை, அதன் மடலை விலங்காக வடிவமைத்து அதன் மேல் ஏன் ஏறிவர வேண்டும்? "மடலேறுவதற்குப் பெண்ணை பனையைத் தேர்ந்தெடுத்திருக்க வேண்டும். இப்பெண்ணையை 'மா'வாகக் கொண்டது போல் தான் காதலித்த பெண்ணையும் அடைவேன் என்பதை வெளிப்படுத்துவதற்காகப் பெண் பனையைத் தேர்ந்தெடுத்திருக்க வேண்டும் எனக் கருதலாம்" என பா. சிவக்குமார் கூறுவது கவனிக்கத்தக்கது.[11] ஆனால் பெண்ணையைத் தேர்ந்தெடுத்ததை மேலும் கூர்ந்து நோக்க இயலும். 'ஏறுதல்' என்ற வினைச்சொல்லுக்கு 'மேலேறுதல்' என்ற பொருளோடு 'உட்செல்லுதல்,' அதாவது 'நுழைதல்' என்ற அர்த்தங்கள் வழங்கி வருகின்றன. இன்று அதற்குப் புழங்கும் அர்த்தங்களில் கலவிச் செயல் உண்டு என்பதை இத்தோடு தொடர்புறுத்தி மனதில் கொள்ளலாம். 'ஏறு' என்பது பெயர்ச்சொல்லாக ஆண் விலங்கைக் குறிப்பது என்பதும் குறிப்பிடத்தக்கது. ஆகவே 'மடலேறுதல்' என்பது உறவுக்கு அனுமதி மறுத்த, காதலை ஏற்காத பெண்ணை, பெண் பனையின் மடலில் செய்த விலங்காக உருவகப்படுத்தி, ஆண் ஏறாக மேலேறும் வகையில் கலவிக்கான பாவனைச் செயல் என்று பொருள்கோடவும் இலக்கியம் இடம் தருகிறது. இவ்விடத்தில் வல்லுறவு வன்முறையின் பாவனைச் செயலாகவே கலவி தோற்றம் கொள்கிறது.

இந்தப் பாவனைச் செயல் இரு பால் அடையாளங்களையும் அவற்றுக்கிடையிலான வித்தியாசத்தையும் படிநிலையையும் வலிந்தேற்றம் செய்வதாகவும் நடைபெற்றிருக்கிறது. "கடலன்ன காமம் உழந்தும் மடலேறாப் / பெண்ணின் பெருந்தக்கது இல்" என்ற திருக்குறள் போன்றவை தரும் தகவலின்படி அதீதக் காமமாகப் பாலியலின் வெளிப்பாட்டை நிகழ்த்துதல்களின் மூலம் ஆண்பாலும், இத்தகைய பாலியல் வெளிப்பாடு அனுமதிக்கப்படாததன் மூலம் பெண்பாலும் வெவ்வேறு வகைமைகளாகவும் படிநிலையிலும் நிறுவப்படுகின்றன.[12] இதன் அடிப்படையில் மடலேற்றம் போன்ற வன்முறைச் செயற்களைச்

உடல்-பால்-பொருள்

சமூகச் செயல்பாடுகள் என்று கருதவேண்டியதன் அவசியத்தைப் புரிந்துகொள்ளலாம்.

திரைப்படங்கள் முதலியவற்றோடு கூடவே மரபிலக்கியப் பிரதிகள் எதிர்பாலியல் நியதிக்கான பண்பாட்டு அடங்கலாக (cultural register) உள்ளன. இவற்றில் ஆண், பெண் என்கிற பாலினங்கள் நெகிழ்வற்ற வகையில் தனித்தனி வகைமைகளாகக் கட்டமைக்கப்பட்டு, ஒவ்வொரு பால் வகைக்கும் ஏற்ற வகையில் இச்சைகள், உடற்குறிகள், இச்சைகளின் வழித்தடங்கள், இலக்குகள், இச்சைகளை வெளிப்படுத்த வேண்டிய முறைகள் முதலியவை வரையறுக்கப்படுகின்றன. பெண்ணை வற்புறுத்திக் 'காதல் செய்வது' இவ்வரையறைகளை ஒட்டிய வெளிப்பாடுகளின், எதிர்பார்ப்புகளின் நீட்சியாகவும் உள்ளது. அத்தகைய வெளிப்பாடுகளில், எதிர்பார்ப்புகளில் ஒன்றுதான் மடலேறுதல். இலக்கியம் காட்டித்தரும் இத்தகைய வெளிப்பாடுகளை மேலும் ஆய்வுக்கு உட்படுத்துவது பாலியல் துன்புறுத்தலின் சமூக இயங்கியலின் வரலாற்றை அறிய உதவும்.

காமத்தின் பேரம்

பாலியல் துன்புறுத்தல் என்பதைக் குறித்த பரிச்சயமின்மை, அதை வகைப்படுத்துவதில் இருக்கும் சிக்கல், கலை இலக்கிய ஆக்கங்கள் காட்டித்தரும் பண்பாட்டு அடங்கலுக்குள் இச் செயற்பாட்டின் பெறுமதி, இவற்றோடுகூட துன்புறுத்தலைப் பற்றிய விமர்சனத்தைப் பொதுவெளியில் முன்னெடுக்கும் போதெல்லாம் அதன் மீது ஒரு பாறாங்கல் எறியப்படுகிறது. பெண்களும் பாலியல் அத்துமீறல்களைச் சுயதேவைக்காகப் பயன்படுத்திக்கொள்கிறார்களே, தங்கள் பாலியலை முன்வைத்து அவர்கள் செய்யும் பேரத்தை மட்டும் ஏற்றுக்கொள்ளலாமா என்று உடனடியாக வினவப்படுகிறது. பாலியல் துன்புறுத்தலின்போது ஒருவர் எதிர்த்துப் பேசாமல் பொறுத்துப் போவதால் அதை அவர் ஏற்பதாக எடுத்துக்கொள்ள முடியாது. ஒருவேளை அவர் சரி என்று சொல்லியிருந்தாலுமே அதைக் கூற சம்பந்தப்பட்டவரின் நிறுவன அதிகாரம், பணம், பதவி, அந்தஸ்து போன்றவை பின்னணியில் இருந்ததா, ஒருவேளை மறுத்திருந்தால் அவருக்கு என்ன எதிர்மறை விளைவுகள் ஏற்பட்டிருக்கும் போன்றவை கருத வேண்டியவை. ஒரு செயல் அத்துமீறலா, இல்லையா, வற்புறுத்தப்பட்டதா, இல்லையா என்பதெல்லாம் ஒருவர் வார்த்தையாக வெளிப்படுத்தும் 'சரி,' 'வேண்டாம்' ஆகியவற்றைத் தாண்டி அணுகப்பட வேண்டியது.

முக்கியமாக இங்கே சுயபரிசீலனையோடு எண்ணிப்பார்க்க வேண்டியது ஏன் திரும்பத் திரும்பப் பெண்களை நோக்கியே

கேள்விகளை எறிகிறோம் என்பதைத்தான். நாம் இங்கே பேச வேண்டியது எதிர்பாலியல் சமூகச் சூழல் இயங்கும் விதத்தைப் பற்றித்தான்; அதை முறையானது, இயல்பானது என ஏற்கும், வெளிப்படுத்தும் நிறுவனங்களை நோக்கித்தான்; அந்த நிறுவனங்களின் நடைமுறைகளைப் பற்றித்தான். குடும்பத்துக்கு வெளியே இயங்கும் அலுவலகங்கள், கார்ப்பரேட் நிறுவனங்கள், திரைத்துறை, ஊடகம் உள்ளிட்ட தொழிற்துறைகள் அனைத்தும் குடும்ப நிறுவனத்தை அடியொற்றி இருப்பவை என்பதைக் கொஞ்சம் சிந்தித்தாலே தெரிந்துகொள்ள முடியும். எதிர்பால் நியதியின் மீது எழுப்பி நமக்குத் தரப்பட்டிருக்கும் குடும்ப அமைப்பில் பாலியலை முன்வைத்து பேரம் நடப்பதில்லையா என்ன? தலையணை மந்திரம் எனக் கிண்டல் செய்வதைச் சாதாரணமாகக் கேள்விப்பட்டிருக்கிறோம். ஆனால் நாம் கேட்க வேண்டியது, படுக்கை எவ்வாறு பெண்கள் தங்களுக்கு வேண்டியதைக் கோரும் இடமானது? அதிலிருந்து தொடங்கி, பாலியலை வைத்துப் பெண்கள் பேரம் செய்கிறார்கள் எனக் குற்றஞ்சாட்டுபவர்களிடம் கேட்க வேண்டியது இதைத்தான்: எந்தச் சூழலில் இந்தப் பேரத்தைச் செய்ய அவர்கள் தள்ளப் படுகிறார்கள்?

தனிப்பட்ட ஒருவரது வீட்டு, பணியிடச் சூழலைப் பற்றி அல்ல நான் குறிப்பிடுவது. இங்கே சூழல் என்பது எதிர்பாலியல் நியதி தீர்மானித்திருக்கும் சமூகச் சூழலை, மற்ற நிறுவனங்களுக்கு முன்மாதிரியாக விளங்கும் இன்றைய குடும்ப நிறுவனத்தை. "சமூகத்தில் வாழ்வது என்பது எதிர்பாலியலில் வாழ்வதாக" உள்ளது, "மனதில் எல்லா வகைமைகளுக்குள்ளும் எதிர்பாலியல் எப்போதும் உள்ளது" எனத் தெரிவிக்கிறார் பெண்ணியலாளர் மோனிக் விட்டிக்.[13] எதிர்பாலியல் நியதி சமூகத்தைப் பரிபாலனம் செய்கிறது என்றால் அந்தப் பரிபாலனத்தின் அடிப்படை அலகு ஆண்-பெண் என்ற இரு பால் வகைமைகளின் மீது எழுப்பப் பட்டிருக்கும் குடும்ப நிறுவனம்.

உலக வரலாற்றில் காலங்காலமாகப் பெரும்பான்மையான சமூகச் சூழல்களில் எதிர்பாலியல் 'இயற்கையானதாக', கேள்வி களுக்கு அப்பாற்பட்ட நியதியாக நிலவிவருகிறது; இனப்பெருக்கத் தோடு தொடர்புகொண்டது இந்த நியதி.[14] சமூகத்தில் இந்த நியதிக்கு அளிக்கப்பட்டிருக்கும் இயல்புத் தன்மையாலேயே பண்பாட்டு ரீதியாகப் பாலினம் என்பது ஆண், பெண் என்ற வேறுபட்ட இருவகைமைகளாக, படிநிலையில் வைத்து உருவாக்கப்பட்டிருக்கிறது. பாலினங்களின் அடிப்படையில் இரு பால் வகைகள் இயற்கையானதாக அங்கீகரிக்கப்பட்டிருக்கின்றன. இரு பால் வகைகளுக்கு இடையிலான இச்சை இயற்கையானதாகவும்

இயல்பானதாகவும் அங்கீகரிக்கப்பட்டிருக்கிறது.[15] இத்தகைய இச்சையை வெளிப்படுத்துகையில் ஆண்பாலுக்கு என்றும் பெண்பாலுக்கு என்றும் அததற்கு ஏற்ற வகையில் முறையான/முறையற்ற வெளிப்பாடுகள், சரி/தவறுகள் தீர்மானிக்கப் படுகின்றன. இவ்வகையில் தனி மனிதர்களின் பாலியல்கள் ஒழுங்குபடுத்தப்படுகின்றன. இரு பால்களாக வகைப்படுத்தி அவற்றுக்கிடையே புனையப்பட்ட பால் படிநிலையே குடும்பம் என்ற நிறுவனத்தின் மூலம் பாலியலை ஒழுங்குபடுத்துகிறது. குடும்பம் அடிப்படை அலகாவது இவ்விதத்தில்தான்.

பால் படிநிலையை அடியொற்றி நடக்கும் பாலியல் ஒழுங்குபடுத்துதலிலிருந்து விளைவதுதானே நிஜமான பரஸ்பரப் பகிர்தலுக்கு மாற்றான, அதை நீக்கிய காமத்தின் பேரம்? பெண் பாலியலை முன்வைத்து நடத்தப்படும் பேரத்துக்கும் பெண்ணைப் பண்டமாக்கித் துய்ப்பதற்குமான தொடர்பும்கூட இந்த ஒழுங்குபடுத்தலில் இருந்துதானே வருகிறது? குடும்பத்திலிருந்து தொடங்கி, அதை அடியொற்றிய பணியிடங்கள், கல்வி நிறுவனங்கள் போன்றவற்றில் நடக்கும் காமத்தின் பேரத்துக்குப் பெண்களை பொறுப்பாக்குவது எளிது. ஏனெனில், மேலே கேட்டிருக்கும் அடிப்படையான கேள்விகள் எதிர்கொள்ளக் கடினமானவை, இதுவரையில் நாம் கேட்கப் பழகாத கேள்விகளும்கூட.

குறிப்புகள்

1. Emma Brockes, *The Guardian*, January 15, 2018. https://www.theguardian.com/world/2018/jan/15/me–too–founder–tarana–burke–women–sexual–assault

2. பார்க்க Baker 2007, 161. இக்கூட்டம், *'Working Women United (WWU),'* கார்னல் பல்கலைக்கழகத்தின் மனிதவியல் திட்டத் துறை, பெண்களுக்கான தேசிய அமைப்பின் இதாகா சாப்டர் ஆகியவற்றால் ஏற்பாடு செய்யப்பட்டது என்றும் அறிகிறோம். அமெரிக்காவைப் பொறுத்து *Sexual Harassment of Working Women (1979)* என்ற நூலை எழுதிய சட்ட வல்லுநரும் பேராசிரியருமான கேத்ரின் மெக்கனான் (Catharine MacKinnon) பாலியல் துன்புறுத்த லுக்கு எதிரான சட்டரீதியான பாதுகாப்பைப் பெற்றுத் தந்ததில் முதன்மையானவர் (Baker 163). அமெரிக்க உச்ச நீதிமன்றத்தில் நடந்த முதல் பாலியல் துன்புறுத்தல் வழக்கில் பங்கேற்றவரும்கூட அவர். மேலும் 1970களிலிருந்து மஸாசூஸட்ஸ் மாகாணப் பகுதியில் பெண்களின் குழுக்கள்

மத்தியில் 'பாலியல் துன்புறுத்தல்' என்ற கருத்தாக்கம் பயன்பாட்டில் இருந்தது எனத் தெரிகிறது. மஸாசூஸட்ஸ் தொழில்நுட்ப நிறுவனத்தின் தலைவருக்கு, நிறுவனத்தில் நிலவும் பாலினப் பாகுபாடுகளைச் சுட்டி மேரி ரோ (Mary Rowe) எழுதிய அறிக்கையில் *(1973)* இப்பதம் பயன்படுத்தப் பட்டிருக்கிறது. இது குறித்துப் பார்க்க Vardi & Weitz 2016, *96.* இப்படியான தனிப்பட்ட பங்களிப்புகள் இருந்தாலும் அமெரிக்காவில் இப்பதம் முதன்மையாக இதாகா பெண்கள் கூட்டம் போன்ற பெண்களின் தன்னனுபவச் சொல்லாடல்களின் கூட்டு விசையாலும், நியூயார்க் மனித உரிமை ஆணையத்தின் முன்னிலையில் லின் பார்லியின் சாட்சியத்தாலும் பொதுவெளிப் புழக்கத்தில் வந்ததாகக் கொள்ளலாம்.

3. Enid Nemy, "Women Begin to Speak Out Against Sexual Harassment at Work," *The New York Times*, August 19, 1975. https://www.nytimes.com/1975/08/19/archives/women–begin–to–speak–out–against–sexual–harassment–at–work.html?module=inline

4. Emma Brockes, "#MeToo founder Tarana Burke: 'You have to use your privilege to serve other people,'" *The Guardian*, January 15, 2018. https://www.theguardian.com/world/2018/jan/15/me–too–founder–tarana–burke–women–sexual–assault 'அஞர்' என்ற பதத்துக்குக் கவிஞர் சேரனுக்கு நன்றி.

5. பார்க்க பா. சிவக்குமார் 2014.

6. பார்க்க பா. சிவக்குமார் 2014.

7. "பல்லார்நக் கெள்ளப் படுமடன் மாவேறி / மல்லலூ ராங்கட் படுமே நறுநுத/னல்காள்கண் மாறிவிடினெச் செல்வானா" என்ற வரிகள் வரும் கலித்தொகைப் பாடல் *(61:22–24)* இதைப் பேசுகிறது. பார்க்க: http://www.tamilvu.org/slet/l1260/l1260exp. jsp?x=369&y=376&z=61 இவ்வரிகளைச் சுட்டிக்காட்டும் பா. சிவக்குமார் *(2014)*, பெண் "அருள் செய்யாது கைவிட்டால்" அல்லது காதலிக்காவிட்டால், அவளைக் காதலிக்கும் ஆண் "பலரும் சிரித்து நகையாட, மடல் ஏறி, ஊர்அலர் ஏற்படும்படி" செய்துவிடக்கூடும் என அஞ்சும் அவள் தோழியின் கூற்றாக இது வருவதை விளக்குகிறார்.

8. "மறுத்திவ்வூர் மன்றத்து மடலேறி / நிறுக்குவென் போல்வல்யா னீபடு பழியே" *(கலி 58: 22–23)* என்ற கலித்தொகை வரிகள் இதைக் காட்டுகின்றன. பார்க்க: http://www.tamilvu.org/slet.1260/1260ama.jsp?z=353&x=8151&y=8200;

9. கலித்தொகைப் பாடலைக் (கலி.141: 21–25) குறிப்பிட்டு, இதை எழுதுகிறார் பா. சிவக்குமார் (2014).
10. பார்க்க பா. சிவக்குமார் 2014.
11. பார்க்க பா. சிவக்குமார் 2014.
12. திருக்குறள் 1137, http://thirukkural.co.in/thirukural/நாணுத் துறவுரைத்தல்
13. Wittig 1992, 40 – 43.
14. தன்பால் ஈர்ப்பு வெவ்வேறு சமூகங்களிலும் பண்பாடுகளிலும் வரலாற்றுக் காலகட்டங்களிலும் இருந்துவந்திருக்கிறது என்றாலும் நவீன மேற்கத்திய பண்பாட்டில் எதிர்பாலியல் என்பது மேலாதிக்கம் செலுத்துவதைக் குறித்து ஆராய்ந்து எழுதுகிறார் கில் வேலன்டைன் (1993). சொல்லப்போனால் இந்த மேலாதிக்கம் நவீன இந்தியப் பண்பாடுகளுக்கும் உரித்தானது. வேலன்டைன் கூறுகிறபடி இந்த மேலாதிக்கம் 'இனப்பெருக்கத்துக்கான உயிரியல் உள்ளுணர்வு எல்லா மனிதர்களுக்கும் உண்டு' என்ற ஆதாரமற்ற யூகத்தோடு தொடர்புடையது. அதனாலேயே இனப்பெருக்கத்தோடு தொடர்புடைய கலவி (ஆணுறுப்பு நுழைவதன் மூலம் இனப்பெருக்கத்தைச் சாத்தியப்படுத்தும் கலவி) மாத்திரமே 'இயல்பான' (normal) கலவியாகக் கருதப்பட்டு எதிர்பாலியலின் மேலாதிக்கம் உறுதிப்பட்டது (வேலன்டைன் 1993, 395). இனப்பெருக்கத்தோடு தொடர்பில்லாத கலவி தேவையற்றதாகவும் தவறாகவும் ஏன் இழிவாகவும் குற்றமாகவும் கூடக் கருதப்படத் தொடங்கியதை இத்தோடு சேர்த்துச் சிந்திக்கலாம்.
15. ஜூடித் பட்லர் எதிர்பாலியல் வார்ப்படம் ("the heterosexual matrix") என்ற பதத்தைப் பயன்படுத்துகிறார். அந்த "வார்ப்படத்தின்"படி எவ்வாறு உடல்கள், பாலினங்கள், இச்சைகள், இவற்றின் இடையிலான தொடர்பு இயற்கை யானதாக அறியப்பட்டிருக்கின்றன என எடுத்துக்காட்டு கிறார் (பட்லர் 1990, 151). இதன் மூலம் ஒரு பாலினத்தோடு இணைத்துக் குறிப்பிட்ட பால் அடையாளம், அதற்கேற்ப குறிப்பிட்ட பாலிச்சை ஆகியவை சமூகத்தால் அங்கீகரிக்கப் படுகின்றன. எடுத்துக்காட்டாக ஆண்மை – ஆண் – பெண்ணிடத்திலான) பாலிச்சை என்ற தொடர்புச் சங்கிலி 'இயல்பானதாக' அறியப்படுகிறது. போலவே பெண்மை – பெண் – (ஆணிடத்திலான) பாலிச்சை என்ற சங்கிலியும்.

உதவிய ஆய்வு நூல்கள், கட்டுரைகள்

Baker, Carrie N. "The Emergence of Organized Feminist Resistance to Sexual Harassment in the United States in the 1970s." *Journal of Women's History* 19.3: 161–184.

Butler, Judith. 1990. *Gender Trouble: Feminism and the Subversion of Identity*. New York: Routledge, 1999.

Valentine, Gill. "Hetero(sexing) Space: Lesbian Perspectives and Experiences of Everyday Spaces." *Environment and Planning D: Society and Space* 11 (1993): 395–413.

Vardi, Yoav and Eli Weitz. *Misbehaviour in Organizations: A Dynamic Approach*. 2nd Edition. New York: Routlege, 2016.

Wittig, Monique. *The Straight Mind and Other Essays*. Boston: Beacon Press, 1992.

பா. சிவக்குமார். *சங்க இலக்கியத்தில் மடலேற்றமும் வன்முறைப் பதிவுகளும்*. நவம்பர் 24, 2014. https://www.geotamil.com/index.php?option=com_content&view=article&id=2447:2014-11-25-03-05-23&catid=2:2011-02-25-12-52-49&Itemid=19

2

பாலியல் வன்முறை: குறுக்குவெட்டு அரசியல்களும் தன்வரலாறுகளும்

> அர்த்தங்களைக் களைந்துவிடு. உன் மனம்தான் உன்னைத் தின்று தீர்க்கும் துர்க்கனவு. உன் மனதை நீ தின்றுவிடு (கேத்தி ஏக்கர்)

மனதை எப்படித் தின்று முடிப்பது?

கடந்த வருடம் (2018) கத்துவா, உன்னாவ், சூரத் ஆகிய இடங்களில் பெண் குழந்தைகள் பாலியல் வன்முறைக்கு ஆட்பட்டது ஊடகத்தில் தலைப்புச் செய்திகளாயின. நினைத்துப் பார்க்கவே முடியாதபடி வல்லுறவுக்கும் சித்ரவதைக்கும் ஆளாகிக் கொல்லப்பட்ட கத்துவாவின் எட்டு வயதுச் சிறுமி, உன்னாவ்வில் பலாத்காரத்துக்கு உள்ளான பதினேழு வயது மாணவி, சூரத்தில் நாட்கணக்காகச் சித்ரவதை செய்யப்பட்டு எண்பத்தாறு காயங்களோடு கண்டெடுக்கப்பட்ட, பிறப்புறுப்பு சிதைக்கப்பட்ட பதினோரு வயதுச் சிறுமி, அறுபடாத இந்தக் குரூர 'மரபுச் சங்கிலியில்' ஒவ்வொரு நொடியும் வன்புணர்வுக்கும் வன்முறைக்கும் ஆளாகிக்கொண்டிருப்பவர்கள் .... தொழில்நுட்பத்தால் மறைக்கப்பட்ட, மறைக்கப்படாத, அவர்கள் முகங்கள், அக்கறையில்லாமலோ, அரசியல் சரிநிலையோடு அடையாளத்தை நீக்கியோ அவர்களுக்கு ஊடகத்தில் வைக்கப்பட்ட பெயர்கள், பெற்றோரால் இடப்பட்ட பெயர்கள், அந்த முகங்களின், பெயர்களின் அவல

ஊடகக் காட்சிகளின் பின்னணியில் மெதுவாக நம் நினைவின் அரங்கத்திலிருந்து நழுவிவிட்ட வேறு வேறு பெண் முகங்கள், சிறுமி முகங்கள், பெயர்கள். இனிமேலும் இத்தகைய பாலியல் சித்ரவதை அரங்கத்துக்குள் வரப்போகும் முகங்கள், பெயர்கள். வரப்போகிறவர்கள், முன் நிற்பவர்கள், கடந்துவிட்டவர்கள்.

பிறப்புறுப்புக்குள் கம்பி, பிறப்புறுப்புக்குள் மரக்கட்டை, பிறப்புறுப்புக்குள் விதவிதமான உள்ளூர், வெளியூர் ஆண்குறிகள், வாயில் திணிக்கப்பட்ட துணி, ஓட்டைகளாக மட்டுமே உணரப்படும், அடையாளப்படும் பெண்கள். தேவை முடிந்தபின் கல்லால் அடித்துக் கொல்லுதல். கழுத்தை நெரித்துக் கொல்லுதல். கிணறுகளில், வனாந்தரங்களில், முட்புதர்களில், மைதானங்களில் தூக்கி எறிதல்.

சில வருடங்களுக்கு முன்னர் (2016) காதலித்தவன் உள்ளிட்ட ஒரு கும்பலால் சித்ரவதைக்கும் வல்லுறவுக்கும் உள்ளாக்கப்பட்டு நிர்வாணமாகக் கிணற்றில் மிதக்க வைக்கப்பட்டார் சிறுகடம்பூரைச் சார்ந்த தலித் பெண். உயிரோடிருந்தால் இன்றைக்கு அவர் வயது பதினெட்டு, பத்தொன்பது இருக்குமா? அவர் எப்படிச் சித்ரவதைக்கு ஆளானார் என்பது நினைவிருக்கிறதா? வாழும்போது மட்டுமின்றி பாலியல் வன்முறைக்கு எதிரான போராட்டத்திலும் சாதியப் பாராமுகத்தைச் சந்தித்த அந்த தலித் பெண்ணைப் போலன்றி, நாடே கொந்தளிப்புக்குள்ளான, ஒரு குரூர வன்முறைச் சம்பவத்தின் (2012) பாத்திரமான 'ஆதிக்கச்' சாதியைச் சேர்ந்த டெல்லிப் பெண்? பேருந்தில் ஒரு கும்பலால் பாலியல் வல்லுறவுக்கு ஆளாகி, யோனிக்குள் இரும்புக் கம்பியைச் செருகி. பெரிதும் விவாதிக்கப்பட்ட அந்த அவலமும்கூட மங்கித்தானே போயிருக்கிறது நினைவில்?

நிகழ்காலத்தில் நாம் பார்க்கும்போதே வன்முறைச் சம்பவங்கள் இயல்பாக்கம் செய்யப்படுகின்றன. ஒன்று, "இவையெல்லாம் காலங்காலமாக நடக்கின்றன, இப்போது ஊடகப் பெருக்கத்தால் பெரிதுபடுத்தப்படுகின்றன" என்ற பேச்சுகளால் பாலியல் வன்முறை கடந்துசெல்லப்படுகிறது. அல்லது இந்தியாவில் மட்டுமா நடக்கிறது, மேற்கத்திய நாடுகளில் நடக்கவில்லையா என்று பிற நாடுகளை, கலாச்சாரங்களைச் சுட்டிச் சமப்படுத்தல் நடக்கிறது. அல்லது பெண்களுக்கு மட்டுமா நடக்கிறது, ஆண்களுக்கும்தான் நடக்கிறது என்று புள்ளி விவரங்கள், கதைகள் அள்ளி வீசப்படுகின்றன. பொருளாதார, அரசியல் அதிகார நெருக்கடிகளால் பாலியல் தொந்தரவு களை சில சமயம் ஆண்களும் சந்திக்கிறார்கள்தாம். ஆனால் ஒரு பெண்ணோ சிறுமியோ சந்திக்கும் வன்முறையானது

உடல்–பால்–பொருள்

இங்கே சமூகச் செயற்பாட்டின் அங்கமாகவே சூழலில் பொதிந்திருக்கிறது. எப்போதாவது ஆண்கள் பாதிக்கப்பட்ட சம்பவங்களை அகழ்ந்தெடுத்து இத்தருணத்தில் பேசும்போது பாலியல் வன்முறையின் சமூகச் செயற்பாட்டுத் தருணமும் சரி, பால்மயப்பட்ட சமூக இயங்கியலும் சரி, அப்பட்டமாகப் புறக்கணிக்கப்படுகின்றன.

ஒரு பெண்/சிறுமி எதிர்கொள்ளும் இத்தகைய வன்முறையின் சமூகச் செயற்பாட்டுத் தருணம் என்பது எதிர்பால் நியதியின் பால் பாகுபாட்டு அரசியலை நிகழ்த்தும் தருணமாக இருக்கிறது. ஒரு பெண்ணை அல்லது சிறுமியைத் தனித்த மனித இருப்புகளாக அன்றி (தனிநபர் எனும் நவீன, தாராளவாத சுயத்தை இங்கே நான் குறிப்பிடவில்லை), பாகுபடுத்தி, அவர்களை ஆணைவிடக் குறைபட்டவர்களாகத் தொடர்ந்து வைத்திருப்பது பால் பாகுபாட்டு அரசியல். கூடவே வேறு மேலாதிக்க அரசியல்களும் இணைந்துகொள்கின்றன. கத்துவா பயங்கரத்தையே எடுத்துக்கொள்ளலாம். குஜ்ஜர் பக்கர்வால் என்றறியப்படுகிற மேய்ச்சலை வாழ்வாதாரமாகக் கொண்ட சன்னி இஸ்லாமிய நாடோடிக் குடிகளைக் கத்துவாவின் ரஸனா பகுதியிலிருந்து துரத்திவிடத் திட்டம் போடப்படுகிறது.[1] இதற்குத் தேர்ந்தெடுக்கப்படுவது பக்கர்வால் குடிகளிலேயே ஆக ஊறுபடக்கூடிய விதத்தில் கட்டப்பட்டிருக்கும் தன்னிலையான "பெண்," அத்தோடு அவள் "குழந்தை." இரு அடையாள வகைகளில் ஊறுக்கு இலக்காகக்கூடியவள். 'உடைமை' என்பதால் பொருள்தன்மை மிகுந்து மனித இருப்பு என்பதிலிருந்து குறைத்து உணரப்படுபவள். ஆகவே கையகப்படுத்தக் கூடியவள், சேதப்படுத்தக்கூடியவள். ஆகவே கையகப்படுத்தியதும் சேதப் படுத்தியதும் அங்கே அரங்கேறியிருக்கின்றன.

குறுக்குவெட்டு அரசியல்கள்

சமூகப் பண்பாட்டின் அடியோட்டமான பால் பாகுபாட்டு அரசியல், பெரும்பான்மை சாதி/மத வெறுப்பரசியலாலும் அரசாங்க நிறுவனங்களின்/அதிகாரிகளின் உதாசீன அரசியலா லும் கையகப்படுத்தப்படுவதை நாம் பார்க்கமுடிகிறது. கத்துவாவை எடுத்துக்கொண்டால் சமீப வருடங்களில் பக்கர்வால்கள் இஸ்லாமியர்கள் என்பதால் இந்துத்துவம் முன்னெடுத்து நிலைநிறுத்தியிருக்கும் இஸ்லாமியர் மீதான வெறுப்பரசியலுக்கு ஒரு களம் அங்கே உருவாகியிருக்கிறது. சில வரலாற்றுத் தகவல்கள் இங்கே முக்கியம்: 1965இல் இந்தியா-பாகிஸ்தான் போருக்கு முன் பாகிஸ்தானின் Operation

Gibralterஐக் குறித்து இந்திய ராணுவத்துக்குத் துப்பு கொடுத்து, அந்த முயற்சியில் பாகிஸ்தானைத் தோல்வியுறச் செய்தது பக்கர்வால் குடியைச் சார்ந்த ஒருவர். இதற்காக பத்மஸ்ரீ விருது பெற்றவர் அவர். 1990களில் அவர் முஸ்லிம் தீவிரவாதிகளால் கொல்லப்பட்டார். ஆனால் இந்தத் தகவல்களெல்லாம் புறந்தள்ளப்பட்டு, 'பசுவதை செய்பவர்கள்,' 'போதைப் பொருள் களைக் கொண்டுவருபவர்கள்' என்றெல்லாம் அந்த மக்களைக் குறித்த பரப்புரைகள் வெறுப்பரசியலின் களத்தைத் தயார் செய்திருக்கின்றன.[2]

கத்துவாவில் நடந்த வல்லுறவுக்காக, துன்புறுத்தல்களுக்காக தற்போது (ஜூன் 2019) ஆயுள் தண்டனை பெற்றிருப்பவர்களில் ஒருவர் சஞ்சிராம்.[3] முக்கியக் குற்றவாளிகளில் ஒருவரான இவர் வருவாய்த் துறை அதிகாரியாக இருந்தவர். குற்றத்தையொட்டி அவரால் காவல் துறையினரோடு எளிதாக உறவாட முடிந்தது; குற்றத்தை மறைக்க லஞ்சம் கொடுத்து ஒப்பந்தம் போட முடிந்தது. காவல்துறைக்கு நாடோடி ஏதிலிகள் ஒரு பொருட்டாக இல்லை. தற்போது, உடந்தையாக இருந்த காவல் துறை அதிகாரிகளின் குற்றமும் நிரூபிக்கப்பட்டுச் சிறைத்தண்டனை வழங்கப்பட்டிருக்கிறது. 2018 பிப்ரவரியில் வன்முறை நிகழ்வு வெளிவந்த பின், குற்றஞ்சாட்டப்பட்ட காவல் துறை சிறப்பு அதிகாரியான தீபக் கஜூரியாவை விடுவிக்க 'இந்து ஏக்தா மஞ்ச்' ஒரு போராட்டம் நடத்தியது. போராட்ட ஊர்வலத்தில் பாஜகவின் மாநிலச் செயலாளர் மற்றும் மந்திரிகள் பங்கேற்றனர்.[4] அந்தப் போராட்ட ஊர்வலத்தில் தேசிய இறையாண்மையின் குறியீடான தேசியக் கொடியை அவர்கள் தயக்கமின்றிப் பயன்படுத்தினார்கள். யார் இறையாண்மைக்கு உகந்த குடிமகன்கள், யார் அந்த அந்தஸ்திலிருந்து குறைந்தவர்கள் அல்லது தள்ளிவைக்கப்பட வேண்டியவர்கள் என்பது அதன் மூலம் சுட்டப்பட்டது. பால் பாகுபாட்டு அரசியலும் இந்துத்துவ அரசியலும் ஏதிலிகளை ஒறுக்கும் அரசாங்க நிறுவன / அதிகாரிகளின் அரசியலும் பின்னிப்பிணைந்த அதிகார வலைப்பின்னலை கத்துவா வல்லுறவு விவகாரம் அம்பலப்படுத்தியிருக்கிறது.

தன்வரலாறுகளின் சுழல்வட்டம்

கத்துவாவின் வன்முறையாளர்களுக்குத் தற்சமயம் கிடைத்திருக்கும் சட்டரீதியான தண்டனை சின்னத் திருப்தியைத் தருகிறது. ஆனால் பாலியல் வன்முறையைப் பற்றிப் பேசும்போது மனித சமத்துவம் குறித்த அக்கறையுள்ளவர்கள் ஒரு சிக்கலைச் சந்திக்க வேண்டிவருகிறது. இது மிகப் பெரிய சமூக அவலம்

என்பதைப் பொதுவெளியில் கவனத்துக்குக் கொண்டுவருவதோடு சம்பந்தப்பட்டது அது. பல சமயம் பாதிக்கப்பட்டவர்களின் தற்கதையாடல்களை, தற்சான்றுகளை முன்னிலைப்படுத்தியே, பராக்குப் பார்க்கும் சமூகத்தின் கழுத்தை, நடந்த வன்முறையைக் கண்கொள்ளத் திருப்ப வேண்டியிருக்கிறது. அதே நேரத்தில், தொடர்ந்து பாதிக்கப்பட்ட பெண்களின் தன்வரலாறுகளை முன்வைத்துப் பேசுவது நிஜத்தில் 'ஆண் வலியவன்' என்ற ஒரு புனைவைக் கட்டமைத்துவிடுகிறது; ஆணுடைய 'உயரிய' இடத்தை நாம் எண்ணாமலேயே, நமக்கு விருப்பமில்லாமலேயே வியந்தோதுவதாக அமைந்துவிடுகிறது.

தன்வரலாறு கூறுபவர்களிடம் "அப்போது என்ன செய்தாய்?," "உன்னால் ஏன் தடுக்க முடியவில்லை?," "நீ ஏன் அவரைச் செருப்பால் அடிக்கவில்லை?" போன்ற கேள்விகள் திரும்பத் திரும்பக் கேட்கப்படுகின்றன. பாதிக்கப்பட்டவரை வன்முறைக்கு உடந்தையானவராக வைப்பதில் காட்டப்படுகிற மும்முரம் பாதிக்கப்பட்டவரின் வலியை, துயரத்தைக் கடந்து விடுவதாக அல்லது மறுப்பதாகவும் ஆகிவிடுகிறது. பொதுச் சமூகம் இதை மறுக்க மறுக்க எப்படி நம்பவைப்பது என்ற கேள்வி எழும்பியபடி இருக்கிறது. அதற்கு முகம்கொடுப்பதுபோல மேலும் மேலும் பாதிக்கப்பட்டவர்களின் தற்கதையாடல்கள் பெருகுகின்றன. "வல்லுறவுப் பண்பாடு" என்பதை எதிர்த்துப் போராடும் வகையில் இத்தகைய தன்வரலாறுகளின் பெருக்கம் நடக்கிறது.

இது மீளாச்சுழல். திரும்பத் திரும்பப் பெண்கள் அவர்களின் பாதிப்புக் கதையாடல்களை வைக்கக் கோரப்படுகின்றனர். அவர்கள் மாட்டிக்கொண்டது எப்படி, பயங்கரத்தை எதிர் கொண்டு மீண்டது எப்படி என்று சந்தித்த சூழ்நிலையின் ஒவ்வொரு கட்டத்தையும், காட்சியையும் அவர்கள் விளக்க வேண்டியிருக்கிறது. பாதிக்கப்பட்டவருக்கு உள்ளழுத்தம் தரும் கூடுதல் பணி இது. ஆனாலும் பொதுச் சமூகத்துக்கு இந்தப் பாதிப்பின் பொருண்மையும் தீவிரமும் சரிவரப் புரிந்தால் இதெல்லாம் தடுக்கப்பட்டுவிடும் என்பது போன்ற ஒரு நம்பிக்கை இதற்கெல்லாம் உள்ளிடையாக உள்ளது. இத்தகைய தன்வரலாறு களின் மூலமாக இனி பாதிக்கப்படக்கூடியவர்களுக்கு உதவும் சில சட்டத் திருத்தங்கள், சமூகப் பண்பாட்டு மதிப்பீடுகளில் சின்னச் சின்ன மாற்றங்கள் நடக்கலாமோ என்ற ஒரு நம்பிக்கையோடு பாதிக்கப்பட்டவர்களால் இவை தரப்படுகின்றன.

மேற்குறிப்பிட்ட திருத்தங்கள், சீர்திருத்தங்கள் எல்லாம் நத்தை வேகத்திலாவது நடக்கக்கூடும்தான். ஆனால், பனிக்கட்டி

போல் உறைந்திருக்கும் பாலியல் வன்முறை குறித்த பொதுச் சமூக உதாசீனத்தை உடைக்கும் வகையில் வெளிவரும் பாதிக்கப் பட்டவர்களின் கதையாடல்கள் இன்னொரு தளத்தில் இங்கே நிலவும் பால் சமமின்மையை மீட்டுருவாக்கம் செய்துவிடுகின்றன. இதனால்தான் அடிநாதமான இந்தப் பிரச்சினையை ஆராயும் ரினே ஹெபர்லி (Renee Heberle) போன்ற பெண்ணியலாளர்கள் "வல்லுறவுப் பண்பாடு" என்பது குறித்துப் பேசும்போது கவனத்தோடு பேசவேண்டும் என எச்சரிக்கிறார்கள் *(1996)*.

நவீன அரசின் அதிகாரத்துக்கும் நவீன சித்திரவதை அனுபவங்களுக்கும் இருக்கும் தொடர்பு பற்றி எலைன் ஸ்கேரி (Scarry, 1985) போன்ற ஆராய்ச்சியாளர்கள் செய்திருக்கும் ஆய்வைச் சுட்டி இதை விளக்குகிறார் ஹெபர்லி *(1996)*. 'சித்திரவதை அனுபவச் சொல்லாடலால் பாதிக்கப்பட்டவரின் துயரத்தை, வலியை வார்த்தைகளில் கொண்டுவர முடியும்' என்ற புரிதல் எத்தனை குறைவுபட்டது என்பதை எடுத்துக் கூறும் ஆய்வு ஸ்கேரியுடையது. ஒருவர் அனுபவித்த சித்திரவதையின் வலியை, துயரத்தை வார்த்தைகளில் கொண்டு வருவதும் பகிர்வதும் இயலாத காரியம் என்பதே ஸ்கேரியின் கருத்து. ஒப்பிடுதல், சுட்டிப் பேசுதல், விவரித்தல் போன்ற எந்த வகைத் தொடர்புறுத்தல் உத்திகளுக்கும் அப்பாற்பட்டதாக ஒருவர் அனுபவிக்கும் வலியின் தன்மை உள்ளது என்பது அவர் வாதம். எனினும் ஊடகத்துக்கு முன்னால், மனித உரிமைப் போராளிகளின் முன்னால், நீதிமன்றக் கூண்டுகளில் சித்திரவதையை அனுபவித்தவர் தன் வலியைப் பற்றி எடுத்துரைப்பதைக் கேட்கிறோம். வலியைப் பிரதிநிதித்துவப்படுத்த இத்தகைய முயற்சிகள் கைகொள்ளப் பட்டாலும், வலி என்பதை அடுத்தவர் உணரும் வகையில் ஒருவர் கடத்திவிட முடியாது என்பதையே ஸ்கேரி கூறுகிறார். ஏனெனில் வலி என்பது அதை நேரடியாக அனுபவிக்கும் ஒருவருக்கு நிச்சயமான ஓர் அனுபவமாக இருக்கும்போது அதைக் கேட்டறியும் மற்றொருவருக்கு, அவர் அதை எத்தனை பரிவோடு பார்த்தாலுமே அந்த அனுபவம் "முழுக்கச் சந்தேகமாகவே" இருக்கும் என்கிறார் அவர்.[5] எனவே நவீன சித்திரவதை குறித்த சொல்லாடல்கள், சித்திரவதை அனுபவத்துக்கு ஆளானவரின் வலியைக் கடத்தச் செய்யும் முயற்சிகள் வெற்றிபெற முடியாமல் வேறொன்றைச் செய்துவிடுகின்றன. அரசின் அதிகாரத்தை நம் வாழ்வின் யதார்த்தமென, அதிலிருந்து தப்பிக்க முடியாத யதார்த்தமென நிறுவிவிடுகின்றன. கடத்த முடியாத, மௌனித் திருக்கும் வலியின் துயரம் நவீன அரசு அதிகாரத்தின் 'உண்மையை,' 'யதார்த்தத்தை' நிறுவக்கூடியதாக பிறிதொன்றாக உருமாறிவிடுகிறது.[6]

வலிக்கும் அதிகாரத்துக்கும் இடையில் ஊடுபாவும் இந்தச் சிக்கலான தொடர்பு பாலியல் வன்முறை பற்றிய சொல்லாடல்களின் தளத்திலும் நடக்கிறது. பாலியல் வன்முறையால் உண்டான வலியை விவரிக்கும் சொல்லாடல்கள் மூலம் ஒரு வகையில் ஆண்மை என்பது ஏதோ 'உண்மையான' அதிகாரம் மிக்கதாக, இயல்பாகவே 'வலிமை' மிகுந்ததாக, வாழ்வில் உறுதிப்படுத்தப்பட்ட யதார்த்தமாக நிறுவப்படுதலும் நடக்கிறது. "அப்போது என்ன செய்தீர்கள்?," "ஏன் எதிர்க்கவில்லை?" என்ற கேள்விகளுக்கான பதில்கள் பல சமயம் சூழலின் காரணமாகப் பாதிக்கப்பட்டவர்களின் கையறு நிலையை விளக்கும் அதே சமயத்தில், அதையும் மீறி ஆண்மையின் சமூக அதிகாரத்தைப் பறைசாற்றுவதாகவும் ஆகிவிடுகின்றன.

இங்கே பிரச்சினை பதில்களிடமோ அவற்றைக் கூறுபவர்களிடமோ அல்ல. இம்மாபெரும் சமூக அவலத்தைக் கேட்பவர்களின் நியாய உணர்வைத் தூண்டுவதன் மூலமாக எப்படியோ கடத்திவிட முடியும் என்ற நம்பிக்கையோடுதான் அவர்கள் விளக்கங்களை, பதில்களைத் தந்தபடி இருக்கிறார்கள். ஆனால் வலியின் கடத்த முடியாத தன்மை காரணமாக பாதிக்கப்பட்டவரின் சொல்லாடல்கள் சித்திரவதையின் காட்சிச் சித்திரத்தன்மையோடு கூடியதாக மாறிவிடுகின்றன, இந்தச் சொல்லாடல்கள் ஆண்மை, பெண்மை என்கிற இருமைக் கட்டமைப்புகளை மேலும் ஸ்திரப்படுத்திவிடுகின்றன. இவற்றைப் படிப்பவர்களுக்கும் கேட்பவர்களுக்கும் ஆண்மையின் அதிகாரம் ஒரு கல் தூணைப் போலத் தகர்க்கமுடியாத தோற்றத்தைத் தந்துவிடுகிறது.

எந்த அளவுக்குப் பாலியல் வன்முறை என்கிற சமூக அவலத்தை உணர்த்த எடுக்கும் முயற்சிகள் அவசியமோ அதைவிட முக்கியம் இங்கே 'வலியது' என நிறுவப்பட்டிருக்கும் ஆண்பால் தன்னிலையின் உடைபடக்கூடிய தன்மையை எடுத்துக்காட்டுவது. பெண்ணுக்குரியதாக மட்டுமே விதிக்கப்பட்டிருக்கும் நொய்மை, ஆணுடையதாக மட்டுமே வாசிக்கப்படும் வலிமை / அதிகாரம் என்ற இரண்டும் வெவ்வேறு வெறுப்பரசியல் களங்களில் (உதாரணத்துக்கு மேலே எடுத்துக்காட்டிய இந்துத்துவ–இஸ்லாமிய முரண்) எவ்வாறு கட்டமைக்கப்படுகின்றன, எவ்வாறு வினைபுரிகின்றன, எந்தெந்தச் சமூக விளைவுகளின் மூலம் தம்மைத் திரும்பத் திரும்ப உற்பத்தி செய்துகொள்கின்றன என்பதைப் புரிந்துகொள்வது நாம் ஏறவேண்டிய முதற்படி.

பாலியல் அரசியலே சமூகப் பண்பாட்டின் அஸ்திவாரமாக இருப்பதால் பெண்கள் தங்களுக்கு விதிக்கப்பட்ட 'குறைபட்ட

நிலையை', 'உடைமை நிலையை' மறுதலிப்பதே, அத்தகைய மறுதலிப்புக்கான சாத்தியங்களை நோக்கி நகர்வதே நீண்டகால நோக்கில் சரியான, பலன் தரத்தக்க செயல்பாடாக இருக்கும். பாகுபடுத்தும் பண்பாட்டிலிருந்து பெண் குழந்தைகளை ஈடேற்றுகிற வழியும் அது. மற்றபடி சட்டம், நீதி பரிபாலனம் ஆகியவற்றின் மூலம் குற்றவாளிகளுக்குத் தண்டனை கோருதல் அல்லது வாங்கித் தருதல் போன்றவை எல்லாம் போதாமை கொண்ட தற்காலிகத் தீர்வுகளே.

குறிப்புகள்

1. "Georgia, global warming and Pakistan war: The story of Kathua rape victim's Bakarwal community," *The Economic Times*, April 13, 2018. https://economictimes.indiatimes.com/news/politics–and–nation/georgia–global–warming–and–indo–pak–war–the–story–of–kathua–rape–victims–bakarwal–community/articleshow/63744896.cms

2. இத்தகவல்களுக்குப் பார்க்க "Georgia, global warming and Pakistan war: The story of Kathua rape victim's Bakarwal community," *The Economic Times*, April 13, 2018. https://economictimes.indiatimes.com/news/politics–and–nation/georgia–global–warming–and–indo–pak–war–the–story–of–kathua–rape–victims–bakarwal–community/articleshow/63744896.cms

3. பார்க்க "Kathua child rape and murder: Three men given life sentences," *BBC News*, June 10, 2019. https://www.bbc.com/news/world–asia–india–48552354

4. Mudasir Ahmad, "BJP Leader in Front, Hindu Ekta Manch Waves Tricolour in Support of Rape Accused in Jammu," *The Wire*, February 17, 2018: https://thewire.in/politics/hindu–ekta–manch–bjp–protest–support–spo–arrested–rape–jammu; "BJP Leader in Front, Hindu Ekta Manch Waves Tricolour in Support of Rape Accused in Jammu," *Scroll.in*, March 02, 2018. https://scroll.in/latest/870575/jammu–two–bjp–ministers–attend–rally–to–protest–arrest–in–kathua–rape–murder–case

5. Scarry 1985, 4.

6. ஸ்கேரியின் இக்கருத்துகள் குறித்த விசாரணைக்குப் பார்க்க Heberle 1996, 66–67,

உதவிய ஆய்வு நூல்கள், கட்டுரைகள்

Heberle, Renee. "Deconstructive Strategies and the Movement against Sexual Violence." *Hypatia 11.4, Women and Violence* (Autumn, 1996): 63–76.

Scarry, Elaine. *The Body in Pain: The Making and Unmaking of the World*. London: Oxford University Press, 1985.

Woodard, Vincent. *The Delectable Negro: Human Consumption and Homoeroticism within U.S. Slave Culture*. Edited by Justin A. Joyce and Dwight A. McBride. New York: New York University Press, 2014.

3

'அக்கினிப் பிரவேசம்:' பாலுறவில் சம்மதமும் வல்லுறவிலிருந்து பாலியல் நீக்கமும்

ஜெயகாந்தனின் புகழ்பெற்ற 'அக்கினிப் பிரவேசம்' (1968) சிறுகதை பாலுறவில் சம்மதம் பற்றிய சமிக்ஞைகளை ஆராய உதவக்கூடியது. இச்சிறுகதையில் காரில் இளம்பெண்ணுக்கு நடப்பது ஏன் வல்லுறவு எனக் கருதத்தக்கது என்பதை இக்கட்டுரையில் பார்க்கலாம். சிறுகதையை அவரது 'சில நேரங்களில் சில மனிதர்கள்' ([1970] 2014) நாவலில் கிடைக்கும் தகவல்களிலிருந்து வாசிக்கும்போது இது நடக்கையில் கங்காவுக்குப் பதினேழு வயது. பதினேழு சட்டபூர்வமான வயதா இல்லையா, மைனரா என்பது இங்கே விஷயமல்ல. நாவலையும் சிறுகதையையும் ஒரே பிரதியாகச் சேர்த்து வாசிக்காமல் தவிர்த்தாலும் சிறுகதையில் அவள் 'சிறுமி' என்று பல இடங்களில் சுட்டப்படுகிறாள் என்பது முக்கியம். அவள் வறிய குடும்பத்தைச் சேர்ந்தவள். கொட்டும் மழையில் கார் வந்து நின்றவுடன் ஏறுகிறாள். பெரிய கார், சீட், எரியும் ஸ்விட்ச், இழுப்பு மேசை எல்லாமே அவளுக்குப் புதிதாக இருக்கிறது. கார் கண்ணாடி வழியாகத் தெருவைப் பார்க்கும்போது மழை நீரில் ஒளிரும் பிரகாசமான கடைகள் அவள் கண்களைப் பறிக்கின்றன. காரில் பிரயாணம்

செய்வது அவளுக்குக் குதூகலம் தருகிறது என்று சொல்கிறது கதை.[1]

ஆனால் அவள் வீட்டை நோக்கிய திசையில் இல்லாமல் வேறொரு திசையில் கார் செல்கிறது. அப்போது "சின்னக் குழந்தை மாதிரி அடிக்கடி வீட்டுக்குப் போக வேண்டும் என்று அவனை நச்சரிக்கவும் அவளுக்குப் பயமாக இருக்கிறது." அவளுக்கு அழுகை வருகிறது. ஆனால் இறக்கிவிட்டால் வீட்டுக்கு எப்படிப் போவது என்று அவளுக்கு வழி தெரியவில்லை. "... இறக்கி விட்டுவிட்டுப் போயிட்டா? எப்படி வீட்டுக்குப் போறது? எனக்கு வழியே தெரியாதே. நாளைக்கு ஜுவாலஜி ரெக்கார்ட் வேற சப்மிட் பண்ணணுமே. வேலை நிறைய இருக்கு" என அஞ்சுகிறாள். அவன் காரை நிறுத்தும்போதுகூட எதற்கு என்று அவளுக்குக் காரணம் புரியவில்லை. காரை நிறுத்திவிட்டு அவன் காட்பரீஸ் சாக்லேட்டை எடுத்துத் தருகிறான். அவளது குழந்தைத் தன்மையை, அது அவனுக்குத் தெரிந்திருப்பதை இந்த விவரணைகளைவிட வேறு எவ்வாறு அழுத்திச்சொல்ல முடியும்?

ஜெயகாந்தனின் 'சில நேரங்களில் சில மனிதர்கள்' நாவலில் இயங்கும் பாலின உறவுத்தளம் பற்றி ஜெயமோகன் எழுதியிருக்கும் ஒரு கட்டுரையில் இந்தக் கதைக் கட்டத்தைச் சுட்டி "ஒரு கயவனால் எளிதில் பாலுறவுக்கு ஆட்படுத்தப்படுகிறாள். அவளை அவன் வலுக்கட்டாயமாகக் கவர்ந்து செல்லவில்லை. சொல்லப்போனால் பேசி ஏமாற்றி அழைக்கவும் இல்லை" என எழுதுகிறார்.[2] கூடவே அவளுக்கு மறுக்கத் தெரியாததால் அவனுக்கு வயப்படுகிறாள் என்றும் குறிப்பிடுகிறார். சுரேஷ்குமார இந்திரஜித் இந்த நாவலின் காலச்சுவடு செம்பதிப்புக்காக எழுதியிருக்கும் முன்னுரையில் இப்படி எழுதுகிறார்:

". . . சிறுமியைக் காரில் வருபவன் அழைத்துச் செல்கிறான். ஆனால் அவன், அவளைப் பலவந்தப்படுத்தவில்லை. அவள் இணங்கவில்லை; ஆனால் இணங்குகிறாள். விரும்பவில்லை; ஆனால் போராடவில்லை. வசப்பட்டுவிட்டாள் என்று கூறலாமா? அந்தத் தருணத்தை, அவளுடைய மனநிலையை, புதிராகவே கதாசிரியர் வைத்திருக்கிறார். அவள் போராட, அவன் பலவந்தப்படுத்திக் கற்பழிப்பதாகக் கதையை அமைத்திருக்கலாம். ஆனால் கதை சரிந்திருக்கும்."[3]

இன்று பாலியல் உறவில் 'சம்மதம்' (consent) ஒரு முக்கிய விவாதப் பொருளாக ஆகியிருக்கும் நேரத்தில், இந்த இரு எழுத்தாளர்களின் பார்வைகளையும் இக்கட்டுரையில் பரிசீலித்து எழுத நினைக்கிறேன்.

சம்மதம் என்பது எது?

நம் சமூகத்தில் 'பலவந்தப்படுத்திக் கற்பழிப்பு' என்றால்தான் சம்மதமின்மை அல்லது இணக்கமின்மை என்று பலரும் புரிந்துகொண்டிருக்கிறோம். தமிழ்த் திரைப்படங்கள் நம்மேல் செலுத்தியிருக்கும் பாதிப்பு இதில் இருக்கலாம். ஆனால், இணக்கமின்மையைத் தெரிவிக்க ஒரு பெண் துடிதுடித்துப் போராட வேண்டும் என்றெல்லாம் இல்லை. தலையாட்டி மறுத்தாலேகூட அது சம்மதமின்மைதான்.

கதைச் சூழலில் அவனைக் காரை நிறுத்தச் சொல்லக்கூட அவளுக்கு அச்சமாக இருக்கிறது. வீட்டுக்குப் போக வழி தெரியாதே என்ற அச்சம். பின்னர் தன் அம்மாவிடம் "எங்கேயோ காடு மாதிரி ஒரு இடம் . . . மனுஷாளே இல்லை . . . ஒரே இருட்டு" எனத் தன் அப்போதைய நிலைமையைச் சொல்கிறாள். இளைஞனிடம் கேள்வி கேட்கவே அச்சப்படுபவள் என்ன போராட முடியும்? அவன் காரை நிறுத்திய பின்னர் அவனை அவள் அளப்பதுபோலப் பார்க்கிறாள்தான். ஆனால் அவன் அழகு "கொடிய சர்ப்பத்தை" அவளுக்கு நினைவூட்டுகிறது.[4] அதேபோல அவன் பின் சீட்டில் வந்தமர்ந்து சூயிங்கத்தை அவள் உதட்டில் பொருத்தி, அவன் நெருடும்போது அவள் உடலில் சுகம் காந்துகிறதுதான். ஆனால் அவள் பின்வாங்கி விலகுகிறாள்; அவன் கையிலிருந்ததை தன் கையில் வாங்கிக்கொள்கிறாள். அதேபோல, "டு யு லைக் மீ?" என்று அவன் கேட்பதற்கு ஒடுங்கிக்கொண்டே "ம்" என்கிறாள்.

ஆனால் பாலியல் சுகத்தை ஒருவர் உணர்வதால் அதை உடனடியாக ஒருவர் அனுபவிக்க விரும்புகிறார் என்றோ அல்லது முக்கியமாக, உடனே இணங்குகிறார் என்றோ எப்படிக் கருத முடியும்? பாலியல் சுகத்தை உணர்தல் வேறு; அதற்கான விருப்பம் வேறு; இணக்கம் வேறு. இந்த மூன்றையுமோ அல்லது மூன்றில் ஏதோ இரண்டையுமோ ஒருங்கிணைத்துவிடுவதுதான் (conflate) பாலியல் உறவில் ஒருவரது 'சம்மதம்' பற்றிய நமது புரிதலில் இருக்கும் ஆகப் பெரிய கோளாறு.

மிக முக்கியமாக சிறுகதையில் ஜெயமோகனும் சுரேஷ்குமார இந்திரஜித்தும் தவறவிடும் வரிகள் இவை:

> 'மே ஐ கிஸ் யூ?'
>
> அவளுக்கு என்ன பதில் சொல்வது என்று புரியவில்லை. நாக்கு புரள மறுக்கிறது. அந்தக் குளிரிலும் முகமெல்லாம் வியர்த்து, தேகம் பதறுகிறது.

திடீரென்று அவள் காதோரத்திலும் கன்னங்களிலும் உதடுகளிலும் தீயால் சுட்டுவிட்டதைப்போல் அவனது கரங்களில் கிடந்த அவள் துடிதுடித்து, 'ப்ளீஸ்... ப்ளீஸ்...' என்று கதறக் கதற, அவன் அவளை வெறிகொண்டு தழுவித் தழுவி... அவள் கதறல் மெலிந்து தேய்ந்து அடங்கிப்போகிறது.

முத்தம் கொடுக்கலாமா என்ற கேள்வியை அவன் கேட்கும் போது அவளுக்கு மறுக்கத் தெரியவில்லை என்றே வைத்துக் கொள்வோம். ஆனால் அதன்பின் தொடர்ந்த அவன் செய்கையை பலவந்தமில்லை என அர்த்தப்படுத்த சிறுகதை இடம்தரவில்லை. அவன் அருகே வர வர அவள் ஒடுங்கிப்போகிறாள். அவளுக்கு அவனோடு நெருங்கி அமர்வது பிடித்திருந்தாலுமேகூட அவன் வலிந்து அவளுக்கு முத்தம் தந்துவிட முடியாது. அவள் முத்தத் துக்குத் தயாராக இருந்திருந்தாலுமேகூட, அதைக் காரணம் காட்டி, அடுத்த படியாக, அவளது தெளிவான சம்மதமில்லாமல் பாலுறவை வற்புறுத்த முடியாது. 'சம்மதமோ,' அதற்கு மாறான 'சம்மதமின்மையோ' பாலியல் அணுக்கத்தில் பல படிகளில் விரவியிருப்பது.

எல்லாவற்றையும்விட ஜெயகாந்தன் "கதற கதற" என்ற கிளிஷேவை இங்கே காரணமின்றிப் பயன்படுத்தியிருப்பதாக எனக்குத் தோன்றவில்லை. "கதற கதற"வுக்குப் பிறகு இந்தக் கட்டத்தில் என்ன வார்த்தை வரும் என்று வெகுஜன மொழிக்குப் பரிச்சயமானவர்களுக்கு நன்றாகவே தெரியும். 'கதறல்' என்று தெளிவாகச் சுட்டப்பட்டிருக்கும் பெண்ணின் எதிர்வினையைக்கூட அவளது இணக்கமின்மையாக, சம்மதமின்மையாக ஏன் நம்மால் எடுத்துக்கொள்ள முடியவில்லை? சக எழுத்தாளர்களின் வாசிப்பில் குறை காண்பதல்ல என் நோக்கம். நம் அறிவுச் சமூகத்தில்கூடப் பாலியல் உறவில் பெண்ணின் 'சம்மதம்' என்கிற இன்றியமையாத அம்சம் இன்னும் எப்படிச் சரிவர அணுகப் படாமல், உள்வாங்கப்படாமல் இருக்கிறது என்பதற்கான சிறிய எடுத்துக்காட்டு இது.

அவன் சூயிங்கத்தை அவள் உதட்டில் பொருத்துகிறான். அவன் தரப்பிலிருந்து பார்க்கும்போது எளிமையான பாலியல் விருப்பச் செய்கை அது. "தான் ஒருவனுடன் இருந்ததை அவள் அன்னையிடம் சொல்லும்போதுகூட அதை மென்றுகொண்டு தான் இருக்கிறாள். அது ஒரு அசைபோடல், பெண்ணுடலின் கொண்டாட்டம், ஆனால், அவளுக்கே தெரியவில்லை" என்று இக்கதைக் கட்டத்தைக் குறித்து எழுதுகிறார் ஜெயமோகன். ஆனால் சிறுகதையில் வீட்டுக்கு வந்த பின் அவள் அம்மா திட்டி முடித்துவிட்டு அவள் தலையில் தண்ணீரை ஊற்றி, 'சுத்தப்படுத்திய' பின்னும்கூட அவள் சூயிங்கத்தை மென்று

பெருந்தேவி

கொண்டிருக்கிறாள். அதாவது, அவள் அம்மாவிடம் தான் வல்லுறவுக்கு உள்ளானதைத் தெரிவிக்கும்போது மட்டுமல்ல, அதற்குப் பின் "பூனைக்குட்டி மாதிரி" அடிவாங்கும்போதும், "ஐயோ, அம்மா, என்னைப் பார்க்காதேயேன்" என முதுகுப் புறத்தைத் திருப்பிக்கொண்டு அழுகிறபோதும்கூட சூயிங்கத்தை மெல்கிறாள். அவள் மீது அம்மா தண்ணீரை ஊற்றிக் கழுவித் தலையைத் துடைக்கும்போதும்கூடத்தான். இத்தனை நடக்கின்றன, இத்தனை நடக்கும்போது அவளுக்கிருந்த அதிர்ச்சியில் அவளுக்குச் சூயிங்கத்தைத் துப்பத் தோன்றவில்லை என ஏன் பொருள்கொள்ள முடியாது? 'Sometimes a cigar is just a cigar' என்பதைப்போலச் சில சமயங்களில் சூயிங்கம் வெறும் சூயிங்கம் மட்டும்தான்.

வல்லுறவு: நவீன அகத்திணை

'சில நேரங்களில் சில மனிதர்கள்' நாவலுக்கான தன் முன்னுரையில் ஜெயகாந்தன் "நாவலுக்கு அடிப்படையான ஒரு சிறுகதை இருக்கிறது என்பதனை நான் மறுபடியும் ஞாபகப் படுத்துகிறேன்" என்று எழுதுகிறார்.[5] 'அக்கினிப் பிரவேசம்'தான் அது என வாசகர்களுக்குத் தெரிந்திருக்கும். சிறுகதையின் பல பகுதிகள் அப்படியே நாவலின் முதல் அத்தியாயத்தில் வருகின்றன. ஜெயகாந்தன் தன் முன்னுரையில் சொல்வதைப் போலச் சிறுகதையின் முடிவை நாவலில் மாற்றி எழுதப் பார்த்திருக்கிறார். இந்த "ஆட்டத்தின்" ஒரு சிறப்பம்சம் நாவலில் கதாபாத்திரங்கள் பெயர்களோடு இருப்பதில் உள்ளது. மாறாக, சிறுகதையில் கதாபாத்திரங்கள் பெயரிடப்படுவதில்லை. தமிழ் அக இலக்கிய மரபில், களவொழுக்கம், கற்பொழுக்கம் ஆகியவற்றைப் பேசும் பாடல்களில் தலைவன், தலைவிக்குப் பெயர்கள் இல்லை. அக இலக்கிய மரபை ஒரு வகையில் ஒட்டியும் ஒரு வகையில் விலகியும், சிறுகதையில் வல்லுறவில் ஈடுபடும் அவனுக்கோ பாதிக்கப்படும் அவளுக்கோ பெயர்களைத் தருவதில்லை ஜெயகாந்தன். இதை எப்படிப் பொருள்கொள்ளலாம்? கூடல், காத்திருத்தல், ஊடல், ஆற்றாமை, பிரிவு ஆகிய ஐந்தாக இல்லாமல், கைக்கிளை, பெருந்திணை ஆகியவையாகவும் இல்லாமல், புது அகத்திணையை உருவாக்கியிருக்கிறார் ஜெயகாந்தன் என்று சொல்லலாம். இந்தப் புதிய அகத்திணை "வல்லுறவு."

இப்படி எழுதுவதன் அர்த்தம் தமிழ்ச் சமூகச் சூழலில் நவீன காலத்துக்கு முன்பு வல்லுறவு நிகழ்வே இல்லை என்பதல்ல. ஆனால் அது பழம் நூல்களில் பேசப்படாத ஒன்றாக இருந்தது என நினைக்கிறேன். சொல்லப்போனால் 'வல்லுறவு' என்ற வார்த்தையேகூட சமீபத்தில் உருவான வார்த்தை. அதற்கு

முன் புழக்கத்தில் இருந்த 'கற்பழிப்பு' என்ற பதம்கூடச் சென்ற நூற்றாண்டில் உருவான பதமாகவே தெரிகிறது.[6] வல்லுறவு என்ற சொல், அது ஏற்படுத்தக்கூடிய உணர்வு, இவை தமிழ் இலக்கியப் பரப்பில் புதிய திணையை வடிவமைத்திருக்கின்றன எனக் கருதலாம்.

சிறுகதையைப் போலன்றி நாவலில் கதாபாத்திரங்களின் பெயர்கள் தரப்படுவது குறிப்பிட்ட சில மனிதர்களின் கதையாக நாவலை வரைமுறை செய்கிற முயற்சியாக இருக்கிறது. நாவலின் கதையாடலிலும் கங்கா என்று பெயரிடப்படும் அந்தப் பெண்ணுக்குக் காரில் நடந்த நிகழ்வு பாலியல் கொண்டாட்டமாக இல்லை என்று காட்டும் சமிக்ஞைகளே கிடைக்கின்றன. அவற்றையும் சுருக்கமாகப் பார்ப்போம். கதையாடலின் பின்பகுதியில் அவன் மேல் அவளுக்கு வருகிற காதலை மட்டுமே கருத்தில் கொண்டு, இந்த சமிக்ஞைகளை நாம் தவறவிட்டுவிடக் கூடாது என்பதே நான் கோருவது.

நாவலின் கதையாடல் நெடுக பல இடங்களில் கங்காவின் நினைவுக்கூற்றாக அல்லது அவள் பேச்சாக பிரபுவால் தான் கெடுக்கப்பட்டவள், "ரேப்" செய்யப்பட்டவள், தன்னைப் பலி தந்தவள் என்று வருகின்றன. அவள் மாமா கூறியதை முன்னிட்டு அவனைத் தேடத் தொடங்கும்போது நினைக்கிறாள்: "மொத்தத்திலே ஆம்பிளைகளை நெனைக்க நெனைக்க ஒரு அருவருப்பான பயம்தான் இருக்கு எனக்கு. அருவருப்பான பயம்னா – கரப்பான் பூச்சியெப் பார்த்தா வரதே, அந்த மாதிரி, கரப்பான் பூச்சி நம்மைக் கடிச்சுடும்னா உதறிட்டு ஓடி உடம்பு சிலிர்த்துப்போறோம். அந்தமாதிரி ஒரு கரப்பான் பூச்சி பயம்.... ஆனா நான் இப்ப ஒரு 'கரப்பான் பூச்சி'யெத் தேடறேன்."[7]

பிரபுவோடு தனக்கு நிகழ்ந்த அந்த உறவைப் 'பாலியல் கொண்டாட்டமாக' அவள் உடல் உணர்ந்திருந்தால், அவன் தொடுகையும் சரி, அவனும் சரி கரப்பான் பூச்சி என்ற உருவகத்தின் வாயிலாகவா விவரிக்கப்பட்டிருக்கும்? 'கரப்பான் பூச்சி' ஊர்கிற உணர்வு வெறும் மனம் சார்ந்தது மட்டுமல்ல, அவள் உடலின் தன்னிச்சையான எதிர்வினையும் அதில் சுட்டப்படுகிறது. அந்த எதிர்வினையில் அருவருப்பே பிரதானமாக உள்ளது. இன்பத்தின் 'அசைபோடலுக்கான' எந்த சமிக்ஞையும் அவள் வார்த்தைகளில் இல்லை. மீண்டும் பிரபுவைச் சந்தித்து அவனோடு பேசி, பழகி, ஒரு நண்பனாக, கனவானாக அவனை உணர்ந்து அவனைக் காதலிக்கும்வரை அவள் உடல் பாலின்பத்துக்காக அவனைத் தேடுவதில்லை. இதைத்தான் பிரதி நமக்குத் தெரிவிக்கிறது. ஆகவே கதையின் பிற்பகுதியில் நடக்கிற நிகழ்வுகளை வைத்துக்கொண்டு

அவனைப் பார்த்ததிலிருந்தே “தனக்குரிய ஆண்” என்று அவள் பெண்ணுடல் “ஏற்று” அதனால் “இயல்பான விருப்பத்தால்” அவனைத் தேடியதாக எல்லாம் கற்பித்துப் பொருள்கொள்வது, பிரதியின் அடிப்படையில் அன்றி மனம்போன போக்கில் செய்யும் வாசிப்பு.[8]

சொல்லப்போனால் நாவலின் கதையாடலில் பிரபுவின் தரப்பில்தான் காரில் நடந்தது வல்லுறவு இல்லையோ என்ற குழப்பம் இருப்பதைப் போலக் காட்டப்படுகிறது. ஆனால் அதையும் கூடக் கதையாடல் களையவே பார்க்கிறது. ஒரு காட்சியில் வல்லுறவைச் செய்பவர்கள் பலரும் செய்வதைப் போல அவள் சம்மதத்தோடுதான் அது நடந்தது என்று அவன் சமாளிக்கப் பார்க்கிறான்: *“அன்னிக்கு காரிலே நடந்தது உன்னுடைய சம்மதத்தோடதான். அடுத்த நிமிஷமே அது உனக்குப் பிடிக்கலேன்னு எனக்குத் தெரியும். ஆனா அதுக்கு முன்னே, அதுக்கு முதல் நிமிஷம் நீ அதுக்குச் சம்மதிச்சேங்கறது பொய் ஆகக்கூடாது. நீ சம்மதிச்சுட்டதுக்கு உன்னுடைய அறியாமை காரணமா இருந்திருக்கலாம். நான் அப்பவே அதைப் புரிஞ்சிக்கிட்டேன். ஆனா அதுக்காக அதை ஒரு ‘ரேப்’னு நினைக்காதே.”*[9]

ஆனால் இதை அவன் கூறுகிற கதைத் தருணத்தைக் கூர்ந்து பார்க்க வேண்டும். தான் ‘ரேப்’ செய்யப்படுவோமோ என்று அச்சப்படுவதை அவனிடம் அவள் பகிர்ந்துகொள்ளும்போது அவளது அந்த அச்சத்தைப் போக்க அந்த உரையாடலில் அவன் கூறுவது இது. அதே நேரத்தில் தான் ‘ரேப்’ எல்லாம் செய்யக்கூடியவன் அல்ல என்று தன்னுடைய கனவான் பிம்பத்தைக் காப்பாற்றிக்கொள்ளவும் இந்த உரையாடல் தருணத்தை அவன் பயன்படுத்திக்கொள்கிறான்.[10] ஆனால் இந்த உரையாடலின்போதுகூட பிரபு இப்படிச் சொல்கிறான்: *“நீ என்ன அப்போ மாதிரி சின்னக் குழந்தையா?… எவன் வந்து உன்னை என்ன பண்ணிட முடியும்? அதுவும் உன் இஷ்டமில்லாம…”*[11] இதுவன்றி வேறொரு கட்டத்திலும் பிரபுவின் வார்த்தைகளிலேயே நடந்தது வல்லுறவு எனச் சுட்டப்படுகிறது: *“என் லைஃப்லே நான் கெடுத்த ஒரே பெண் நீதான். மத்தவங்க எல்லாம் ஏற்கனவே கெட்டுப்போனவங்க”* என்று பிரபு அவளிடம் சொல்கிறான்.[12]

‘அக்கினிப் பிரவேசத்’திலும் ‘சில நேரங்களில் சில மனிதர்கள்’லும் வரும் விவரணைகளும் கதாபாத்திரங்களுக்கு இடையிலான உரையாடல்களும் காரில் நிகழ்ந்தது வல்லுறவுதான் என்பதைக் கூர்ந்து வாசிக்கையில் காட்டிக்கொடுக்கின்றன. அத்தகைய வாசிப்புக்கு மாத்திரமே இவ்விரு ஆக்கங்களின் பிரதிகள் இடம் தருவதை இங்கே எடுத்துக்காட்டியிருக்கிறேன்.

வல்லுறவிலிருந்து பாலியலை விலக்குதல்

நவீன தமிழ் எழுத்துப் பரப்பில் முன்னெப்போதும் இல்லாத வகையில் 'அக்கினிப் பிரவேசம்' சிறுகதையின் தனித்துவமான அம்சம் என ஒன்றைக் கருதுகிறேன். அக்கதை பெண் எதிர்கொள்ளும் வல்லுறவைப் பேசும்போது அந்த வல்லுறவின் ஞாபகத்தை அவளிடமிருந்து கழுவப் பார்க்கிறது என்பதே அது. "கெட்ட கனவு மாதிரி இதெ மறந்துடு... உனக்கு ஒண்ணுமே நடக்கல்லே ..." என்று வல்லுறவுக்கு ஆளான தன் பெண்ணிடம் அவள் அம்மா கூறுகிறாள். "உன் மேலே கொட்டினேனே அது ஜலமில்லேடி ... அதை நெருப்புன்னு நெனைச்சுக்கோ. உன் மேலே இப்போ கறையே இல்லே" எனும் அம்மாவின் வார்த்தைகள் வல்லுறவு பற்றிய ஞாபகத்தையும் கழுவ முயல்கின்றன, முனைகின்றன. அந்த அம்மாவின் குரலை மாத்திரம் வல்லுறவுக்கு ஆளாகியிருப்பவர்களால் சுவீகரித்துக் கொள்ள முடிந்தால், எப்பேர்ப்பட்ட விடுபடலாக அது இருக்கும்!

முக்கியமாக சிறுகதை வல்லுறவு என்ற நிகழ்வை நூதனமான வகையில் நோக்க வழிசெய்கிறது. அந்தக் கதையின் அசலான புரட்சிகரம் என்பது பொதுவாக அக்கதையைப் பற்றி சொல்லப் படுவதைப் போல மரபை, ஆசாரங்களை மீறி ஒரு தாய் நடந்து கொள்வதல்ல, பெண் கற்பை உடல் சார்ந்ததாக இல்லாமல் அவள் உள்ளம் சார்ந்ததாக மாற்றிப் பார்த்தது மாத்திரமல்ல. அந்தக் கதையின் புதுமையும் புரட்சிகரமும் வல்லுறவு என்ற வன்முறை நிகழ்விலிருந்து பாலியலை அப்புறப்படுத்துவதில் இருக்கிறது.

கதையில் பெண்ணின் அம்மா இப்படிக் கூறுவது கவனிக்கத் தக்கது: "தெருவிலே நடந்துவரும்போது எத்தனை தடவை அசிங்கத்தைக் காலிலே மிதிச்சுடறோம். அதுக்காகக் காலையா வெட்டிப் போட்டுடறோம்?"

இந்த வார்த்தைகளில் ஒன்று, பாலியல் வல்லுறவு ஒரு சாதாரண அன்றாட நிகழ்வாக இங்கே மாற்றப்படுகிறது. கூடவே, கால் என்கிற உவமானத்தால் பால் உறுப்புக்கு, குறிப்பாகப் பெண்ணின் பால் உறுப்புக்கு, நம் சமூகப் பண்பாட்டில் தரப் பட்டிருக்கும் ரகசியத் தன்மை களையப்படுகிறது; அதற்குத் தரப்பட்டிருக்கும் தனித்துவமான இடத்திலிருந்து அது அப்புறப் படுத்தப்படுகிறது. காலைப் போல அது இன்னொரு உறுப்பு, அவ்வளவுதான். 'அதனால் என்ன, கழுவினால் முடிந்தது' என்பதைப் போல.

இக்கதையை வாசிக்கும்போது தத்துவ அறிஞர் மிஷேல் பூக்கோவின் வல்லுறவு பற்றிய கருத்தாக்கத்தைத் தமிழில்

வாசிப்பதைப் போல உணர்கிறோம். ஒரு வட்டமேசை விவாதத்தில் பூக்கோ வல்லுறவு என்பது உடல்ரீதியான வன்முறையாக மட்டுமே தண்டிக்கப்பட வேண்டும் என்று வாதிட்டார்.[13] அதாவது பாலியல் குற்றமாக வல்லுறவைப் பார்ப்பதை அவர் எதிர்த்தார். ஒரு சாதாரண வன்முறையாக அத்துமீறலாக மாத்திரமே வல்லுறவு தண்டிக்கப்பட வேண்டும் என்பதே பூக்கோவின் வாதமாக இருந்தது. முகத்தில் முட்டியால் குத்துவதற்கும் பால் உறுப்பில் ஆண் குறியைத் திணிப்பதற்கும் அடிப்படையில் வேறுபாடில்லை என்றார். அப்படியில்லாமல் முகத்தில் முட்டியால் குத்துவதைவிட வல்லுறவு வித்தியாசமானது, மோசமானது, தீவிரமானது என்று சொன்னோமானால் "உடலில் பாலியலுக்கு அதிமுக்கியமான இடத்தைக் கொடுத்துவிடுகிறோம்" என விளக்கினார்.

பாலுறுப்பு கையை, மூக்கை அல்லது தலைமுடியைப் போன்றதல்ல எனும்போது மற்ற உடலுறுப்புகளுக்கு இல்லாத ஒரு சட்டப் பாதுகாப்பை அதற்குத் தர வேண்டியிருக்கிறது, எந்தச் சூழ்நிலையிலும் தண்டனையின் தனிப்பட்ட கவனத்தில் இருப்பதாக, அல்லது தண்டனையின் இலக்காகப் பாலியல் இருக்கக்கூடாது என வாதிட்டார். அரசின் ஒழுங்குபடுத்தும் அதிகாரத்திலிருந்து, சட்டத்தின் அதிகாரத்திலிருந்து, சமூகக் கண்காணிப்பிலிருந்து பாலியல்களை விடுவிக்க வேண்டும் என்ற தத்துவப் பார்வையின் அடிப்படையில் வைக்கப்பட்டது அவர் வாதம். குற்றத்துக்கும் பாலியலுக்குமான பிணைப்பை உடைக்கப்பார்ப்பது அது.

பூக்கோவின் கருத்தாக்கத்தின் பிரச்சினைகளைப் பல பெண்ணியவாதிகளும் விமர்சித்திருக்கிறார்கள். எந்த ஒரு சமூகத்திலும் வல்லுறவுக்குத் தரப்படும் அர்த்தம் பாலியல் சார்ந்த சொல்லாடலைப் பொறுத்தே இருப்பதால் வல்லுறவுக் குற்றத்திலிருந்து பாலியலை எவ்வாறு நீக்க இயலும்? தவிர, பொதுவாக உடல்களைக் கண்காணிக்கும் வகைமுறைகள், நடவடிக்கைகள் எல்லாமே பால் பாகுபாட்டைக் கணக்கிலெடுத்துக்கொள்ளும்போது வல்லுறவு விஷயத்தில் மட்டும் பாலியலை ஏன் நீக்கம் செய்ய வேண்டும் என்பது போல வாதங்கள் பெண்ணியவாதிகளால் வைக்கப்பட்டன. குறிப்பாக, லின்டா அல்காப், தெரஸா டி லாரடிஸ், மோனிக் ப்ளாஸா, கேத்ரின் மெக்கனான் போன்றவர்களால் பூக்கோவின் பார்வை கடும் விமர்சனத்துக்குள்ளானது.[14] சமூகத்தில் பெரும்பாலும் வல்லுறவுக்கு உள்ளாவது பெண்களே என்பதைச் சுட்டி, பூக்கோவின் பார்வை நடைமுறையில் ஆண் மேலாதிக்கத்துக்கே உதவும் என்று வாதிடப்பட்டது.

பாலினங்களை ஒழுங்குபடுத்துவதில் ராணுவம் உள்ளிட்ட நிறுவனப்படுத்தப்பட்ட செயல்முறைகளை பூக்கோ கருதத் தவறுகிறார் என்று விமர்சிக்கப்பட்டது. தவிர இதர வன்முறைச் செயல்களைப் போல வல்லுறவு என்பதில் எப்போதும் "corroborative evidences" (அதாவது முகத்தில் குத்தினால் கருரத்தம் கட்டுவதைப் போல அல்லது உடைந்த மூக்கைப் போலக் காணக் கிடைக்கும் தடயங்கள்) கிட்டச் சாத்தியமில்லை எனும்போது இதர வகை வன்முறைகளோடு அதை எவ்வாறு ஒப்பிட முடியும் என்ற சந்தேகங்களும் எழுப்பப்பட்டன.[15]

ஆனால் பாலியல் என்ற பரிமாணத்தை வைத்துமட்டும் வல்லுறவைப் புரிந்துகொள்வது அதன் மற்ற பரிமாணங்களைப் பார்க்கவிடாமல் செய்துவிடக்கூடும். சான்றாக, இனவெறி வலுத்த சமூகச் சூழல்களில் அடிமைத் தன்னிலைகளை உருவாக்கும், நிலைநிறுத்தும் விதத்திலும் வல்லுறவு செயல்பட்டிருக்கிறது. பதினெட்டு, பத்தொன்பதாம் நூற்றாண்டுகளில் அமெரிக்கக் கண்டத்தில் கறுப்பின ஆண்களை வெள்ளையர்கள் வல்லுறவுக்கு ஆளாக்கி இன மேலாண்மையை நிறுவியது ஒரு எடுத்துக்காட்டு.[16] ஆகவே, பால் படிநிலைகளோடு கூடவே இனம், வர்க்கம், சாதி போன்ற அலகுகளிலும் படிநிலைகளை நிறுவுவதில் வல்லுறவு குறுக்குவெட்டாகப் பங்குவகிக்கிறது. வல்லுறவின் இத்தகைய பல்பரிமாணச் செயற்பாட்டை பாலியல் என்ற ஒரு பரிமாணத்தில் வைத்துக் குறுக்கிவிட முடியாது.

இவ்விவாதங்களுக்கு அப்பால் பூக்கோவின் கருத்தாக்கத்தில் மனிதச் சமத்துவத்தில் நம்பிக்கை உள்ளவர்கள் உள்வாங்கிக் கொள்ள வேண்டிய விஷயம் ஒன்றுண்டு. எந்த அளவுக்குக் குழந்தைகளும் பெண்களும் பால் சிறுபான்மையினரும் இங்கே பரவலாக எதிர்கொள்ளும் வல்லுறவின் மீது சமூகக் கவனத்தைக் கோருகிறோமோ, அதே அளவுக்கு வல்லுறவையே சுற்றி வருவதாக இவர்களின் பாலியலும் தன்வரலாறுகளும் அமைந்துவிடக் கூடாது என்பதே அது. இது சிக்கலான விஷயம். ஆனால் இப்படியொரு சிக்கல் இருக்கிறது என்பதை முதலில் அங்கீகரிக்கவாவது வேண்டும். இல்லாவிட்டால் வலுவான பெண்ணியக் கரிசனைகளை இப்போது அவற்றைப் போர்த்தி மூடியிருக்கும் மொண்ணையான, ஒற்றையான 'ஆணாதிக்கம்' என்ற மட்டையடி லேபிளிலிருந்து விடுவிக்கவே முடியாது, பால்வேறுபாட்டை இயற்கையானது, இயல்பானது என ஏற்றுக் கொள்ளும் இன்றைய கருத்தியல் நிலையிலிருந்து அடுத்த புள்ளிக்கு நகரவே முடியாது.

இக்கட்டுரை பூக்கோவின் கருத்தாக்கத்தை முன்னிலைப் படுத்தி ஆராய்வது அல்ல, தனித்த வேறொரு புத்தகமாக

விவாதத்துக்கு உரியது அது. என்றாலும் ஓர் அவதானிப்பை இங்கே முன்வைக்கலாம். பூக்கோவின் பார்வை பாலியல் பற்றிய சொல்லாடலை வல்லுறவு என்ற நிகழ்வையும் அதைச் சார்ந்த நினைவையும் மையப்படுத்தி அவற்றைச் சுற்றியே அதை அமைப்பதிலிருந்து, உரையாடுவதிலிருந்து விடுவிப்பதாக அமைகிறது. "முகத்தில் குத்துவதைப் போல வல்லுறவை ஏன் கருதக் கூடாது?" என்ற ஒப்பீட்டின் மூலம் வல்லுறவு என்பதை எளிமைப்படுத்தாமல், அதேநேரத்தில், பாதிக்கப்பட்ட நிலையி லிருந்து சுய விடுபடுதலுக்காக ஒரு உத்திபோலத் தம்மளவில் பெண்கள் இந்த ஒப்பீட்டைப் பயன்படுத்திக்கொள்ள முடியும்.

இன்னொன்று, பூக்கோவின் தத்துவ நிலைப்பாட்டின்படி வல்லுறவிலிருந்து பாலியலை நீக்கிவிட்டுப் பார்க்கும்போது வல்லுறவுக்கு ஆளாகக்கூடியவர்கள், வல்லுறவைச் செய்பவர்கள், இரு தரப்பும் ஒருவகையில் சமப்படுத்தப்படுகிறார்கள். நொய்மை – பெண்மை / வலிமை–ஆண்மை எனச் சில குணாம்சங்களை இரு பால்களோடு இயற்கையாகக் கருதி அடையாளம் காண்பது தவிர்க்கப்படுகிறது. ஒருவகையில் வலிமை, எதிர்ப்பு போன்ற குணாம்சங்கள் ஆண்மைக்கென்று எழுதிவைக்கப்படவில்லை, யாருமே இவற்றை சுவீகரிக்க முடியும், இத்தகைய குணாம்சங்க ளோடு சுய அடையாளத்தை வளர்த்துக்கொள்ள முடியும் என்பதை முன்னிட்ட வாதமாகவும் பூக்கோவின் வாதம் இருக்கிறது. இன்றைக்குத் தேவையான பார்வை இது. ஆனால் இந்தப் பார்வையை முன்வைக்கும்போது வன்முறையை எதிர்த்துப் போராடும்படிக்கு, அல்லது அந்த வன்முறையைத் தவிர்க்கும்படிக்கு பாதிக்கப்படக்கூடியவர்கள் மீதே கூடுதல் சுமையைச் சுமத்திவிடாமல் இதைப் பேச வேண்டிய பொறுப்பும் நமக்கிருக்கிறது.[17]

பெண்ணிடம் கோரப்படும் எச்சரிக்கை உணர்வு

'அக்கினிப் பிரவேசம்' கதை வல்லுறவின் ஞாபகத்தைக் கழுவப் பார்க்கிறது. என்றாலும் சிறுகதை இறுதியில் பெண் தன்னிலைக்குக் கூடுதல் சுமை தந்து அதை வடிவமைக்கப் பார்க்கிறது என்பதைக் குறிப்பிட வேண்டியிருக்கிறது. "அவள் கல்லூரிக்குப் போய்க்கொண்டிருக்கிறாள். அவள் செல்லுகின்ற பாதையில் நூற்றுக்கணக்கான டாம்பீகமான கார்கள் குறுக்கிடத்தான் செய்கின்றன. ஒன்றையாவது அவள் ஏறிட்டுப் பார்க்க வேண்டுமே! சில சமயங்களில் பார்க்கிறாள். அந்தப் பார்வையில்–தன் வழியில் அந்தக் காரோ அந்தக் காரின் வழியில் தானோ குறுக்கிட்டு மோதிக்கொள்ளக் கூடாதே என்ற ஜாக்கிரதை உணர்ச்சி மட்டுமே இருக்கிறது." என்று கதை முடிகிறது. இத்தகைய

எச்சரிக்கை உணர்வு, பொறுப்புணர்வு பெண்களிடம் பல்வேறு வகைகளில் சமூகத்தால் கோரப்படுகின்றன. 'இரவில் வெளியே போகக்கூடாது,' 'தனியாக வெளியே செல்வதைத் தவிர்க்க வேண்டும்,' 'முன்பின் தெரியாதவர்களிடம் பேசக்கூடாது,' 'உடல் தெரியும் வகையில் ஆடைகளை அணியக் கூடாது,' 'ஆண்களைத் தூண்டும் வகையில் நடந்துகொள்ளக் கூடாது,' இப்படிப் பற்பல.

'அக்கினிப் பிரவேச'த்தில் அந்தப் பெண்ணின் வாழ்க்கை பெரிதாக மாறிவிடவில்லை. கறை துடைக்கப்பட்டுவிட்டது. ஆனாலும் எச்சரிக்கையோடுதான் அவள் இனி இருக்க வேண்டும். சிறுகதையில் ஆகட்டும், சிறுகதை விசாரணைக்கு உட்படுத்தும் வாழ்வில் ஆகட்டும், இந்த எச்சரிக்கை உணர்வை சுவீகரித்துக்கொள்ள வைப்பது பெண்பால் தன்னிலையை உருவாக்கும் வகையில் அதிகாரத்தின் இன்றியமையாத உத்தியாக உள்ளது என்பதை நாம் புரிந்துகொள்ள வேண்டும். நிஜ வாழ்வின் அங்கமாக இயங்கும் இந்த உத்தியைத் தவறாமல் பரிந்துரைத்து விட்டே அக்கினிப் பிரவேசம் கதை முடிகிறது.

எதிர்பால் நியதியின் மீது காலூன்றி கூடுதல் சுமையோடும் அழுத்தத்தோடும் பெண்பால் தன்னிலையை உருவாக்கும் பண்பாட்டுச் சொல்லாடலை அக்கினிப் பிரவேசம் சிறுகதையும் கடைசிப் பகுதியில் பிரதிபலித்திருக்கிறது, ஆனாலும் பெண் எதிர்கொள்ளும் வல்லுறவிலிருந்து பாலியலை அகற்றியதில், இக்கதையின் சாதனை பிரமிக்க வைக்கிறது.

குறிப்புகள்

1. இக்கட்டுரையில் சிறுகதையிலிருந்து சுட்டியிருக்கும் பகுதி களுக்குப் பார்க்க 'அக்கினிப் பிரவேசம்' (1968), *ஆனந்த விகடன்* இணையதளத்தில் இது மீள்பிரசுரிக்கப்பட்டிருக்கிறது. https://www.vikatan.com/arts/literature/105569–

2. ஜெயமோகன் 2017.

3. சுரேஷ்குமார இந்திரஜித் 2014, 9–10.

4. 'சில நேரங்களில் சில மனிதர்கள்' நாவலில் அவனை அவள் தேடும் கட்டத்திலும் இந்த உவமானம் மீண்டும் வருகிறது.

5. நாவலின் மீனாட்சி புத்தக வெளியீட்டில் இது காணக் கிடைக்கிறது. பார்க்க: ஜெயகாந்தன் 1970, 4–5.

6. இவ்வார்த்தை இப்போது அது தரும் பொருளோடு முன்னர் பயிலவில்லை என ஒருமுறை எழுத்தாளர் பெருமாள்முருகன் என்னிடம் கூறினார்.

7. ஜெயகாந்தன் 2014, 77. என்னுடைய இக்கட்டுரையிலும் சரி பிறவற்றிலும் சரி நாவலிலிருந்து சுட்டப்படும் பகுதிகள் காலச்சுவடு செம்பதிப்பிலிருந்து சுட்டப்பட்டிருக்கின்றன.

8. ஜெயமோகன் அவ்வாறு வாசிக்கிறார் (2017).

9. ஜெயகாந்தன் 2014, 200.

10. ஜெயகாந்தன் 2014, 199–201.

11. ஜெயகாந்தன் 2014, 198.

12. ஜெயகாந்தன் 2014, 121.

13. பாரிஸில் "Change Collective"ஆல் வெளியிடப்பட்டது இந்த விவாதம். பார்க்க "La folie encerclee," 1977.

14. பூக்கோவின் வல்லுறவுக் கருத்தாக்கம் குறித்த பெண்ணிய விவாதங்களுக்கும் இடையீடுகளுக்கும் பார்க்க Henderson, 2007; Taylor 2009.

15. Hengehold 1994, 93.

16. இதைப் பல அத்தியாயங்களில் தன் நூலொன்றில் குறிப்பிடு கிறார் வின்சென்ட் வுடர்ட். பார்க்க: Woodard 2014.

17. புகழ்பெற்ற பெண்ணியவாதியான ஜெர்மைன் க்ரீர் இதைப் போன்ற ஒரு நிலைப்பாட்டை எடுக்கிறார். இது குறித்து இத்தொகுப்பில் #MeToo பற்றி உரையாடும் இன்னொரு கட்டுரையில் விமர்சித்திருக்கிறேன்.

உதவிய ஆய்வு நூல்கள், கட்டுரைகள், புனைவாக்கங்கள்

Change. *La folie encerclee*. Paris: Seghers/Laffont, 1977.

Henderson, Holly. "Feminism, Foucault, and Rape: A Theory and Politics of Rape Prevention." *Berkeley Journal of Gender, Law and Justice* 22 (2007): 225–253.

Hengehold, Laura. "An Immodest Proposal: Foucault, Hysterization, and the 'Second Rape.'" *Hypatia* 9. 3 (Summer, 1994): 88–107.

Taylor, Chloë. "Foucault, Feminism, and Sex Crimes." *Hypatia* 24 .4 (Fall, 2009): 1–25.

சுரேஷ்குமார இந்திரஜித். 'ஒரு பெண்ணின் உளவியல்.' 'சில நேரங்களில் சில மனிதர்கள்'. ஜெயகாந்தன். *காலச்சுவடு*: நாகர்கோவில், 2014.

ஜெயகாந்தன். 'அக்கினிப் பிரவேசம்'. *ஆனந்த விகடன்,* நவம்பர் 20, 1968. இணையத்தில் விகடன், ஏப்ரல் 15, 2015. https://www.vikatan.com/arts/literature/105569–

ஜெயகாந்தன். முன்னுரை. *'சில நேரங்களில் சில மனிதர்கள்'.* மதுரை: மீனாட்சி புத்தக நிலையம், 1970.

ஜெயகாந்தன். 'சில நேரங்களில் சில மனிதர்கள்'. *காலச்சுவடு*: நாகர்கோவில், 2014.

ஜெயமோகன். 'சில நேரங்களில் சில மனிதர்கள்: ஒரு கழுவாய்.' மே 12, 2017. https://www.jeyamohan.in/98338#.XcXlV5pKizd

4

'சில நேரங்களில் சில மனிதர்கள்:' பாலியல் துன்புறுத்தலின் இயல்பாக்கம்

'அக்கினிப் பிரவேசம்' (1968) சிறுகதையை ஒட்டியும் விலகியும் எழுதப்பட்ட 'சில நேரங்களில் சில மனிதர்கள்' நாவல் ([1970] 2014) ஒரு பெண்ணுக்கு வீட்டில் உறவினர் தரக்கூடிய துன்புறுத்தலை மட்டுமன்றி, அவள் பொதுவெளியில் எதிர்கொள்ளும் வல்லுறவு ஒன்றையும், அன்றாடத்தில் அவள் சந்திக்கும் பாலியல் தொல்லையையும் ஒரே தளத்தில் வைத்து, அவை அடுத்தடுத்து நேர்பவையாகக் குறிப்பிடுகிறது. ஒரு பெண்ணுக்கு நேரும் வல்லுறவை ஏதோ தனித்த நிகழ்வு எனச் சித்திரிக்காமல், அதை அவள் அன்றாடம் தொடர்ந்து சந்திக்கக்கூடிய பாலியல் துன்புறுத்தல்களின் தொடர்கண்ணிகளோடு கண்ணியாக வைத்து ஜெயகாந்தன் அன்றே எழுதியிருப்பது வியப்பூட்டுகிறது. மேலும் உறவுமுறை, அந்தஸ்து, வயது போன்றவற்றில் வேறுபட்ட பல ஆண்களிடமிருந்து – முதியவரான சொந்த மாமாவிலிருந்து, முன்பின் தெரியாத அந்நியனிலிருந்து, முதல் சந்திப்பில் பரிச்சயமான இளைஞன் வரை– துன்புறுத்தல் வருவதாக நாவல் காட்டுகிறது. கதையாடலின் போக்கும் முடிவும் மரபான கற்புக் கருத்தியலைத் தூக்கிப்பிடிப்பது போலத் தோன்றினாலும் பாலியல் துன்புறுத்தல் நேரும் சூழ்நிலைகளை இடையறாது எதிர்கொள்ளும் ஒரு பெண்ணுக்கு இருக்கக்கூடிய மனக்

கொந்தளிப்புகளை இந்த நாவலைப் போல விவரிப்பது பிறிதில்லை. ஒரு பெண்ணுக்கு அவள் கல்லூரியில் சேர்ந்த புதிதில் விபத்துபோல் நேர்ந்த வல்லுறவு, இதனால் குடும்பத்தாரால் அவள் அனுபவிக்கும் பாதிக்கப்பட்டவரையே குறைசொல்லும் போக்கு, இவற்றைப் பேசுவதோடு தஞ்சம் புகுந்த மாமாவின் வீட்டில் அவரது பாலியல் அத்துமீறல், சூசகமாகக் காட்டப்படும் மாமாவின் மனைவி அனுபவிக்கும் சித்ரவதை எனப் பாலியல் துன்புறுத்தலின் பற்பலச் சாயைகளைத் தொடர்க் கண்ணிகளாக இந்த நாவலில் எழுதிக்காட்டியிருக்கிறார் ஜெயகாந்தன்.

நாவலின் தொடக்கப்பகுதி பேருந்துப் பயணத்தில் பாலியல் சீண்டலுக்கு ஆளாகும் ஓர் இளம்பெண்ணின் மன ஓட்டத்தைப் பல பத்திகளில் விவரித்துச் செல்கிறது. இப்பகுதி பாலியல் சீண்டலைப் பற்றிப் பேசும்போது ஒரு பெண்ணுக்கு இருக்கிற குழப்பம், வரக்கூடிய சந்தேகம், கையறு நிலை, சமூகச் சூழலில் நிலவும் பெண்வெறுப்பு போன்றவற்றைப் போகிறபோக்கில் தெரிவித்துவிடுகிறது. பல்லாண்டுகளுக்கு முன்பே இந்த நாவல் வெளிவந்திருந்தாலும் இன்றுவரையிலும் இந்த விவரணை பொருத்தமாகவே உள்ளது. பாலியல் துன்புறுத்தல் எவ்வாறு சமூகத்தில் இயல்பாக்கம் (normalization) செய்யப்படுகிறது என்பதை நாடகீயமாகக் காட்டும் 'பண்பாட்டுப் பிரதி' நாவலின் இப்பகுதி.

நாவலின் தொடக்கமே இப்படித்தான்:

> வெளிலே மழை பெய்யறது. பஸ் திரும்பறச்சே எல்லாரும் ஒருத்தர் மேல ஒருத்தர் சாயறா. எனக்கு முன்னாடி நின்னுண்டிருக்கானே அவன் வேணும்னே அழுத்திண்டு என் மேலே சாயறான். எனக்கு நன்னாத் தெரியறது. வேணும்னேதான் சாயறான். என்ன பண்றது? பொண்ணாப் பொறந்துட்டு 'நாங்களும் ஆம்பளைக்கு சமானம்'னு படிக்கறதுக்கும், சம்பாதிக்கறதுக்கும் வெளியிலே புறப்பட்டுட்டா இதையெல்லாம் தாங்கிக்கத்தான் வேணும்.[1]

'பெண்பாலுக்கான இடம் வீடு' என்ற பழக்கமான சமூக ஒழுங்குபடுத்தல் இவ்வரிகளில் போலச் செய்யப்படுகிறது. வீட்டிலிருந்து வெளியே வருகையில் தான் ஒழுங்கை மீறியதாக அவள் நினைக்கும் வகையில் அந்த ஒழுங்குபடுத்தல் செயல்படுகிறது. பொதுவெளியில் தான் சந்திக்கும் இத்தகைய தொல்லைகள் தனக்கு விதிக்கப்பட்டதாக, கையறு நிலையில் மருகுவது இந்த ஒழுங்குபடுத்தலின் விளைவாகிறது.

விவரணை தொடர்கிறது:

> இப்ப ஒண்ணும் பஸ் திரும்பல்லே. லெவலாதான் போயிண்டு இருக்கு. ஆனா, எனக்குப் பின்னாடி இருக்கானே, அவன் கொஞ்

சங் கொஞ்சமா நகர்ந்து வந்து வேணுமின்னே என் மேலே உரசி உரசிச் சாயறான். இவனுக்கென்ன தைரியம்? இது என்ன நியாயம்?

அன்னிக்கு ஒரு நாள் கலா சொன்னாளே, இந்த மாதிரி பஸ்லே ஒருத்தன் 'மிஸ்பிகேவ்' பண்ணினப்போ ஸ்லிப்பரைக் கழட்டிண்டு அவனை அடிக்கப்போய் ஒரே ரகளை ஆயிடுத்துன்னு—அவள் செய்யக் கூடியவள்தான். ஆனா இது கொஞ்சம் கப்ஸா—அடிக்கணும்னு நினைச்சிருப்பாள் . . . இப்போ நான் நினைக்கலையா? ஆனால் ஒரு பொம்மனாட்டி நினைச்சதையெல்லாம் செய்துட முடியறதா என்ன? பாவம்! நிஜமாகவே அவன் தெரியாமதான் சாயறானோ என்னவோ! வயசான ஆளோ என்னமோ![2]

இந்த இடத்தில் கதையாடல் ஆணின் வயதை முன்வைத்து ஒரு சமூக முன்முடிவை நிறுவுகிறது. காலங்காலமாக சமூகத்தில் வேரூன்றியிருக்கும் அனுமானம் அது. 'வயதானவர்கள் பாலியல் அத்துமீறலில் ஈடுபட மாட்டார்கள்.' அத்தகைய அனுமானத்தை அப்படியே உள்வாங்கியிருக்கிறது அந்தக் கதாபாத்திரம். தனது கையறு நிலையை உணர்ந்தவுடன் அதற்கேற்பத் தான் நினைத்ததைப் பற்றியே சந்தேகம் கொள்கிறாள் அந்தப் பெண். வேண்டுமென்றே சாய்கிறான் என்று முதலில் நினைத்தவள் இப்போது வேறுவிதமாக நினைக்கிறாள். தன் கையறு நிலையை மறுக்க தன் சுயாதீனத்தை உறுதிப்படுத்திக்கொள்ள சந்தேகத்தின் பலனைத் துன்புறுத்துபவருக்குக் கொடுத்துவிடப் பார்க்கிறாள்.

இத்தகைய சந்தேகத்தைப் பிரதிபலிக்கும் வாழ்வனுபவம் ஒன்று #MeToo இயக்கம் வேகம் கொண்டபோது வெளிவந்தது. கர்நாடக இசை வித்வான் ஓ.எஸ். தியாகராஜனிடம் சங்கீதம் கற்றுக்கொண்டபோது அத்துமீறலைச் சந்தித்த ஒரு பெண் பாடகர் சமீபத்தில் கூறியது இது. அத்துமீறலின்போது அந்தப் பெண்ணுக்கு 20 வயது:

"என்னால் அழ முடியவில்லை. எதையும் வெளிக்காட்டக்கொள்ள முடியவில்லை. அவர் எல்லோருக்கும் தெரிந்த பெரிய ஆளுமை, என்னால் எதுவும் சொல்ல முடியாது என்று அப்போதே உணர்ந் திருந்தேன். நான் ஏதாவது கூறியிருந்தால் என் குடும்பத்தில் ஒருவரும் என்னை நம்பியிருக்க மாட்டார்கள். என் உறவினர் வீட்டுக்குச் சென்றபோது எனக்கு எதுவுமே நடக்கவில்லை என்று என்னை நானே நம்பச் செய்திருந்தேன். இது எல்லாமே நானே உருவாக்கியது, கற்பனை செய்தது என்று முடிவுக்கு வந்திருந்தேன்."[3]

நாவலின் கதையாடலின் தொடக்கப் பகுதியில் தன் கையறு நிலையை, சந்தேகத்தை வெளிப்படுத்தியபின் அவள் தன்னைச் சுத்தப்படுத்திக்கொள்ள நினைப்பது கூறப்படுகிறது:

இவன் ஒண்ணும் வயசானவனா இருக்கமாட்டான், நன்னாத் தெரியறது எனக்கு. ஆக்ஸிடெண்டலா சாயறவா ஒண்ணும்

கொஞ்சம் கொஞ்சமா ஒட்டி ஒட்டிச் சாயமாட்டா, எனக்கு உடம்பெல்லாம் கூசறது; இன்னிக்கு மழையா இருக்கே, குளிக்க வாண்டாம்னு நெனச்சிருந்தேன். ஆனா, இப்ப வீட்டுக்குப் போனதும் நன்னா ஒரு தடவை குளிக்கணும்.[4]

'குளித்தல்' என்ற செயலை மிகைப்பட்ட எண்ணம் அல்லது பழங்கால மனோநிலை எனக் கூறிவிட முடியாது. சமீபத்தில் தமிழக கவர்னர் பன்வாரிலால் புரோகித் ஒரு பெண் பத்திரிகையாளரின் கன்னத்தைத் தட்டியதால் சர்ச்சைக்குள்ளானார். அச்செய்தி வெளிவந்தபோது 'அவர் தாத்தா வயதுள்ளவர்' என வயதை முன்வைத்து இது சாதாரண விஷயம் எனச் சமூக வலைதளத்தில், ஊடகத்தில் கருத்துரைத்தவர்கள் பலர். சம்பந்தப்பட்ட பத்திரிகை யாளர் அந்நிகழ்வுக்குப் பிறகு "பலமுறை தன் முகத்தைக் கழுவியதாகக்" கூறினார்.[5] 'குளித்தல்' அல்லது 'கழுவுதல்,' இவை சுத்திகரித்தலைப் போலச் செயல்படுகின்றன. ஒருவரது மோசமான அனுபவங்களின் தடங்கள் உடலிலிருந்து அப்புறப்படுத்தப் படும்போது மனதிலிருந்து அப்புறப்படுத்தப்படும் சாத்தியமும் உண்டு.

தொடர்ந்து நாவலின் கதையாடலில் பெண் கதாபாத்திரம் யோசிக்கிறது, இவன் ஏன் நம்மேல் சாய்கிறான் என்று.

எல்லார் மாதிரியும் நான் ஸ்டைல் பண்ணிக்கறதில்லை; இப்படி இருக்கறச்சேயே இதோ வந்து இப்படி சாயறான்; ஸ்டைலும் பண்ணிண்டா குறைச்சலில்லை. எப்படி என்னைப் பார்த்து இவாளுக்கு இப்படியெல்லாம் தோணறதோ?[6]

தான் தோற்றத்தில் கவனமாகத்தானே இருந்தோம் என்ற யோசனை. பிறகு ஏன் இப்படி என்கிற குழப்பம். நிஜ வாழ்விலும் ஒரு பெண் பாலியல் அத்துமீறலையோ வல்லுறவையோ சந்தித்தால் அவள் ஆடையை, தோற்றத்தைக் காரணமாக்கு வது சர்வசாதாரணமாக நடப்பது. இந்தப் பொதுபுத்திச் சொல்லாடலை இன்றுவரையிலும் பெண்களும் சுவீகரித்திருப் பதைக் காண்கிறோம். எடுத்துக்காட்டாக, #MeToo சர்ச்சை தமிழகத்தில் உருவானபின் திரையிசைப் பாடகர் ரிஹானா முகநூலில் பகிர்ந்த நிலைத்தகவல் இது (அக்டோபர் 11, 2018):

Thankfully in this industry I have not faced even a single mistreatment by the men because I treat them like a brother father son and friend I show my decency in wearing the right clothes n have the right behaviour and conduct. There r still lovely people in the industry as far as I'm concerned. *(தமிழில், "நல்லவேளையாக இந்தத் துறையில் ஒரு முறைகூட ஆண்களின் தவறான நடத்தையை நான் எதிர்கொண்டதில்லை. ஏனென்றால், நான் அவர்களைச் சகோதரனாக, தந்தையாக, மகனாக, நண்பனாக நடத்துகிறேன்.*

சரியான ஆடைகள், சரியான நடத்தை ஆகியவை மூலம் என் கண்ணியத்தை நான் காட்டுகிறேன். என்னைப் பொறுத்தவரை இந்தத் துறையில் இன்னமும் மிகவும் அருமையான மனிதர்கள் இருக்கிறார்கள்.")[7]

'கண்ணியமான' உடை அணியவில்லை என்று சொல்லி ஆண் செய்யும் தவறுகளுக்குப் பெண்ணைப் பொறுப்பாக்கும் பால் பாகுபாட்டுப் பண்பாடு நம்முடையது. நம் பண்பாட்டு அடங்கல்களில் "ஊசி இடம் கொடுக்காவிட்டால் நூல் நுழையுமா" போன்ற பழமொழிகள் பிரசித்தி பெற்றவை. இதே பழமொழியைச் சமீபத்தில் இயக்குநர் பாரதிராஜா திரைப்படத் துறையினர் மீது ஸ்ரீரெட்டி பாலியல் குற்றச்சாட்டுகளை வைத்தபோது கூறவும் செய்தார். "ஊசி இடம் கொடுக்காமல் நூல் எப்படி நுழையும்? ஸ்ரீரெட்டி அனைத்திற்கும் அனுமதி கொடுத்துள்ளார். ஸ்ரீரெட்டியின் சம்மதத்துடன் எல்லாம் நடந்திருக்கிறது" என்று ஸ்ரீரெட்டியைக் குற்றஞ்சாட்டியிருந்தார் பாரதிராஜா.[8]

பொதுச் சமூகத்தைப் பிரதிபலிக்கும் வகையில் திரைப்படத் துறை உள்ளிட்ட பெரும்பாலான துறைகளில் பால்களுக்கு இடையே சமச்சீரின்மையின் காரணமாக பால் அதிகாரத்தின் இலக்காகவும் விளைவாகவும் சில சமயம் பெண்கள் பாலியல் பேரம் செய்யவேண்டியிருக்கிறது. அத்தகைய தருணங்களில் பழமொழி முதலியவற்றின் மூலம் 'பெண் கொடுக்கும் இடம்' என்று சுட்டுவிரல் நீள்வது முதலில் பெண்ணை நோக்கித்தான். இத்தகைய பழமொழிகளின் பெண் சாடல் கருத்தை பேரம் செய்பவர்கள், செய்யாதவர்கள் என்னும் பேதத்தைத் தாண்டி வாசிக்கப் பயில வேண்டும். ஏனெனில் பாலியலைப் பால் படிநிலையின் பிரகாரம் முறைப்படுத்தும் பொதுச் சமூகத்தின் மொழிச் செயற்பாடுகளாக இவை உள்ளன.

நாவலின் கதையாடலில் பேருந்தில் பயணிக்கும் பெண் கதாபாத்திரத்துக்குத் தான் சந்திக்கும் எல்லா ஆண்களுக்கும் தன்னிடம் முறைகேடாக நடந்துகொள்ள நினைப்பதாகத் தோன்றுகிறது. முறைகேடாக நடந்துகொள்ளக்கூடியவர்களின் பட்டியலில் அவள் தன் அண்ணனையும் வைத்துப் பார்க்கத் தவறவில்லை:

> எல்லா ஆம்பிளைகளுக்கும்... ஒருத்தன்கூட விதிவிலக்கு இல்லை ... அண்ணா? ஆமா, ரொம்ப யோக்கியன்தான்... இதே மாதிரி பஸ்ஸிலே வரும்போது அவனையும் பஸ்ஸிலே பார்த்திருக்கேன். – இதோ என் மேலே சாயறானே இவன் எவ்வளவோ யோக்கியன் – அந்தக் கூடப்பொறந்த அண்ணனோட பார்வை இதைவிட அசிங்கமா இருக்கும். அவன் என்னென்ன நினைச்சுண்டு என்னைப் பார்க்கறானோ?[9]

ஒரு பெண் சந்திக்கும் ஆண்கள் அனைவருமே அவளுக்கு ஊறு உண்டாக்குபவர்கள் அல்ல. ஆனாலும் அவளுக்குத் துன்புறுத்தல் தருபவர்கள் என்று எடுத்துக்கொண்டால் அதில் சொந்தம் / அந்நியம், வீடு / வெளி என்ற பேதமேயில்லை என உரைக்கிறது கதையாடல். யதார்த்தமான இப்புரிதலைப் பெண் கதாபாத்திரத்தின் குரலாக அநாயாசமாக எழுதிச் செல்கிறார் ஜெயகாந்தன். இடம் சார்ந்தோ உறவு சார்ந்தோ பேதமின்றி ஊறுபடக்கூடிய இடத்தில் இருக்கும் பெண் தன்னிலை இக் குரலில் வெளிப்படுகிறது.

தொடர்ந்து அந்தப் பெண் தனது அண்ணன் பஸ்ஸில் இப்படி சாய்கிற ஒருவனோடு தன்னைப் பார்த்தால் அதை எப்படிப் புனைந்து பார்ப்பான் என யோசிக்கிறாள்.

அப்புறம் இவனுக்கு எங்க ஆபீசிலேயே என்னோடவே வேலை குடுத்துடுவான்! பஸ்ஸிலே வரச்சே நேக்கும் சேர்த்து இவன்தான் டிக்கட் வாங்கினானாம்!... எனக்குத் திமிராம்! 'என்னை எவன் கேக்கறது, நானே படிச்சு நானே உத்தியோகம் தேடிண்டு, அவனைவிடப் பெரிய பொஸிஷன்லே இருக்கேன்'கிற திமிராம்.[10]

இன்றுவரை ஒரு பெண் தனக்கு நேர்ந்த பாலியல் சீண்டலைச் சொன்னால் அவள் வீட்டில்கூட எளிதில் நம்பப் போவதில்லை என்பது பாலியல் துன்புறுத்தலைப் பற்றிய சமூக அக்கறையைக் கோருவதில் நடைமுறைச் சிக்கலாக உள்ளது. #MeTooவை ஒட்டி பாடகர் ஓ.எஸ். தியாகராஜன் தொடர்பான அத்துமீறல் அனுபவம் குறித்துக் கூறிய இளம் பெண் பாடகர் இதே நம்பிக்கையின்மையை எதிரொலித்ததை இக்கட்டுரையில் ஏற்கெனவே பார்த்தோம். நம் சமூகச் சூழலில் பெண்ணுக்கு அவள் வீடு இடம் தந்தாலும் அவளுக்கான புகலிடமாக அது இல்லை. வீடு எனும் வெளியில் அவளை முன்னிட்டு அரங்கேறும் குடும்ப நாடகத்தின் பிரதி (script) பெண் தரப்பை முன்வைப்பது அல்ல. மாறாக, ஆண் சார்போடு இயங்கும் பால் அதிகாரத்தின் நாடகப் பிரதி அது. கல்வி, வேலை, தொழில் போன்றவற்றில் ஏதோ ஓரிடத்தில் ஆணைப் பெண் மிஞ்சிவிட்டால் அதை அவள் பாலியலை ஒழுங்குபடுத்துதலோடு தொடர்புறுத்தி அவள் 'நடத்தையைக்' கேள்விக்குள்ளாக்கக்கூடிய பிரதியாகவும் அது செயல்படக்கூடியது.

இக்கட்டுரை எடுத்துக் காட்டியிருக்கும் 'சில நேரங்களில் சில மனிதர்கள்' நாவலின் தொடக்கப் பகுதி பாலியல் துன்புறுத்தலின் அன்றாடப் பரிமாணத்தைக் கூறுவதோடு, கூடவே அதன் இயல்பாக்கம் நடைபெறும் விதத்தையும் தெரிவிக்கிறது. தினப்படி பேருந்துப் பயணம் போன்றவை இந்த இயல்பாக்கத்தை நோக்கிய, வலியுறுத்துகிற செயல்பாடுகளாகவும் உள்ளன. ஆண், பெண்

என்ற இருமைக் கட்டமைப்பில் உள்ளிடையான படிநிலையை நிலைநிறுத்த முனையும் செயல்பாடுகளாகவும் இவை தொழில் படுகின்றன என்பதைத் தனியே எழுத வேண்டியதில்லை.

குறிப்புகள்

1. ஜெயகாந்தன் 2014, 17.
2. ஜெயகாந்தன் 2014, 18.
3. Sowmya Rajendran, "'OS Thyagarajan molested me': Carnatic singer's former student speaks out," *The News Minute*, October 12, 2018. https://www.thenewsminute.com/article/os–thyagarajan–molested–me–carnatic–singer–s–former–student–speaks–out–89849
4. ஜெயகாந்தன் 2014, 18.
5. "Washed my face many times, says journalist after TN governor pats her on the cheek," *India Today*, April 18, 2018. https://www.indiatoday.in/india/story/banwarilal–purohit–lakshmi–subramanian–tn–governor–pats–journalist–on–cheek–1214510–2018–04–17
6. ஜெயகாந்தன் 2014, 19.
7. இந்த நிலைத்தகவல் இப்போது நீக்கப்பட்டிருக்கிறது அல்லது பொதுவெளியில் பார்க்கும்படி இல்லை.
8. "ஊசி இடம் கொடுக்காமல் நூல் எப்படி நுழையும்? – ஸ்ரீரெட்டி மீது பாரதிராஜா பாய்ச்சல்," *மாலை மலர்*, ஜூலை 24, 2018. https://cinema.maalaimalar.com/Cinema/CinemaNews/2018/07/24145851/1178765/Bharathiraja–Attacks–Sri–Reddy–on–her–allegations.vpf
9. ஜெயகாந்தன் 2014, 19.
10. ஜெயகாந்தன் 2014, 20.

உதவிய புனைவாக்கங்கள்

ஜெயகாந்தன். "அக்கினிப் பிரவேசம்". *ஆனந்த விகடன்*, நவம்பர் 20, 1968. இணையத்தில் ஆனந்தவிகடன், ஏப்ரல் 15, 2015. https://www.vikatan.com/arts/literature/105569–

ஜெயகாந்தன். 'சில நேரங்களில் சில மனிதர்கள்'. ஜெயகாந்தன். காலச்சுவடு: நாகர்கோவில், 2014.

5

பாலியல் சொல்லாடல்களின் பெருக்கமும் பெண்ணை நோக்கிய விசாரணைகளும்

ஜெயகாந்தனின் 'சில நேரங்களில் சில மனிதர்கள்' ([1970] 2014) பற்றி ஜெயமோகனின் கட்டுரையை வெகுவாகச் சுட்டி எதிர்வினையாக என் வாசிப்பை வைப்பதற்குக் காரணமுண்டு. ஜெயமோகன் 'அக்கினிப் பிரவேச'த்தையும் (1968) சரி, இந்த நாவலையும் சரி, இந்திய / தமிழ்ச் சமூக வரலாற்றின் பின்னணியில் வைத்து எழுதுகிறார். ஒரே சமயத்தில் முற்போக்காளர்களும் மரபுவாதிகளும் தங்களுக்கான பிரதியாக அச்சிறுகதையை வாசித்த வரலாற்றுத் தருணத்தை அவர் விவரிக்கிறார். என் வாசிப்பில் 'அக்கினிப் பிரவேசம்' சிறுகதைப் பிரதியின் தனித்துவம் அது வல்லுறவு நிகழ்விலிருந்து பாலியலை அப்புறப்படுத்தியதில் இருக்கிறது. முந்தைய கட்டுரையில் ஏற்கெனவே இதை எடுத்துக் காட்டியிருக்கிறேன்.

நாவலைப் பற்றி எழுதும் ஜெயமோகன், "இது பெண்ணின் தனித்தன்மை பற்றிய நாவல். பெண்ணின் பாலியல் உரிமை பற்றிய நாவல். பெண்ணின் பாலியல் தேடல் பற்றிய நாவலும்கூட. அவ்வகையில் தமிழில் எல்லாத் தளத்திலும் முதன்மையான பெரும் படைப்புகளில் ஒன்று" எனச் சிலாகிக்கிறார்.[1] நாவலின் முடிவில் கங்காவின் "சிதைவை" அவள் வீழ்ச்சியாக அவர் வாசிக்கிறார்.[2]

அவருடைய பார்வைக் கோணத்திலிருந்து விலகியும் எதிர்நிலையிலும் நான் இந்த நாவலை வாசிக்கிறேன். என்னுடைய வாதம் இதுதான், இந்த நாவல் பெண்ணின் தனித்தன்மையைப் பற்றியதோ பாலியல் உரிமை அல்லது தேடல் பற்றியதோ அல்ல. இது பாலியல் சொல்லாடல்களைப் பெருக்கி, ஒழுங்குபடுத்தி, பால் தன்னிலைகளை மரபார்ந்த முறையில் வடிவமைக்கும் நாவல். அதனாலேயே 'அக்கினிப் பிரவேசம்' சிறுகதையின் காரணமாக என்னைப் போன்ற வாசகர் மனதில் உயரிய இடத்துக்குச் செல்லும் ஜெயகாந்தன் எனும் எழுத்துரு பிம்பம் இந்நாவலின் காரணமாகக் கொஞ்சம் கீழிறங்கிவிடுகிறது.

நாவலின் கதையாடலில் பாலியல் பற்றிய சொல்லாடல் பெருகும் விதத்தை, அது ஒழுங்குபடுத்தப்படும் விதத்தை எடுத்துக்காட்ட நினைக்கிறேன். சிறுகதையைப் போலன்றி பாலியலுக்கு முழுக் கவனத்தைத் தந்து அதை ஒழுங்குபடுத்தலுக்கு உட்படுத்துகிறது நாவல். கங்கா என்று தற்போது பெயரிட்டு அடையாளம் காட்டப்படும் பெண் முன்பு சிறுகதையின் பெயரற்ற கதாபாத்திரமாக காரில் எதிர்கொண்ட வல்லுறவை மீள்கூறியபடி செல்கிறது, அதைச் சுற்றிப் பின்னப்படுகிறது கதையாடல்.

இங்கேநான் பயன்படுத்தும் சில பதங்களைத் தெளிவுபடுத்துவது நல்லது. 'பாலியல்' என்றுதான் சொல்கிறேன். 'பெண் பாலியல்' என்று ஏற்கெனவே தரப்பட்ட ஒன்றாக, சாராம்சமான ஒன்றாக நான் கூறவில்லை. ஏனெனில், பாலியல்களை ஒரு சமூகம் எதிர்பால் நியதியின் அடிப்படையிலான செயற்பாடுகளால் ஒழுங்குபடுத்துகிறது, இதன் வாயிலாக ஆண், பெண் பால்களைக் கட்டமைக்க முனைகிறது என்பது கட்டுரையின் அடிப்படைப் புரிதல்.

பொதுவாக பெரும்பான்மையான சமூகங்களில் தனிநபர் களின் பாலியல்களை ஒழுங்குபடுத்தலின் இன்றியமையாத கரிசனையாக இனப்பெருக்கம் உள்ளது. அதாவது இனப்பெருக்கத் துக்கு அப்பாலான, அதைத் தாண்டிய பாலியல் இச்சைகள், சமூகச் சூழலில் அங்கீகரிக்கப்படாத நிலை இன்றளவும் பெரிதும் உள்ளது. அத்தகைய நிலையைப் பிரதிநிதித்துவம் செய்கிறது இந்த நாவலின் கதையாடல். ஆனால், இந்தப் பிரதிநிதித்துவச் சொல்லாடல் எந்த அளவுக்குக் கருத்தியல் வல்லமை பெற்றிருக் கிறது என்றால் ஒரு பெண்ணின் 'இயல்பான' பாலியல் தேடல் இது, விருப்பம் இது என்று வாசகர்களையும் நினைக்க வைத்து விடுகிறது. பாலியல் தளத்தில் பெரும் மேலாண்மை பெற்றிருக்கும் இனப்பெருக்கக் கருத்தியலின் வெற்றியே இப்படி நம்மை நம்பச் செய்துவிடுவதுதான்.

சிறுகதை நடக்கிற நவீன காலகட்டம் ஜெயமோகன் குறிப்பிடுவதைப் போல பெண்கள் கல்விக்கு, வேலைக்கு என வெளியே வரத் தொடங்கிய காலகட்டம். எனவே, பெண்கள் வீட்டை விட்டு வெளியே போனால் தங்களைத் தற்காத்துக் கொள்ள முடியாது என்ற தரப்பினர், கற்பு உடலை அல்ல, மனதைப் பொறுத்தது என்று வாதிட்ட முற்போக்குத் தரப்பினர், இரு தரப்பினருமே இந்த நாவலைச் சுட்டிப் பேசினார்கள் என அவர் எழுதுகிறார். இத்தகைய புரிதல்களைத் தாண்டி, நாவலைப் பெண் பாலியல் உரிமை, தேடல் ஆகியவற்றின் அடிப்படையில் வாசிக்கவும் அவர் பரிந்துரைக்கிறார்.

இங்கே சிந்திக்க வேண்டிய ஓர் அடிப்படையான விஷயம்: பெண்கள் வேலைக்கு, கல்விக்கு என்று வெளியே வரத் தொடங்கிய காலகட்டத்தில் ஏன் பாலியல் இந்த அளவுக்கு ஜெயகாந்தனின் நாவலில் கவனம் பெற்றது, பொதுவெளியில் விவாதத்துக்கு உரியதாக எவ்வாறு முதல் வரிசைக்கு நகர்ந்து வந்தது என்பதைத்தான். வழக்கமாக அறிவுச் சமூகத்தினர் இவ்வாறு நினைக்கப் பழகியிருக்கிறோம்: "நவீன காலகட்டத்தில், பெண்கள் வீட்டிலிருந்து வெளியே வரத் தொடங்கிய பின்தான் அவர்களுக்கு அதுவரை கிட்டாத, அல்லது அடக்கிவைக்கப்பட்டிருந்த பாலியல் தேடல், உரிமை போன்றவற்றுக்கான வாய்ப்பும் இடமும் கிடைத்தது, அதனால் மரபார்ந்த ஒழுக்கவாதிகள் பெண்கள் வெளியே வருவதை எதிர்த்தார்கள்" என்பதான புரிதல்.

இதையெல்லாம் எந்த அளவுக்கு வரலாற்றுத் தரவுகளோடு ஆராய்ந்திருக்கிறோம் என்பது ஒரு புறமிருக்க நவீன கால கட்டத்தில் பெண்ணின் 'பாலியல் விடுதலை' என்பது எப்படி புரட்சிகரமான பரிமாணத்தோடு இயைந்து பேசப்பட ஆரம்பித்தது, பொதுவெளிப் பேச்சில் அறிவுசார்ந்த கரிசனையாக எப்படி ஆனது என்ற கேள்விகளும் எழுகின்றன. ஏனெனில் பூக்கோ முதலிய சிந்தனையாளர்கள் எடுத்துக்காட்டியிருக்கிறபடி, பதினெட்டாம் நூற்றாண்டிலிருந்து தொடங்கும் நவீன காலம் எனக் குறிப்பிடப்படும் காலகட்டம், உளப்பகுப்பாய்வு மருத்துவ மற்றும் சட்ட, நீதி நிர்வாகச் சொல்லாடல்களில் பாலியல் பெருவாரியாகப் பொதுவெளிப் பேச்சுக்கு வந்த காலகட்டம்.[3] அதனால் அது சமூக, அரசாங்க அதிகார வலைப்பின்னல் களின் கூடுதல் கவனத்துக்கும் கண்காணிப்புக்கும் உள்ளான காலகட்டமும்கூட. குடும்பத்துக்குள்ளும் வெளியிலும் சிறார்களின் பாலியல் முதலியவையும்கூட சொல்லாடல் பெருக்கத்துக்கு உள்ளான, அந்தப் பெருக்கத்தின் காரணமாகக் கண்காணிப்புக் குள் வந்த காலகட்டம் அது. எனவே மரபார்ந்த காலம் x

நவீனக் காலம் என்ற இருமையை, பெண்களைப் பொறுத்து பாலியல் ஒடுக்குமுறை x பாலியல் விடுதலை என்ற இருமையாக வாசிப்பது குறைவுபட்ட, எளிய வாசிப்பு.

ஏதோ மேற்கத்தியக் கோட்பாட்டு அளவுகோல்களைத் தமிழ் நாவலுக்குப் பக்கத்தில் வைத்து அளக்கிறேன் என்று கொள்ளவேண்டியதில்லை. நாவலில் இருக்கும் உள் தரவுகளை வைத்தே என் கருத்துகளை முன்வைக்கிறேன். முதல் உதாரண மாக ஜெயகாந்தனின் நாவலில் கங்காவின் வெங்கு மாமா கதாபாத்திரத்தை எடுத்துக்கொள்வோம். "அனைத்து வகையான பாலியல் மீறல்களையும் அனுமதித்துக்கொண்டு மேலே ஓர் ஆசாரவாதத்தைப் போர்த்திக்கொண்டு இருக்கும் மரபின் முகமாக" அவரைப் பார்க்கிறார் ஜெயமோகன். ஆனால் பாலியலைப் பற்றித் தொடர்ந்து கேள்வி கேட்கிற கதாபாத்திரம் அது என்பது நோக்கத்தக்கது. மாமா கதாபாத்திரம் கங்காவிடம் அவள் பாலியல் பற்றித் தொடர்ந்து விசாரித்து, கேட்டுத் தெரிந்துகொள்கிறது. கங்காவின் பாலியல் பற்றிய 'உண்மையை' அறிய முனைகிறது. வெங்கு மாமாவுக்கும் கங்காவுக்கும் நடக்கிற உரையாடல் நீதிமன்ற விசாரணையை ஒத்ததாக இருக்கிறது. உளப்பகுப்பாய்வு மருத்துவம் ஒரு மனதைப் பற்றித் தெரிந்து கொள்ள அதை ஒப்புக்கொடுக்கக் கோருவதைப் போல அது கோருகிறது. "வக்கிரம்" என்று நாம் ஒட்டும் லேபிளுக்குப் பின்னால் இங்கே நடப்பது பாலியல் குறித்த விலாவாரியான விசாரணை.

எடுத்துக்காட்டாக இந்தப் பகுதி:

> *"அவன் உன்னைக் கூப்பிட்ட உடனே நீ 'சரி'ன்னு கார்லே ஏறிண்டா யாக்கும்?"*
>
> *"ம் ஹ்ம்... மொதல்ல மாட்டேன்னுதான் சொன்னேன்."*
>
> *"மனப்பூர்வமா சொன்னயா? சும்மா ஒரு பேச்சுக்குச் சொன்னயா?"*
>
> *"எனக்குப் பயமா இருந்தது. அதனால்தான் மாட்டேன்னு சொன்னேன்."*
>
> *"அப்புறம் எப்படி உனக்கு அந்தப் பயம் தெளிஞ்சது?"*
>
> *"பயத்தோடதான் ஏறிண்டேன்."*
>
> *"உனக்கும் அவனைப் பிடிச்சிருந்ததோ?"*
>
> *"அப்படியெல்லாம் இல்லை."*
>
> *"பின்னே எதுக்குப் பயந்துண்டே ஏறிண்டே?"*
>
> *"மழை பெஞ்சுண்டு இருந்தது."*

"நல்ல மழையா? தொப்பமா நனைஞ்சுட்டியா?... யாரையாவது இறுக்கி அணைச்சிண்டாத் தேவலாம் போல இருந்ததா?"[4]

இதை வாசிக்கும்போது இந்த நாவல் வெளியிடப்பட்டு, கிட்டத்தட்ட பத்து வருடங்கள் சென்றபின் வெளிவந்த 'நியாயம் காவாலி' (இயக்கம்: ஏ. கோதண்டராமி ரெட்டி, 1981) தெலுங்குத் திரைப்படத்தின் நீதிமன்றக் காட்சி, நினைவில் வரலாம். பின்னர், இத்திரைப்படம் தமிழில் 'விதி' (இயக்கம்: கே.விஜயன், 1984) என்ற பெயரில் எடுக்கப்பட்டது, பொதுவாக, பாலியல் வல்லுறவு வழக்குகளில் புகார் கொடுக்கும் பெண்களை நோக்கி நீதிமன்ற விசாரணைகள் இன்றளவும் நடைபெறும் விதம் இது. சமீபத்தில் வெளிவந்த 'நேர்கொண்ட பார்வை' (இயக்கம்: எச். வினோத், 2019) திரைப்படத்தில் அரசு வழக்கறிஞர் வல்லுறவுக்கு ஆளான பெண்ணிடம் விசாரணை செய்யும் காட்சியையும் நினைவுகூரலாம்.

தந்தை இல்லாத குடும்பத்தில், தந்தையின் இடத்தில் குலத்தலைவனாக (patriarch) இருக்கும் வெங்கு மாமாவின் மூலமாக குடும்பம் என்ற நிறுவனத்தின் அதிகாரம் நடைமுறைப்படுத்தப் படுகிறது. குடும்ப நிறுவனம், அதற்கு இணையான நீதிமன்றம், உளமருத்துவ கிளினிக் முதலிய நிறுவனங்களோடு, பாலியல் குறித்த ஒரே வகையிலான விசாரணைச் சொல்லாடல்களைப் பகிர்ந்துகொள்கிறது. பாலியல் சொல்லாடல்களைப் பெருக்குபவை இத்தகைய சமூக, அரசாங்க நிறுவனங்கள். இந்த நிறுவனங்கள் பாலியல் தேர்வுகளை, இச்சைகளை, இடையறாது பகிர, வெளிப் படுத்தக் கோருகின்றன. எனவே குடும்பமும் அதற்கிணையாகச் செயற்படும் பிற நிறுவனங்களும் பாலியலை ஒடுக்குகின்றன என்ற எளிய புரிதலை நாம் கைவிட வேண்டிய அவசியம் இருக்கிறது. குடும்பம் போன்ற சமூக நிறுவனங்களின் அதிகாரம் சமூக உறுப்பினர்களின் பாலியல் பற்றிய 'உண்மையை' அறிந்து கொள்ளுதலில் பொதிந்திருக்கிறது. பாலியல் குறித்த அறிவைச் சேகரிக்கும் முனைப்போடு பிணைந்திருக்கிறது. நவீன கால கட்டத்தில் அதிகாரம் என்பது இயங்கும் விதமும் இது.

கங்காவுடைய மாமா முதல் வாசிப்பில் மரபெனும் திரை போர்த்தி மூடிய வக்கரித்த நபர் போலத்தான் தெரிகிறார். ஓரிடத்தில் கங்காவின் வார்த்தைகளிலேயே இப்படி வருகிறது:

> அவரே அவருக்கு ஒரு ஸ்கிரீன். அவர் தோற்றம், அவர் பேச்சு, அவர் சொல்ற சத் விஷயங்கள், அவருக்கு இருக்கிற சாஸ்திர ஞானம், அவருக்கு இருக்கிற ஸம்ஸ்கார நம்பிக்கைகள் இதையெல்லாம் பார்த்து அப்படியே அவர் பாதங்களிலே ரொம்பப் பேர் சரணாகதி ஆயிடறா.[5]

ஆனால் வக்கிரத்துக்குப் பின்னணியில் அவரிடம் பாலியல் பற்றிய அறிவைச் சேகரிக்கும் முனைப்போடு கூடிய நவீனக் காலகட்ட விசாரணைக் குரல் இருக்கிறது. இன்னொரு இடத்தில் இந்தக் குரல் வாயிலாக கங்காவுக்கும் பிரபுக்குமான உறவு, குழந்தைப் பேற்றில் கொண்டுவந்து விடக்கூடாது என்று அச்சம் வெளிப்படுகிறது. "ப்ரிகாஷன்ஸ் – (தடுப்பு நடவடிக்கை) எல்லாம் எடுத்துக்கறயோன்னோ?" எனக் கேட்கிறது அது.[6]

இத்தகைய கேள்வி வக்கிரத்தைப் பறைசாற்றுகிறது என்பதிருக்கட்டும், குழந்தைப் பிறப்புக்குப் பெண் (கங்கா) மட்டுமே பொறுப்பு என்கிற அணுகலாக அது உள்ளது. ராஜம் கிருஷ்ணன் 'உயிர் விளையும் நிலங்க'ளில் கருத்தடை இயக்கத்தைப் பற்றி எழுதும்போது இருபதாம் நூற்றாண்டின் இடைப்பட்ட பகுதியில் 'கருத்தடை பிரசார இயக்கம்' சூடுபிடித்தபோது 'மக்கள்தொகைப் பெருக்கம் பெண்ணால் மட்டுமே ஏற்படுவது போலும் கட்டுப்படுத்துவதும் கட்டுப்படுத்தாததும் அவள் பொறுப்பில் அமைந்திருப்பது போலும்' இந்தப் பிரச்சினை அரசால் அணுகப்பட்ட விதத்தை எழுதுகிறார்.[7] போலவே 'தொடக்கக்கால கருத்தடை சாதனங்கள் யாவும் பெண்ணுடலையே சோதனைக் களங்களாக்கி இருக்கின்றன' என்று அவர் கூறுவதும் முக்கியமானது.

கங்காவின் மாமாவுடைய குரல் நவீன அரசின் அரசாங்கப் பரப்புரையை உள்வாங்கிய குரலாக, அதைப் பிரதிபலிக்கும் குரலாக உள்ளது. இதைக் கவனத்தில் கொள்ள வேண்டும். இக்குரலுக்கு மாற்றான, எதிர்க் குரல் கங்காவிடமிருந்து ஓரிடத்தில் வெளிப்படுகிறது. பாலுறவு இல்லாமல் குழந்தை மட்டும் பெற்றுக்கொண்டால் என்ன என்று அவள் யோசிக்கிற இடம் அது:

> குழந்தையும் செக்ஸூம் சம்பந்தப்படாம இருந்தா எவ்வளவு நன்னா இருக்கும்? இப்பல்லாம் ஃபேமிலி பிளானிங்னு தீவிரமாப் பிரசாரம் பண்றாளே, அது அப்பிடித்தானே? செக்ஸ் மாத்திரம் தனியா இருக்கணும் அதனால குழந்தை உண்டாயிடப்படாதுங்கறதுதானே ஃபேமலி பிளானிங்? அதாவது செக்ஸ் வேணும்; குழந்தை வேண்டாம். எனக்கு அதுவே வேற மாதிரித் தோணறது. செக்ஸ் வேண்டாம்; குழந்தை வேணும்.[8]

கங்கா என்கிற ஜெயகாந்தனுடைய கதாபாத்திரத்தின் தனித் தன்மையான குரல் நாவலில் எங்காவது ஒலிக்கிறது என்றால் அது இந்த இடத்தில்தான். ஒருவகையில் அது ஜெயகாந்தனின் குரலும்தான். நவீன இந்திய அரசின் குடும்பக் கட்டுப்பாடு திட்டத்தை ஏற்காதவர் ஜெயகாந்தன். கோபால் ராஜாராமின்

'திண்ணை' இணையதளக் கட்டுரை இதைத் தெரிவிக்கிறது: "குடும்பக் கட்டுப்பாடு பிரசாரம் பற்றியும் அவர் [ஜெயகாந்தன்] மேன்மையான கருத்துக்கொள்ளவில்லை. 'குழந்தைகளை வெறுக்கச் சொல்லிக் கொடுக்கிறது இந்தப் பிரசாரம்' என்கிறார்."[9]

'பெண்ணின் பாலியல் தேடல், பாலியல் உரிமை' போன்ற கருத்தாக்கங்களை முன்வைக்கும் சொல்லாடல்களுக்கும் கங்காவுக்கும் தொடர்பில்லை என்பதைத் தெரிவிக்கிற இடம் மேற்குறிப்பிட்ட கதையாடல் கட்டம். இதற்குப் பின்தான் கங்கா காதலில் விழுவதைப் போலக் காட்டப்படுகிறது. நாவலின் கடைசிக் கட்டத்தில் தன் காதல் குறித்த தன்னுணர்வு அவளுக்குக் கிட்டுகிறது.

கதையாடலின் மையத் திரி கங்கா பிரபுவைத் தேடிச் செல்லுதல். ஆனால் "பாலுறவு வேண்டாம்" என்று கங்கா கூறுவதிலிருந்து அது பாலியல் தேடல் இல்லை எனும் பட்சத்தில் அதை எப்படி விளங்கிக்கொள்வது? பாலியல்களை ஒழுங்குபடுத்தும், அதன் மூலம் குறிப்பிட்ட வகைகளில் பால் தன்னிலைகளைக் கட்டமைக்கும் சமூகக் கரிசனையாகவே அதைப் புரிந்துகொள்ள வேண்டும். "உன் பொண்ணுக்குச் சமத்து இருந்தால் 'அவனை'யே தேடிப் பிடிச்சு இழுத்துண்டு வந்து, 'இவன்தான் என் புருஷன். இவனோடதான் வாழப் போறேன்னு' சொன்னால் நாம 'வாண்டாம்'னு சொல்லப் போறோம்?" என்கிறார் மாமா.[10] மாமாவின் அந்த உசுப்பேற்றும் வார்த்தைகள்தான் கங்கா பிரபுவைத் தேடுவதன் துவக்கப் புள்ளி. தன்னைத் தொட்டுவிட்ட ஒருவனை மட்டுமே கைப்பிடிக்க முடியும் என்ற பண்பாட்டு நியதியின் அடிப்படையிலேயே தொடக்கத்தில் கங்கா பிரபுவைத் தேடிச் செல்கிறாள். கதையாடலின் போக்கில் பின்னர் அவள் பிரபுவைக் காதலிக்க ஆரம்பிப்பதை வைத்துக்கொண்டு இத்தேடலை ஜெயமோகன் கூறும்வகையில் பெண்ணின் தனித்தன்மையை நோக்கிய தேடல் என்றோ, அவள் பாலியல் தேடல், பாலியல் உரிமை என்றோ பொருள்கொள்ள இடமில்லை.

'சில நேரங்களில் சில மனிதர்கள்' நாவல் வெளிவந்த அதே காலகட்டத்தில், 1970களின் தொடக்கத்தில் தி. ஜானகிராமனின் 'மரப்பசு' நாவல் *கணையாழி* இதழில் தொடராக வெளிவந்து பின் பிரசுரிக்கப்பட்டது (1975). திருமணத்தில் நாட்டமில்லாமல் கலைவாழ்க்கையைத் தேர்ந்தெடுக்கும் ஒரு பெண்ணின் பாலியலைப் புரிபடாத, இலக்கில்லாத ஒன்றாகக் காட்டியது அந்த நாவல் ("உனக்கு என்னதான் வேணும்?" என்ற கேள்வியைப்

பிரதான ஆண் கதாபாத்திரங்கள் அம்மிணியிடம் கேட்கிறார்கள்). திருமணத்துக்கு வெளியே இருப்பதால் இனப்பெருக்கத்திலிருந்தும் தள்ளிவைக்கப்பட்டு ஆகவே பால் சொரியாத 'மரப்பசு'வாக அவள் இருக்கிறாள். கதையாடலில் முதுமைக்கும் சாவுக்கும் ஆளாக முடியாத நிலைக்கு உருவகமாக 'மரப்பசு' சொல்லப்பட்டாலும் இனப்பெருக்கத்தைப் பொறுத்து அதன் சமூகப் பயனற்ற தன்மை அந்த உருவகத்தில் உள்ளிடையாக உள்ளது. திருமணத்தால் முறைப்படுத்தப்படாததால் கதையாடலில் 'வேசித்தனமாக' விவரிக்கப்படும் பெண் பாலியல் இறுதியில் 'ஒருத்திக்கு ஒருவன்' என ஒழுங்குபடுத்தப்படுகிறது. இந்த நாவலிலும் பெண் கதாபாத்திரம் மது அருந்தத் தொடங்குகிறாள். ஆனால் காதலிப்பவனோடு குடும்பம் போன்ற ஒரு வாழ்க்கையில் பாலியல் ஒழுங்குபடுத்தப்படுவதால் அது சிதைவுக்கு ஆளாவதில்லை.

ஜெயகாந்தனின் நாவலைப் போல ஜானகிராமனின் 'மரப்பசு'வையும் பாலியல் சொல்லாடல்கள் பற்றிய நவீன கால விசாரணைகள் நடக்கும் பிரதியாக வாசிக்கமுடியும். பெண்கள் வேலைக்கு என்று வெளியே வரத்தொடங்கிய காலகட்டத்தில் தமிழ் நவீன இலக்கியப் பிரதிகள் பாலியல் சொல்லாடல் களின் பெருக்கத்தில் எவ்வகையில் கவனம் செலுத்தின, பால் தன்னிலைகளை எவ்வகையில் உருவாக்கின என்பது விரிவான ஆய்வுக்கு உரியது. இக்கட்டுரை இப்பணியில் ஒரு அடி எடுத்து வைத்திருக்கிறது.

குறிப்புகள்

1. ஜெயமோகன் 2017.
2. ஜெயமோகன் 2017.
3. Foucault 1978.
4. ஜெயகாந்தன் 2014, 54–55.
5. ஜெயகாந்தன் 2014, 49.
6. ஜெயகாந்தன் 2014, 186.
7. ராஜம் கிருஷ்ணன் 2005, 45
8. ஜெயகாந்தன் 2014, 225,
9. கோபால் ராஜாராம் 2000.
10. ஜெயகாந்தன் 2014, 69.

உதவிய ஆய்வு நூல்கள், கட்டுரைகள், புனைவாக்கங்கள்

Foucault, Michel. *The History of Sexuality*. New York: Pantheon Books, *1978*.

கோபால் ராஜாராம். "ஜெயகாந்தனுடன் ஓர் உரையாடல்: ஒரு பின்னுரை." *திண்ணை*. அக்டோபர் 08, 2000. http://old.thinnai.com/?p=600100816

ராஜம் கிருஷ்ணன். *உயிர் விளையும் நிலங்கள்: குடும்பக் கட்டுப்பாட்டு நடைமுறைகள்*. சென்னை: தாகம், 2005.

தி. ஜானகிராமன். *மரப்பசு*. சென்னை: ஐந்திணை, 1975.

ஜெயகாந்தன். "அக்கினிப் பிரவேசம்". *ஆனந்த விகடன்*, நவம்பர் 20, 1968. இணையத்தில் ஆனந்தவிகடன், ஏப்ரல் 15, 2015. https://www.vikatan.com/arts/literature/105569–

ஜெயகாந்தன். 1970. *சில நேரங்களில் சில மனிதர்கள்*. காலச்சுவடு: நாகர்கோவில், 2014.

6

பால் தன்னிலைகளின் கட்டமைப்பு: வல்லுறவெனும் சமூகச் செயற்பாடு

'சில நேரங்களில் சில மனிதர்கள்' நாவலில் ([1970] 2014) ஜெயகாந்தன் ஆடியிருக்கும் ஆட்டம் 'அக்கினிப் பிரவேசத்'துக்கு (1968) மாறானது. சிறுகதையில் வல்லுறவு என்ற வன்முறை அனுபவத்திலிருந்து, பாலியல் நீக்கப்பட்டதை ஏற்கெனவே சுட்டிக்காட்டியிருந்தேன். ஆனால், நாவலோ எதிர்த்திசையில் செல்கிறது. எதிர்பால் நியதியின் பிரகாரம் அதன் கதையாடல் பாலியலை முறைப்படுத்துகிறது. அத்தகைய முறைப்படுத்தலில் வல்லுறவு பங்கு வகிக்கிறது. ஆனால் கதையாடலி லேயே அதற்கொரு நியாயம் இருக்கிறது. சிறுகதையை ஒட்டி இருந்தாலும் நாவலின் கதையாடலில் வரும் அம்மா வேறொருத்தி. சிறுகதையில் 'கழுவினால் சரியாய்ப்போயிற்று,' எனப் பெண்ணுக்குத் தைரியம் தந்தவள் அல்ல இவள். அதனால் நாவலின் கதையாடல் வல்லுறவுச் சம்பவத்தால் பீடிக்கப்பட்ட வலிமையற்ற பெண் தன்னிலையாக கங்காவை உருவாக்க முனைகிறது. ஆனால் அதே நேரத்தில் வல்லுறவு எப்படி தனித்த ஒன்று அல்ல, சமூகக் களத்தில் பால் துன்புறுத்தலோடு மட்டுமன்றி வேறு ஒத்த செயல்பாடுகளோடான தொடர்ச்சியில் அது உள்ளது என்பதையும் நாவல் தொடர்ந்து அம்பலப் படுத்துகிறது. மேலும் நாவலின் கடைசிக் கட்டங் களில் வல்லுறவின் வேதனை அகற்றப்பட்டு,

வேறொரு பாதையில் ஒரு விடுபடலை நோக்கிப் பெண் தன்னிலை செலுத்தப்படுகிறது.

ஒருவரது நிஜ வாழ்விலும் தனித்த நிகழ்வாக வல்லுறவு தோற்றம் கொள்ளும்போது அல்லது அப்படி முன்வைக்கப் படும்போது மாறாத் தலைவிதி போல அது ஆகிவிடுகிறது. அதற்கு ஆளானவரின் வாழ்க்கையே வல்லுறவு நிகழ்வின் கைப்பிடிக்குள் அகப்பட்டிருப்பதைப் போல. இன்று #MeToo இயக்கத்தால் கைப்பிடியின் இறுக்கம் கூடியிருக்கிறது என்பதையும் கூறவேண்டியிருக்கிறது. வல்லுறவை வன்முறையாகப் பார்க்க வேண்டிய அதே நேரத்தில், அதை மைய வாழ்க்கைத் தருணமாக ஏற்கும்போது, பெண்ணின் நொய்மையான நிலையையும் அப்படியே அதனளவில் சாராம்சமாக ஏற்றுக்கொண்டு விடுகிறோம். மாறாக, வல்லுறவைப் பல பால் பாகுபாட்டுச் சமூகச் செயற்பாடுகளின் தொடர்ச்சியில் வைத்துப் பார்க்கத் தொடங்கும்போது, அதன் 'விதித்' தோற்றம் சற்றேனும் குலைந்துபோகிறது. பெண் தன்னிலையைப் பலப்படுத்தும் சொல்லாடல்களில் இத்தகைய பார்வையை முன்னெடுப்பதே பலன் தரும்.

சமூகச் செயற்பாடு என்பது தனிநபரை அல்லது சுயாதீனத்தை முன்னிறுத்தும் 'நடத்தை'யிலிருந்து, 'நடவடிக்கை'யிலிருந்து வேறுபட்டது. 'சமூகச் செயற்பாடு' எனும்போது தனிநபர் மட்டுமன்றி, எந்த ஒரு அமைப்பையும் முன்நிறுத்தி ஒரு நிகழ்வை விளக்கும் பார்வை புறந்தள்ளப்படுகிறது. சமூக நியதிகளை நிகழ்த்துவதன் வாயிலாகச் சமூக அடையாளத்தை, சமூக இடத்தை (சாதி, பால், இடம் உட்பட) இடையறாது உருவாக்கிக் கொள்ளும், உருவாக்கிக்கொள்ளக் கோரும் செயற்பாடு எனச் சமூகச் செயற்பாட்டை நாம் விளங்கிக்கொள்ளலாம்.[1] நிகழ்த்திக் காட்டுதலின் வாயிலாகத் தன்னிலை உருவாக்கம் நடைபெற்றபடி இருக்கிறது என்பது இத்தகைய செயற்பாட்டைக் குறித்த உள்ளிடையான புரிதல்.

ஜூடித் பட்லர் போன்ற சிந்தனையாளர்கள் வல்லுறவைக் குறிப்பிடுகையில் சமூகச் செயற்பாடு என்று குறிப்பிடுவதுண்டு.[2] ஒரு பெண்ணுக்குப் பிரத்யேகமான பாதிப்பைத் தரும் வன்முறை என்று வல்லுறவைப் புரிந்துகொள்ளும் வழக்கமான பார்வையிலிருந்து விடுபட இந்தப் பயன்பாடு உதவுகிறது. கதையாடலில் கங்காவுக்கு நேர்ந்த வல்லுறவு, அவள் பங்கேற்கும் வேறு பல சமூகச் செயற்பாடுகளின் தொடர்ச்சியில் வைக்கப்படுகிறது. அன்றாடம் அவள் பயணிக்கும் பேருந்து, அலுவலகம், வீடு முதலியவை இவற்றின் களமாகின்றன. பெண் தன்னிலையின் உருவாக்கத்தில் இவை தொடர்ந்து ஈடுபடுகின்றன. ஒரு தளத்தில் அன்றாடத்தில்

அவள் எதிர்கொள்பவை, வல்லுறவு குறித்த ஞாபகத்துக்கு வலுவேற்றி, தன்னிலையின் உருவாக்கத்திலிருந்து அந்த நிகழ்வு நீங்காத வகையில் பார்த்துக்கொள்கின்றன. உதாரணமாக, பேருந்துப் பயணத்தில் அவள் சந்திக்கும் பாலியல் அத்துமீறல்கள், அவளுடைய மாமாவின் விசாரணைக் கேள்விகள் போன்றவை. இன்னொரு புறம், கதையாடலில் சித்தரிக்கப்படும் அத்துமீறல்கள். கங்கா எதிர்கொள்ளும் அத்துமீறல்கள் மட்டுமன்றி, அவள் மாமிக்கு நேரும் துன்புறுத்தலும் வல்லுறவு என்பது தனித்த ஒரு இசைகேடு அல்ல என்பதை வாசகருக்குக் காட்டித் தருகின்றன. இச்சித்தரிப்புகள் மூலம் பெண் உடைமைப்பொருளாக, நொய்மை யானவளாகக் கட்டமைக்கப்படும் சமூகச் சூழலோடு வல்லுறவு 'பொருந்தியிருப்பதை'க் கதையாடல் வெளிப்படுத்திவிடுகிறது. இத்தோடு, கங்கா, அவள் மாமா முதலிய கதாபாத்திரங்களின் எண்ணவோட்டங்களில் வரும் பழமொழிகள், உருவகங்கள், 'மனோதர்மம்' என்ற பெயரில் கங்காவுடைய மாமாவின் போதனை போன்றவை இரண்டாம் தரமான, நொய்மையான பெண் பால் தன்னிலையை உருவாக்கும் பணியில் ஈடுபடுகின்றன.

மொழிச் செயற்பாடுகள்: உருவகங்கள், உபதேசங்கள்

'அக்கினிப் பிரவேசம்' சிறுகதையிலுமேகூட பால் பாகுபாட்டோடு பெண் தன்னிலை எவ்வாறு கடைசியில் கட்டமைக்கப்படுகிறது என ஒரு கட்டுரையில் எழுதியிருந்தேன். அக்கதையின் இடையிலேயே 'வாழை ஆடினாலும் வாழைக்குச் சேதம், முள் ஆடினாலும் வாழைக்குத்தான் சேதம்' என்ற ஒரு பழமொழி தலையைக் காட்டுகிறது. அம்மாவின் எண்ண வோட்டமாக அது வருகிறது. அந்தப் பழமொழியைப் பிடித்துத் தொங்கிக்கொண்டு சிறுகதையின் கரு நிற்பதில்லை. ஆனால், அந்தக் கதையின் பெரும்பகுதியை எடுத்தாளும் 'சில நேரங்களில் சில மனிதர்கள்' நாவலின் கதையாடலை இந்தப் பழமொழியே பின்னாலிருந்து நகர்த்துவது போல் தெரிகிறது. முள்ளால் சேதத்துக்கு ஆளாகும் வாழையாக மட்டுமன்றி முள்ளைத் தேடும் வாழையாகவே கங்கா காட்டப்படுகிறாள்.

இந்த உருவகப் பயன்பாட்டில் பெண்ணுக்கும் வாழைக்கும், ஆணுக்கும் முள்ளுக்குமான உருவகச் சமன்பாட்டை நோக்கினால் வலிமை/ஆதிக்கம் x நொய்மை / அடங்கிப்போதல் என விளக்கம் பெறும். இந்தக் குணாம்சங்கள் ஆணோடும் பெண்ணோடும் தொடர்புறுத்தி எதிரெதிரே நிறுத்தப்படுகின்றன. மட்டுமல்லாமல் இயற்கையை முன்வைக்கும் உருவகம் இது என்பதால் இக்குணாம்சங்கள் இரு பால்களுக்குமான வேறுபட்ட குணாம்சங்களாக, ஆனால் அதே சமயத்தில் இயற்கையானவை யாகக் காட்டப்படுகின்றன.

வாழையிலை–முள் என்கிற உருவகத்தைக் கூர்ந்து நோக்கலாம். முள் வாழையிலையைக் கிழிக்கத்தானே செய்யும்? அதாவது ஆதிக்கம் என்பது உள்ளூறைப் பண்பாக மட்டுமல்லாமல் முள்ளிடமிருந்து வெளிப்பட்டுவிடும் இயல்பான செயற்பாடாகவும் நீட்சி பெறுகிறது. அதாவது இத்தகைய உருவகத்தின் மூலம் ஆணுடனான நெருக்கம் அமைகிற சூழலில் வல்லுறவு முதலிய பாதிப்பைப் பெண் எதிர்கொள்ள நேரலாம் என்ற சாத்தியத்திலிருந்து அத்தகைய பாதிப்பு நேர்ந்தேவிடும் என்ற உறுதிப்பாட்டுக்கு ஒரு சொல்லாடல் வழுக்குதல் (discursive slippage) சட்டென்று நடக்கிறது. பெரிதும் புழக்கத்தில் இருக்கும் பஞ்சு – நெருப்பு உருவகத்தையும் இவ்வகையில் வாசிக்கலாம். இந்தச் சொல்லாடல் வழுக்குதல் பெண்பால் தன்னிலையை நொய்மையான ஊறுபடக் கூடிய தன்னிலையாக மட்டுமல்லாமல் அச்சத்தின் பரப்பில் மேலெழும் தன்னிலையாகவும் கட்டமைக்க முனைகிறது. அத்தோடு அச்சத்தின்பாற்பட்டுத் தற்காத்துக் கொள்ள வேண்டிய நிர்பந்தமும் பெண்பால் தன்னிலையின் உள்ளடக்கமாகிறது.

இதில் கவனிக்க வேண்டிய ஒன்று, வல்லுறவு நேரும் என்ற அச்சம் இல்லாது போனால் அல்லது அத்தகைய அச்சம் சந்தேகத்துக்கு இடமானால் அதை ஒரு முத்திரை போலப் பதிக்கும் செயற்பாடாகவும் வல்லுறவு செயல்படுகிறது. நடந்த வல்லுறவு நிகழ்வுகள் சிலவற்றைப் பேசுதல் இதைப் புரிந்து கொள்ள உதவும். தில்லியில் நிர்பயாவைக் கூட்டு வல்லுறவு செய்தவர்களில் ஒருவரான பேருந்து ஓட்டுநர் கூறியது, "ஒரு கண்ணியமான பெண் இரவு ஒன்பது மணிக்கு வெளியில் சுற்ற மாட்டாள். ஆணைவிடப் பெண்ணுக்குத்தான் வல்லுறவில் பொறுப்பு."[3] பாதிக்கப்பட்டவரையே குற்றஞ்சாட்டுதல் என இந்தக் கூற்றை எளிதாகச் சொல்லிவிடலாம். ஆனால் குறிப்பிட்ட அந்த வன்முறை நிகழ்வுக்கு அப்பாலும் பரந்த விளைவுகளை ஏற்படுத்தும் மொழிச் செயற்பாடாக இக்கூற்றைக் கருத முடியும். அச்சத்தைப் பரப்பாகக் கொண்ட பெண் தன்னிலையை மீளுருவாக்கும் சமூகத்தின் மொழிச் செயற்பாடு இது.

அரியலூர் மாவட்டத்தில் 2016இல் சிறுமி நந்தினிக்கு நடந்த கூட்டு வல்லுறவையும் இங்கே எண்ணிப் பார்க்கலாம்,[4] கருவில் இருந்த குழந்தையின் தகப்பனை, அவரது சாதி அடையாளத்தை நந்தினி பொதுவெளியில் அம்பலப்படுத்திவிடக் கூடாது என்ற முதன்மைக் காரணத்தால்தானே வல்லுறவு நடந்தது? நந்தினியின் வாயில் திணிக்கப்பட்ட துணி பால் அதிகாரத்துக்கான எதிர்ப்பை அடக்குவதாக மாத்திரம் இல்லை. அது சாதி அதிகாரத்துக்கான எதிர்ப்புப் பேச்சைத் தொடக்கத்திலேயே அடக்கிவிடும்

குறியீடாகவும் உள்ளது. வல்லுறவுச் செயற்பாடும் அத்தோடு தொடர்புடைய இத்தகைய குறியீடுகளும் குற்றலைகளைப் போல அச்சத்தை உள்ளடக்கமாகக் கொண்ட பெண் தன்னிலைகளைப் பெருக்க வல்லன.

நந்தினி கடத்தப்பட்டவுடன் காவல் துறையிடம் புகார் செய்திருக்கிறார் அவரது தாயார் ராஜகிளி. ஆனால் புகார் உடனே ஏற்கப்படவில்லை. பிறகும் விசாரணை குறித்து விசாரிக்கச் சென்ற அவர் குடும்பத்தை "ஏளனத்துடன்" நடத்தியிருக்கிறது காவல் துறை. ராஜகிளியிடம் காவல்துறையினர் பெண்ணைக் கண்டுபிடித்துவிடுவோம், ஆனால் "முள்ளில் விழுந்த சேலையை மெதுவாகத்தான் எடுக்க முடியும்" என்று கூறியிருக்கிறார்கள்.[5] 'அக்கினிப் பிரவேச'த்தில் பெண்ணின் அம்மாவின் கூற்றாக வருகிற அதே போன்ற உருவகம். இலக்கியத்திலும் அது விசாரிக்கும் அன்றாட வாழ்விலும் பரவி விரவியிருக்கும் பாலியல் அரசியலின் பிரசன்னத்தின் மொழித் தருணம்.

'அக்கினிப் பிரவேசம்' சிறுகதையில் கதையாடலின் போக்கில் இன்னொரு முக்கியமான உருவகம் வருகிறது. அது இடியோசை. சிறுகதையில், இளைஞன் அந்தப் பெண்ணோடு காரில் வல்லுறவு கொள்ளும் இடத்தில் "வானம் கிழிந்து அறுபட்டது! மின்னல்கள் சிதறித் தெறித்தன! இடியோசை முழங்கி வெடித்தது! ஆ! அந்த இடி எங்கோ விழுந்திருக்க வேண்டும்" என்று விவரிக்கப்படுகிறது. அந்த நிகழ்வுக்குப் பின் உடனடியாக வீட்டுக்குப் போக வேண்டும் என்று அவள் பதறுகிறாள்.

'சில நேரங்களில்' நாவலின் முதல் அத்தியாயத்தில் (தன்னுடைய) இந்தக் கதையை ஒரு பேருந்துப் பயணத்தில் கங்கா வாசிப்பதாக வருகிறது. இப்பயணத்தின்போது வெளியே மழை பெய்கிறது. தன்மேல் சாய்பவனிடமிருந்து தப்பித்து கங்கா பேருந்து இருக்கையில் அமர்கையில் இடி இடிக்கிறது. அப்போது அவள் பத்திரிகையில் வாசித்துக்கொண்டிருக்கும் கதையிலும் "வானம் கிழிந்து அறுபட்டது! இடியோசை முழங்கி வெடித்தது" என 'அக்கினிப் பிரவேச'த்தின் வர்ணனை தரப்படுகிறது.[6] மழையும் இடியும் பல வருடங்களுக்கு முன்னான ஒரு மழைப் பொழுதுக்குள் அவள் நினைவை நகர்த்துகின்றன. கங்கா வாசிக்கும் கதையின் அத்தியாயமும் "இடி எங்கோ விழுந்திருக்க வேண்டும்" என்று 'அக்கினிப் பிரவேசம்' கதையில் வருவதுபோல் முடிகிறது. ஆனால், கதையை வாசிக்கும் கங்காவின் எண்ணம் நிற்காமல் அதையொட்டித் தொடர்கிறது. "வேறு எங்கேயும் இல்லை – அந்த இடி என் தலையிலேதான் விழுந்தது" என்று தன்கூற்றாக வருகிறது.[7]

ஏன் காரில் வல்லுறவு நடக்கும்போது 'இடி விழுந்திருக்க வேண்டும்' எனச் சிறுகதையில் உருவகப்படுத்தப்படுகிறது? நாவலில் பெண் கதாபாத்திரத்தின் தன்கூற்றாக ஏன் இடி அவள் தலையில் விழுந்ததாகக் கூறப்படுகிறது? வல்லுறவை இலக்கியப் புனைவில் சொல்வது 'தகுமுறை' இல்லை என்பதாலா? இந்த உருவகப் பயன்பாட்டை அவ்வகையில் புரிந்துகொள்வது எளிய பொருட்கோடலாக இருக்கும். இடி எனும் கூறு நாவலின் கதையாடலின் பல்வேறு உள்மடிப்புகளை நம் பார்வைக்குக் கொண்டுவருகிறது. காத்திரமான கதையாடல் உத்தியாக அது பயன்படுகிறது. கதையாடலில் "இடி" இருவகைகளில் பயன்படுத்தப்படுகிறது. ஒன்று, அது இயற்கை நிகழ்வு என்பதால் ஒருவகையில் காரில் நடந்த வல்லுறவு இயற்கையானதாக, இயல்பானதாக அடையாளப்படுத்தப்படுகிறது. இரண்டு, 'இடி தலையில் விழுந்தது' என்ற விவரணை இயற்கையின் அசம்பாவித மாக, அச்சுறுத்தலாக உள்ளதையும் காட்டுகிறது.

நாவலில் "இயற்கை" கங்காவின் மாமாவின் சொற்களில் ஆண், பெண் "மனோதர்மத்தைப்" பேசும் வேறொரு இடத்தில் வருகிறது:

> இயற்கையிலேயே அந்த விஷயத்திலே ஆண்களுக்கும் பெண்களுக்கும் அடிப்படையான வித்தியாசம் உண்டாம்! ஆண்கள் ஏகபத்தினி விரதனாக இருக்கறதும், பலரைக் கல்யாணம் பண்ணிக்கறதும் அவன் அவனோட மனோதர்மத்தைப் பொறுத்ததாம். ஆனால், பெண்கள் ஒருத்தனையே கைப்பிடிச்சு அவனுக்கே உண்மையா இருக்கணுங்கறதைத் தவிர இயற்கையிலேயே வேற வழி கிடையாதாம்..."[8]

இதன் அடிப்படையில் 'இடி விழுந்தது' என்ற உருவகம் பொருத்திப் பார்க்கத்தகும். காரில் வல்லுறவுக்கு ஆளாகுபவள் மணமாகாத பெண். அவள் தன்னைத் தொட்டவன் அல்லாது இன்னொருவனைக் கைப்பிடித்துவிடுகிற சாத்தியம் இருக்கிறது. எதிர்பால் நியதியின் அடிப்படையில் அமைந்த சமூகம் ஆண்பால், பெண்பால்களுக்கு விதித்திருக்கும் வரைமுறைகளுக்கு மாறானது இது. இதனால் உருவாகும் பண்பாட்டுப் பதற்றம் அபாயகரமான இயற்கையின் உருவகச் சுட்டுதலாக வருகிறது.

கங்காவின் மாமாவுடைய வார்த்தைகள் பண்பாட்டில் ஆழமாக வேரூன்றியிருக்கும் பாலியல் அரசியலின்பாற்பட்டவை. பெண் ஒருவனையே கைப்பிடிக்க வேண்டும், உண்மையாக இருக்க வேண்டும், ஆனால் ஆண்களுக்கு அப்படியல்ல என்பது அது. ஆனால் பால்களுக்கிடையில் ஏற்படுத்தப்பட்டிருக்கும் வித்தியாசத்தின் பண்பாட்டு மூலத்தை அவர் வார்த்தைகள் 'இயற்கை' என்பதன் மூலம் மறைத்துவிடுகின்றன. எதிர்பாலியல்

உறவு கேள்விக்கு அப்பாலான நியதியாக, இயற்கையானதாகக் கருதப்படுவதோடு அது சமூகம் நிர்ணயிக்கும் வேறு சில வரைமுறைகளுக்கும் உட்படுத்தப்பட்டிருக்கிறது. தர்மம், சாஸ்திரம் என்ற பெயரில் ஒருத்திக்கு ஒருவன் போன்ற உபதேசங்கள் மாமாவின் வாயிலாக மொழியப்படுகின்றன. மொழிசார்ந்த சமூகச் செயற்பாடுகளாக இந்த போதனைகள் கங்கா எனும் பெண் தன்னிலையின் கட்டமைப்பில் பங்கேற்கின்றன.

காரில் நேர்ந்த வல்லுறவு சமூகம் வரையறுத்த ஒழுக்க விதிகளுக்கு அப்பாற்பட்டதாக, அதாவது பெண்ணின் திருமணத் துக்கு முன்பு அந்நியன் ஒருவனால் நிகழ்த்தப்படுவதால் சிதைவுப் பாதையின் தொடக்கமாகக் காட்டப்படுகிறது. நாவலின் முதல் அத்தியாயத்தில் கங்கா (தன்) கதையைப் படிக்குமிடத்தில் "இடி" வருகிறது. முதல் அத்தியாயத்துக்குப் பின்னர் நாவல் முழுக்க கங்காவின் சிதைவு விதவிதமாக விவரிக்கப்படுகிறது.

'இடி' எனும் உருவகத்தால் சுட்டப்படும் வல்லுறவு பெண்ணின் சிதைவுப்பாதையில் முதல் கல்லைப் பதிக்கிறது. ஆனால் பெண்ணுக்கு மட்டும்தான் வல்லுறவு நேர்கிறதா? நாவலில் வேறொரு வல்லுறவு மங்கலாக வருகிறது. சில வாக்கியங்களில் மாத்திரமே குறிப்பிடப்படுகிறது. "ஐ வாஸ் ஸ்பாயில்ட் அட் மை டுவெல்வ்த் இயர்!" என்று பிரபு கங்காவிடம் தெரிவிப்பது அது.[9] தாயை இழந்த தன்னை வளர்த்த ஆயாவின் மகளால் "ரேப்" செய்யப்பட்டதாக, அதனால் சிறு வயதிலேயே தான் "கெட்டுப்போய்விட்ட"தாகப் பிரபு கூறும் இடம் அது. ஆனால், தேநீர் அருந்துவதைப் போன்ற ஒரு சாதாரண சம்பவமாக இத் தகவல் வந்துபோகிறது.

என் வாசக, எழுத்தாள நண்பர்கள் சிலரிடம் இந்த நாவலைப் பற்றி நான் விவாதித்துக்கொண்டிருந்தபோது அதில் வல்லுறவு எங்கேயெல்லாம் வருகிறது என்று கேட்டேன். யாருக்குமே பிரபுவின் சிறுவயதில் நேர்ந்த இந்த வல்லுறவு நினைவுக்கு வரவே இல்லை. அதேபோல இந்த நாவலைப் பற்றி எழுதி யிருக்கும் ஜெயமோகன் கட்டுரையிலும் (2017), செம்பதிப்பில் சுரேஷ்குமார இந்திரஜித் முன்னுரையிலும்கூட (2014) இந்தச் சம்பவம் குறித்து எதுவும் சுட்டப்படவில்லை. நாவலிலும் இது பெரிதாகப் பேசப்படாததால் வாசகர்கள் மனதில் இது பதிய வில்லைபோல.

இங்கே நாம் யோசிக்க வேண்டியது, ஆணுக்கு நேர்கிற வல்லுறவு ஒரு சாதாரண சம்பவமாகக் கதையாடலில் கடக்கப் படும்போது, பெண்ணுக்கு நேரும் வல்லுறவு எவ்வாறு 'இடி' இறங்குவதாகக் காட்டப்படுகிறது என்பதைத்தான். சொல்லப்

போனால் சிறுவனுக்கு நேர்கிற இந்த வன்முறை அவனது பாலியல் வாழ்க்கைக்கு ஒரு தீட்சை போல இருக்கிறது. தனக்கு நேர்ந்த இந்த வன்முறையைப் பற்றி கங்காவிடம் அவன் பகிர்ந்துகொண்டவுடனேயே அவன் ஹைஸ்கூலிலேயே தனக்குக் "காலேஜ் லெவலில்" பெண் சிநேகிதிகள் கிடைத்ததைப் பற்றிக் கூறுகிறான். பலவந்தத்தால் நேர்ந்த இந்த தீட்சை போன்ற ஒன்று, எதிர்பாலியல் உறவைத் தேடி அலையும் ஆண் தன்னிலையாகப் பிரபு கட்டமைக்கப்படுவதற்கு ஒரு தொடக்கத் தருணமாக உள்ளது. ஆனால் கங்காவின் வாழ்க்கையைப் பார்க்கும்போது காரில் நடந்த நிகழ்வுக்குப் பிறகு அவளுக்கு அடுத்த பாலியல் உறவுக்கு எந்தச் சந்தர்ப்பமும் கதையாடலில் தரப்படுவதில்லை. அவளோடு வல்லுறவு கொண்ட பிரபுவை அவள் மீண்டும் சந்திக்கும்வரை.

"இடி என் தலையில் விழுந்தது" என்ற வாக்கியத்தில் கங்காவின் வாழ்க்கை முடிந்துவிட்டதுதான் சுட்டப்படுகிறது. கிட்டத்தட்ட அவள் சாவைப் போல. நாவலில் அந்த நிகழ்வுக்குப் பின் அவள் அம்மாவே "செத்துப் போயேண்டி" என்று சொல்லி ஓங்கி அறைகிறாள்.[10] கங்காவின் வாழ்க்கையே 'வீணாகப் போனதாக,' 'பாழாகப் போனதாக' அவள் அம்மாவின் வார்த்தைகளில் வெவ்வேறு கட்டங்களில் உரைக்கப்படுகிறது.[11] ஆனால் பிரபுவின் வாழ்க்கையை எடுத்துக்கொண்டால் அது வீணாகப்போகும் விதம்கூட வல்லுறவு சார்ந்து அல்லாமல் வேறு விதங்களில் அவனது ஊதாரித்தனம், பொறுப்பின்மை போன்றவற்றால் நடக்கிறது. பிரபு மன உளைச்சலுக்கு ஆளாகும், தன் வாழ்க்கையையே முடித்துக்கொள்ள நினைக்கும் இடம் ஒன்று நாவலில் வருகிறது. அது எதற்காக என்று பார்க்கும்போது ஆண், பெண் பால்களுக்கென்று, இரண்டு பால்களின் வாழ்வு நோக்கங்களுக்கு என்று நம் சமூகத்தில் தரப்பட்டிருக்கும் பாரிய வேறுபாடு புரிகிறது. கிளப்பில் சீட்டுக்கட்டு ஆட்டத்தில் ஒரு சீட்டை மாற்றி வைத்தது பிற ஆட்டக்காரர்களுக்குத் தெரிந்துவிட்டதால் அவர்களால் ஏளனம் செய்யப்படுகையில் அவன் தற்கொலை செய்துகொள்ள நினைக்கிறான்.[12] அதாவது, அவனுடைய 'கனவான்' என்ற சுயஅடையாளத்துக்கான சிக்கல் கூடக் கேளிக்கையான சீட்டாட்டத்தைப் பொறுத்துத்தான் நேர்கிறது.

ஓர் ஆணுக்கு, அதுவும் அவன் சிறுவனாக இருந்தபோது, நேர்கிற வல்லுறவு சாதாரணமான, கடந்துவிடக்கூடிய அனுபவமாக முன்வைக்கப்படும்போது பதினேழு வயதுச் சிறுமிக்கு நேரும் வல்லுறவு முக்கியத்துவம் பெறுகிறது. ஏற்கெனவே குறிப்பிட்டபடி இந்த வல்லுறவுச் செயற்பாடு

முதன்மைப்படுத்தப்பட்டு அதன் அஞரோடு கூடிய நொய்மையான பெண் தன்னிலையை கதையாடல் வடிவமைக்கிறது. ஆனால் சிறுவனுக்கு நேர்ந்த வல்லுறவு ஆண் தன்னிலைக் கட்டமைப்பில் இலேசாகக்கூடப் பேசுபொருளாவதேயில்லை. இந்த வித்தியாசம் கவனத்துக்குரியது.

அதே சமயத்தில் ஏற்கெனவே குறிப்பிட்டபடி, வல்லுறவு பிற சமூகச் செயற்பாடுகளோடு இணைத்துக் காட்டப்படுகிறது. இது நாவலின் வலுவான, பெண் சார்பான அம்சம். வல்லுறவு என்பதை மாற்ற முடியாத விதி போல அமைத்து அதைச் சுற்றியே கங்காவின் வாழ்க்கையை நாவலின் கதையாடல் தீர்மானிப்பதைப் போலத் தோன்றினாலும், 'கீழ்நிலையில்' பெண் தன்னிலையைக் கட்டியமைக்கிற மொழிச் செயற்பாடுகளை, இவற்றில் ஈடுபடும் குடும்பம் உள்ளிட்ட நிறுவனங்களைக் கதையாடல் நமக்குக் காட்டியும் தருகிறது.

மொழிச் செயற்பாடுகள் பெண் தன்னிலையை இரண்டாம் நிலையில் கட்டமைக்கும்போது, இந்தக் 'கீழ்நிலையை' இயற்கை யான பால் தன்மையாகக் காட்டுகின்றன. கங்காவின் மாமா அவளிடம் "நீ இயற்கையிலேயே எவ்வளவு கீழ்த்தரமான குணம் உடையவள்னு தெரியிறதா? ஏன்னா, யாருன்னே தெரியாத ஒருத்தனுக்கு அவ்வளவு சுலபமா எப்படி உன்னாலே இணங்க முடிஞ்சது?" என்று ஓரிடத்தில் கேட்கிறார்.[13] இன்னொரு இடத்தில் "... அவன் உன்னை பலாத்காரமா செஞ்சான்? உன்னை மாதிரிப் பெண்களை எவனும் பலாத்காரம் செய்ய வேண்டாம்"[14] என்கிறார். இப்படியான பெண்ணுக்கு இதுதானே நடக்கும் என்று இக்கூற்று களில் நியாயப்படுத்தப்படுகிறது. வல்லுறவு பற்றிய சொல்லாடல் களில் அது சமூகச் செயற்பாடாகத் துலங்கும் இடம் இது.

வாழ்க்கையில் சந்திக்கும் மனிதர்களின் தோற்றத்தைக் கதையில் அப்படியே பார்க்க முடியாவிட்டாலும் அது மாதிரி தோற்றத்தை உருவாக்குதல் பற்றி ஜெயகாந்தன் முன்னுரையில் எழுதியிருக்கிறார்.[15] அதனால் எழுதிய எழுத்தாளரின் பார்வையி லிருந்து பார்க்கும்போது இந்த நாவலே கங்கா எனும் பெண் கதாபாத்திரத்தின் கதை என்று மட்டுமில்லாமல் பால் அரசியல் மயமான சமூக வாழ்க்கையின் தோற்றமும்தானே!

நொய்மையான தன்னிலையும் காதல் எனும் விடுவிப்பும்

கங்கா ஒரு பாத்திரமாகப் பங்குபெறும் சமூகச் செயற் பாடுகள்—அவள் அன்றாடம் மேற்கொள்ளும் பேருந்துப்பயணம், தொடர்ந்து மாமா அவளுக்குச் செய்யும் போதனை, விசாரணை போன்றவை—அவளை தன்னிடம் "சீப்னஸ்" இருக்கிறதா என

எண்ணவைக்கின்றன. தான் கீழ்த்தரமான குணமுடையவள் தானா என கங்காவே நினைக்கிறாள்.[16] அத்தோடு தான் பிறருக்கு இப்படித்தான் தோன்றுகிறோம் என்று அவள் எண்ணத் தொடங்குகிறாள். 'கீழ்நிலையில்' வைக்கப்படும் பெண்தன்மையை அவளைச் சுவீகரிக்க வைக்கின்றன அன்றாடச் செயற்பாடுகள். இதனாலேயே, எல்லா ஆண்களும் தன்னிடம் அத்துமீறல் ("மிஸ்பிஹேவ்") செய்யத் தயாராக இருப்பதாக அவளுக்குப் படுகிறது. இதில் பஸ் கண்டக்டரும் உண்டு. மீதிப் பேரிடம் சில்லறை வாங்கும்போதும் கொடுக்கும்போதும் விரல்களைத் தொட்டுத் தராத கண்டக்டர் அவளிடம் மட்டும் விரல்களைத் தொட்டுக் கொடுக்கிறான்.[17] ஆண்களை நினைத்தால் அருவருப்பாக இருக்கிறது என்று அவள் நினைப்பதும் கரப்பான் பூச்சிகளாக அவர்களை உருவகிப்பதும் அந்த இடத்தில்தான்.

பிரபுவும் முதலில் அவளுக்குக் கரப்பான் பூச்சியாகத்தான் தோன்றுகிறான். மாமாவின் 'ஒருத்திக்கு ஒருவன் மட்டும்தான்' என்ற உபதேசத்தின் பிரகாரம் "புருஷன்" வேண்டும் என்றுதான் கங்கா பிரபு என்கிற 'கரப்பான் பூச்சி'யைத் தேடிப் போகிறாள்.[18] ஆனால் ஏதோ ஒரு கட்டத்தில் அவளுக்கு அவன்மேல் காதல் வருகிறது. நம் சமூக மதிப்பீடுகளின்படி கனவானாக அவன் இருப்பதால் அவள் ஈர்க்கப்படுகிறாள்போல என்று வாசகருக்குத் தோன்றக்கூடும். அவள் மேல் அவன் காட்டும் அக்கறையை எண்ணிப் பார்க்கிறபோது எழுத்தாளர் ஆர்.கே.வி அவனைக் கனவான் என்று சொன்னதை அவள் நினைப்பதாகவும் வருகிறது.[19] அதே நேரத்தில் அவனுடைய பிம்பம் அவளைப் பொறுத்த வரை கனவானாக மட்டுமன்றி வேறொன்றாகவும் மாறுகிறது என்பது நோக்கத்தக்கது. ஆண்பிள்ளையோடு பேசுவது போலவே தோன்றவில்லை. அவளைவிட பலம் குறைந்தவனாக, சின்னப் பையனைப் போல அவளுக்கு அவன் தெரிய ஆரம்பிக்கிறான்.[20]

கங்காவைப் பொறுத்து பிரபு என்ற கதாபாத்திரத்தின் படிப்படியான இந்த மாறுதல்களைக் கணக்கிலெடுத்துக்கொள் ளாமல், நாவலின் கடைசியில் கங்கா அவனோடு உறவுகொள்ள விழைவதை மட்டும் பார்ப்பது பிரதியை அணுகப் போதுமானதாக இருக்காது. கங்காவின் காதலை அடியொற்றித்தான் அவளது பாலியல் விழைவைக் கதையாடல் முன்னிறுத்துகிறது. சொல்லப் போனால் பிரபுவிடம் அவள்கொள்ளும் காதல் / ஈர்ப்பு முன்பை விட வலுமிக்கவளாக அவளை மாற்றுகிறது. எந்த ஆணும் தன்னிடம் "மிஸ்பிஹேவ்" செய்யக்கூடும் என்ற எண்ணம் கடந்த கால எண்ணமாகப் பின்தங்குகிறது.[21] அவனுடனிருப்பது பலவந்தத்துக்கு இணங்கும் தன் "பலவீன"த்திலிருந்தும் தன்னை மீட்டுவிடும் என்று நம்புகிறாள்.[22] அவனோடு தொடர்பு வலுப்

படும்போது தன் மாமாவை அவள் எதிர்கொள்ளும் விதமும் மாறிவிடுகிறது. தன்னை அடிக்க வரும் மாமாவை அவளால் இப்போது தடுத்து நிறுத்த முடிகிறது.

கதையாடலில் இயற்கையிலேயே வலுவானதாகவும் நொய்மையானதாகவும் அமைந்ததாக முறையே கட்டியமைக்கப் படுகிற ஆண்பால், பெண்பால் தன்மைகளைச் சற்றேனும் கலைப்ப தாகக் காதல்தான் இருக்கிறது. எதிர்பாலியல் காதல் என்றாலும் காதல்தான் இந்த அடையாளங்களின் குணாம்சங்களைச் சற்றேனும் பிரச்சினைக்குள்ளாக்குகிறது. பிரபுவைச் சின்னப் பையன் என்றும் தன்னைப் பலம் பெற்றவளாகவும் அவள் யோசிப்பதை இங்கே இணைத்துப் பார்க்கலாம்.

பிரபுவுக்கும் கங்காமேல் ஈர்ப்பு இருக்கிறது. கங்காவின் எண்ணவோட்டமாக அதுவும் சுட்டப்படுகிறது.[23] ஆனால், நாவலின் கடைசிக் கட்டத்தில் பிரபு அவள் விழைவை மறுப்ப தாகவும் அவளிடமிருந்து விலகுவதாகவும் வருகிறது. விளைவாக அவள் குடிப்பழக்கம் அல்லது ஜெயமோகனின் வார்த்தைகளில் கூறினால் அவள் “சிதைவின்” தொடக்கம்.வல்லுறவு என்ற கடந்த காலத் தீய நிகழ்வின் நினைவுப் பிடியிலிருந்து அவனுடைய காதல் தப்பிக்க முடியாததால் கங்காவுக்கு நேர்ந்த விளைவு இது எனக் கருதுகிறேன். வல்லுறவின் காரணமாகத்தான் கங்கா பிரபுவைத் தேடி வருகிறாள்; தனக்கு ஏற்கெனவே அவனோடு கல்யாணம் ஆகிவிட்டதாகத் தான் கருதுவதை அவனிடம் கூறுகிறாள். என் பெயரோடு உன்னைச் சேர்த்து அசிங்கப் படுத்திக்கொள்ளாதே என்கிறான் பிரபு.[24] ‘காரில் நடந்த அந்தச் சம்பவத்தால்தான் அவனைத் தேடி வந்தாள், அவனோடு இருக்க நினைக்கிறாள்’ என்பதே பிரபுவைப் பொறுத்தவரை உறவுக்கு ஒரு முட்டுக்கட்டை. ஏனெனில் அவள் அவனைத் தேடிவரும் பின்னணியை வைத்துப் பார்த்தால், இருவருக்கும் இடையிலான விழைவை அவன் அங்கீகரித்தால், ‘ரேபிஸ்ட்’ அடையாளத்தை அவன் ஏற்பதாகத்தானே அது இருக்கும்? பிரபு அந்த அடையாளத்தை சுவீகரிக்க மறுக்கிறான். அசந்தர்ப்பமாகிவிட்ட அவர்களுக்கிடையிலான முதல் சந்திப்பை மனதில்கொண்டே அவன் விலகுகிறான் என்ற சமிக்ஞையைத்தான் பிரதி தருகிறது.

கடைசியில் தொலைபேசியில் அவர்கள் பேசும்போது இப்படியோர் உரையாடல் வருகிறது

> “ஐ ஹாவ் லாஸ்ட் மை ஸெல்ஃப்—நான் என்னை இழந்துட்டேனே. இது உங்களுக்குத் தெரியலியா?”
>
> “நோ நீ உன்ன இழக்கலே. ஒரு தடவை நான் அப்படி நினைச்சது எவ்வளவு பெரிய தப்புன்னு நான் புரிஞ்சிக்கிட்டவன். மறுபடியும்

அப்படி நினைச்சு இன்னொரு பெரிய தப்பைச் செய்ய நான் தயாரா இல்லை ...”[25]

அவர்களின் முதல் சந்திப்பில் நிகழ்ந்த வல்லுறவெனும் சுருதி பேதம் அர்த்த பேதமாக இந்த உரையாடலில் ஒலிக்கிறது. அவள் வார்த்தைகளில் அவள் இழப்பு என்று கூறுவது தன்னை அவனிடம் ஒப்புக்கொடுத்திருப்பதுதான். அதனால்தான் அவள் மருகுகிறாள். ஆனால் அவன் இழப்பு என்பதை அவளது நிலை தடுமாறுதலாக அர்த்தப்படுத்திக்கொள்கிறான். அப்படி அவன் பொருள்கொள்வதன் பின்னணியில் வல்லுறவின் ஞாபகம் இயங்குகிறது. கூர்ந்து வாசித்தால் நாவலின் கடைசிக் கட்டமான இந்த இடத்தில் வல்லுறவெனும் தீய நிகழ்வின் நினைவிலிருந்து சட்டென அவள் விடுவிக்கப்பட்டவளாக, அதிலிருந்து வெளிவந்தவளாகத்தான் அவள் இருக்கிறாள். ஆனால் அவனோ அதில் இன்னும் வல்லுறவைச் செய்தவனாகச் சிக்கிக்கொண்டிருக்கிறான். அதனாலேயே அவன் அகத்தின் காதல் மடை அவளை நோக்கித் திறக்கப்படுவதில்லை.

காலங்காலமாக தீரவே தீராத நிறைவேறாத காதலால் குடியில் புதைந்துபோன காவிய நாயகர்களின் வரிசையில்தான் கங்காவை இணைத்துவைத்துப் பார்க்க முடிகிறது. கடைசியில் அவள் வந்து சேர்ந்த இடத்தை அவளது சிதைவின் தொடக்கமாக நாம் கருதினால் அவள் பாலியல் தேடலாலோ, சுய கௌரவம், சுய அடையாளம் போன்றவை மறுக்கப்பட்டதாலோ அது நேர்வ தில்லை. காதலின் கைகூடாமையினால்தான் அது நடக்கிறது. இதுவரையிலான புனைகதை மரபில் ஆண்களுக்கு மட்டுமே அனுமதிக்கப்பட்ட சுயசிதைவின் வழி அது. ‘சில நேரங்களில் சில மனிதர்களில்’ முதன்முதலாகப் பெண் கதாபாத்திரத்துக்கு அந்த வழி திறக்கப்பட்டிருக்கிறது.

இந்த நாவலின் புதுமை ஆணைப் போலவே பெண்ணுக்கும் சமத்துவச் செய்கையாக, குடிப் பழக்கத்தைக் காட்டித்தந்ததல்ல. குடி தொடக்கிவைக்கும் சுயசிதைவின் பாதை, ஒரு நாயகனை இட்டுச்செல்வது போலவே ஒரு நாயகியையும் சோகக் காவிய சிம்மாசனத்துக்கு இட்டுச்செல்கிறது என்பதே இதன் சிறப்பு. பெண் தன்னிலையைக் ‘கீழ்நிலையில்’ நிறுவ முனையும் வல்லுறவு வேறு பல சமூகச் செயற்பாடுகளையும் போல மற்றுமொரு செயற்பாடு எனக் காட்டித்தருகிற முதன்மையான நவீன இலக்கியப் பிரதியாக இந்நாவல் விளங்குவதோடு மட்டுமல்லாமல் பெண் கதாபாத்திரம் புழங்கக்கூடிய புனைவுவெளியை அது முன்னெப்போதுமில்லாத வகையில் விஸ்தரித்திருக்கிறது. ஒரு செவ்வியல் ஆக்கமாக இந்த நாவல் திகழ்வதற்கு அது இன்றியமை யாத காரணம்.

குறிப்புகள்

1. குறிப்பிட்ட வரலாற்றைக் கொண்ட, பண்பாட்டில் அர்த்த பூர்வமான சமூகச் செயலை சமூகச் செயற்பாடு எனப் பரந்து, எளிமைப்படுத்திப் புரிந்துகொள்ளலாம். அணியும் உடை, வெளிப்படுத்தும் உடல் மொழி, பேச்சுவழக்குகள், சைகைகள் போன்ற எல்லாமே இத்தகைய சமூகச் செயல் என்ற அடிப்படையில் வரும். இடையறாது நிகழ்த்தப்படும் சமூகச் செயல்களால் சமூக நியதிகள் சுட்டப்படுகின்றன, மீள் உருவாக்கம் செய்யப்படுகின்றன. இவற்றின் வாயிலாகத் தன்னிலை உருவாக்கங்களும் நடக்கின்றன. ஜூடித் பட்லரின் ஒரு நூலிலிருந்து (2002) கிடைக்கும் புரிதல் இது.

2. பார்க்க ஜூடித் பட்லருடனான நேர்காணல். Ian Angus, "Interview with Judith Butler: 'Gender Is Extramoral,'" *MR online*, May 16, 2009. https://mronline.org/2009/05/16/interview-with-judith-butler-gender-is-extramoral/

3. Indrani Basu, "Nirbhaya's Rapist Blames Her For December 16 Brutality," *Huffington Post*. March 02, 2015. https://www.huffingtonpost.in/2015/03/02/nirbhaya-rapist-december-n_6782062.html

4. Priyanka Thirumurthy, "Anatomy of a forgotten rape: A year since Nandhini was killed, justice remains elusive," *The News Minute*, May 02, 2018. https://www.thenewsminute.com/article/anatomy-forgotten-rape-year-nandhini-was-killed-justice-remains-elusive-80552

5. Priyanka Thirumurthy, "Anatomy of a forgotten rape: A year since Nandhini was killed, justice remains elusive," *The News Minute*, May 02, 2018. https://www.thenewsminute.com/article/anatomy-forgotten-rape-year-nandhini-was-killed-justice-remains-elusive-80552

6. ஜெயகாந்தன் 2014, 29.

7. ஜெயகாந்தன் 2014, 29.

8. ஜெயகாந்தன் 2014, 56.

9. ஜெயகாந்தன் 2014, 199.

10. ஜெயகாந்தன் 2014, 38.

11. ஜெயகாந்தன் 2014, 39.

12. ஜெயகாந்தன் 2014, 299–301.

13. ஜெயகாந்தன் 2014, 58.
14. ஜெயகாந்தன் 2014, 60.
15. ஜெயகாந்தன் 1970, 5.
16. ஜெயகாந்தன் 2014, 77–79.
17. ஜெயகாந்தன் 2014, 77.
18. ஜெயகாந்தன் 2014, 79.
19. ஜெயகாந்தன் 2014, 127.
20. ஜெயகாந்தன் 2014, 135.
21. ஜெயகாந்தன் 2014, 141.
22. ஜெயகாந்தன் 2014, 196.
23. ஜெயகாந்தன் 2014, 173.
24. ஜெயகாந்தன் 2014, 129–130.
25. ஜெயகாந்தன் 2014, 357.

உதவிய ஆய்வு நூல்கள், கட்டுரைகள், புனைவாக்கங்கள்

Butler, Judith. 1990. *Gender Trouble: Feminism and the Subversion of Identity*. New York:Routledge, 1999.

சுரேஷ்குமார இந்திரஜித். "ஒரு பெண்ணின் உளவியல்." *சில நேரங்களில் சில மனிதர்கள்*. ஜெயகாந்தன். காலச்சுவடு: நாகர்கோவில், 2014.

ஜெயகாந்தன். "அக்கினிப் பிரவேசம்". *ஆனந்த விகடன்*, நவம்பர் 20, 1968. இணையத்தில் ஆனந்தவிகடன், ஏப்ரல் 15, 2015. https://www.vikatan.com/arts/literature/105569–

ஜெயகாந்தன். முன்னுரை. *சில நேரங்களில் சில மனிதர்கள்*. மதுரை: மீனாட்சி புத்தக நிலையம், 1970.

ஜெயகாந்தன். *சில நேரங்களில் சில மனிதர்கள்*. ஜெயகாந்தன். காலச்சுவடு: நாகர்கோவில், 2014.

ஜெயமோகன். "சில நேரங்களில் சில மனிதர்கள்: ஒரு கழுவாய்." மே 12, 2017. https://www.jeyamohan.in/98338#.XcXlV5pKizd

7

பொள்ளாச்சி வன்முறையில் குடும்ப ஒழுங்கு: தண்டனை/ அவமானம்

இந்த வருடம் (2019) பொள்ளாச்சியில் ஒரு ரௌடிக் கும்பல் பல இளம்பெண்களோடு நட்போடு பழகி, நம்பிக்கையை உருவாக்கி, அவர்களுடனான நெருக்கமான தருணங்களை வீடியோ எடுத்து, அதை வைத்து மிரட்டி, பணம் பறித்து என்று தொடர்ந்து செய்த வன்முறைச் செயல்கள் அம்பலமாகியிருக்கின்றன. மார்ச் மாதம் நூற்றுக்கும் மேம்பட்ட பெண்கள் சிபிசிஐடியிடம் தொலைபேசியில் தொடர்புகொண்டு இந்தத் தொடர் பாலியல் கொடுமை குறித்துப் புகார் அளித்தார்கள்.[1] பொள்ளாச்சி பயங்கரத்தைப் பொறுத்தவரை ஒரு வீடும் களமாக இருந்திருக்கிறது. நட்புரீதியாகப் பெண்களை அழைத்துவந்துவிட்டு வன்முறைக்கு ஆளாக்குவதைத் தவிர வேறு வகையிலும் பெண்களை அழைத்துவந்திருக்கிறார்கள். இந்தக் கும்பலில் ஒரு ஆண் தன்னோடு பழகிக்கொண்டிருக்கும் பெண்ணை வீட்டுக்கு அழைத்து வந்து அங்கே ஒரு 'செட் அப்' அம்மாவிடம் "உன் மருமகள்" என அறிமுகப்படுத்துவது, அதன் மூலம் அந்தப் பெண்ணுக்கு நம்பிக்கையை உறுதிப்படுத்துவது. இவை பல பெண்களுக்கு நடந்திருக்கின்றன. இவ்வகையிலும் இவர்கள் வசப்படுத்தப்பட்டார்கள் என்கிறது ஒரு செய்தி.[2]

இந்தக் கும்பல் வைத்த பொறியில் திருமணம் ஒரு தேங்காய் பத்தையாக இருந்திருக்கிறது.

திருமணத்தின் பெயரில்தான் பாலுறவுகொள்ள வேண்டும், திருமணமாவதற்குமுன் ஒருவேளை பாலுறவு கொண்டால், உறவு கொண்டவருடனான திருமணம் அந்தப் 'பிறழ்வைச்' சரிசெய்துவிடும் என்ற கட்டுப்பெட்டித்தனம். அதுதான் எத்தகைய விபரீதங்களுக்கு இட்டுச்சென்றிருக்கிறது! திருமணத்தையும் பாலியல் விழைவையும் பிரித்துப் பார்க்கக்கூடிய, சிறிது பக்குவம் கூடிய சமூகம் நமக்கு வாய்த்திருந்தால் இந்தப் பெண்கள் இத்தகைய தொடர் வன்முறைக்கு ஆளாகியிருப்பார்களா என்ற கேள்வி எழுகிறது.

அவமானமாக மடைமாற்றப்படும் வன்முறை

பொள்ளாச்சியில் பல வருடங்களாக இந்த வன்முறை தொடர்ந்து நடந்துகொண்டிருந்தாலும் இவ்வருடம்தான் அது வெளிவந்தது. வெளிவந்த பின்னும் பாதிக்கப்பட்ட பல பெண்களும் தங்களின் மோசமான அனுபவங்களை வெளிப்படுத்தத் தயாராக இல்லை. வெளிப்படுத்துவதால் பொதுவெளியில் சந்திக்கக்கூடிய 'அவமானம்' என்பது ஒரு முக்கியக் காரணம். சில சமயம் இந்த 'அவமானம்' பெண்களைத் தற்கொலைக்கு இட்டுச் செல்கிறது. இரு வருடங்களுக்கு முன்பு சேலத்தைச் சேர்ந்த இளம்பெண் தன்னுடைய புகைப்படத்தை ஓர் அயோக்கியன் ஆபாசமாக உருமாற்றம் செய்து சமூக வலைதளத்தில் வெளியிட்டதால் தற்கொலை செய்துகொண்டார்.[3]

'அவமானம்' என்பதைக் கருதுகிறபோது ரூத் பெனிடிக்ட் (1946) போன்ற "மேற்கத்திய" மானுடவியலாளர்கள் முன்வைத்த மேற்கத்திய (ஐரோப்பிய), கிழக்கத்தியப் பண்பாடுகளை வகைப்படுத்தும் 'அவமானம்', 'குற்றவுணர்வு' போன்ற வார்ப்புரு வகைமைகள் நினைவில் வரலாம். அகம் சார்ந்த குற்றவுணர்வை இயல்பானதாக ஐரோப்பியக் கலாச்சாரங்களுக்கும், புறச்சமூகம் தருகிற அழுத்தத்தால் அடைகிற அவமானம் என்பதை இயல்பானதாகக் கீழைப் பண்பாடுகளுக்கும் வைத்து அத்தகைய வகைமைகள் பெனிடிக்ட் போன்றவர்களால் கொடுக்கப்பட்டன. ஆனால் orientalism என்ற வகையில் அவ்வகைமைகள் காலாவதி யானவை. அவற்றையொட்டி அவமானம் என்பதை நான் குறிப்பிடவில்லை.

பொள்ளாச்சியில் நடந்திருப்பது போன்ற பெண்கள் எதிர் கொள்ளும் வகைமுறைகளைப் பேசும்போது தமிழக, இந்தியச் சூழலில் அவமானமும் குற்றவுணர்வும் இரட்டைப் பிள்ளைகளாய்ச் சேர்ந்தே இயங்குகின்றன என்பதைக் கவனத்தில்கொள்ள வேண்டும். ஒருபுறம், தான் சமூக வரையறைகளுக்கு, பால் ஆதரிசங்களுக்கு ஏற்ப நடந்துகொள்ளவில்லை என்ற உணர்வு

பெண்ணுக்கு அவமானத்தைத் தருகிறது. அதே சமயத்தில் அது குற்றவுணர்ச்சியையும் உருவாக்குகிறது. ஆணுக்கும் இவை உண்டு என்றாலும் இவற்றை முன்னிட்டுக் கூடுதலான சுமை பெண்ணிடத்தில் வைக்கப்படுகிறது. திருமணத்துக்குப் பின்பு கணவனால்தான் ஒரு பெண் தொடப்பட வேண்டும், பாலியல் சுகத்தை அனுபவிக்க வேண்டும், அத்திருமணமும் அவள் பிறந்த சாதிக்குள் நடக்க வேண்டும் என்றெல்லாம் வடிவமைக்கப்பட்டிருக்கிற நியதிகளைக் குறிப்பிடுகிறேன். இத்தகைய நியதிகளை மறுத்து அல்லது பின்பற்றாமல் வாழும் போது சமூக வெளியில் ஏளனம், ஒதுக்கப்படுதல், சமயத்தில் வல்லுறவு, கொலை உள்ளிட்ட தண்டனைகள் கிடைக்கின்றன. இந்தத் தண்டனைகள் அவமானத்தையும் குற்றவுணர்வையும் தொடர்ந்து வலிந்தேற்றுகின்றன. சமூகச் செயற்பாடுகளாகவே இந்தத் தண்டனைகளும் அமைகின்றன.

இந்தியச் சமூகத்தில் அவமானமும் குற்றவுணர்வும் தண்டனையும் தனிநபர் சார்ந்தவையாக இல்லை. ஏனெனில் நம் சமூகம் எதிர்பாலியலை மையப்படுத்தும் சாதியச் சமூகமாகவும் உள்ளது. மேலும் ஒரு பெண் எதிர்கொள்வதாக மட்டும் இவை இல்லை. ஒரு பெண்ணின் பெற்றோர், பரந்த குடும்பத்தினர், சமயத்தில் அவள் சாதியினர் ஆகியோரும் இவற்றைச் சுவீகரிக்க, ஏற்க வைக்கப்படுகின்றனர். தொடர்புடைய சாதி, கிராமம், ஊர் எனப் பலவும் எதிர்மறையாக அடையாளப்படுத்தப்படுகின்றன. பாலியல்களை ஒழுங்குபடுத்தும் நடவடிக்கைகளில் இத்தகைய அடையாளப்படுத்தல்களுக்கும் பங்கிருக்கிறது. எடுத்துக்காட்டாக, பொள்ளாச்சியில் நிகழ்ந்த வன்முறைச் செயல்கள் வெளிவந்த பின், அந்த ஊரைச் சேர்ந்தவர்கள் என்பதால் மூன்று பெண்களின் திருமணங்கள் நிறுத்தப்பட்டன என்றொரு தகவல் எழுத்தாளர் ஜீவலட்சுமியின் முகநூல் பக்கத்தில் பகிரப்பட்டிருந்தது.[4] இதுவும்தான் கள நிலவரம். சில ஆண்களின் குறுகிய மனப்பான்மை என்பதைத் தாண்டி இத்தகவலை நாம் புரிந்து கொள்ள வேண்டியிருக்கிறது.

ஒருபுறம் முகநூல், இன்ஸ்டாகிராம், ட்விட்டர், வாட்ஸ் ஆப் என்று விரிந்துகொண்டே போகும் உலகளாவிய தகவல் நெடுஞ் சாலைகள். இவை பாலியல்களை வடிவமைப்பதில், பாலியல் விழைவுகளுக்கான வெளிப்பாட்டு வெளிகளாக இருப்பதில் விளைந்திருக்கிற புதிய சாத்தியங்கள். இன்னொரு புறம், இவற்றுக்கு ஈடுகொடுக்க முடியாத செல்லரித்துப் போய்க்கொண்டிருக்கும் சாதி மைய, குடும்ப மைய ஒழுக்க நியதிகள். சாத்தியங்களுக்கும் நியதிகளுக்கும் இடையில் இத்தகைய நியதிகளை மீறும்போது என்று மாத்திரமல்லாமல், இந்த நியதிகளை நினைவூட்டும்

உடல்-பால்-பொருள்

வகையில் அல்லது இந்த நியதிகளின் விசையை நிறுவும் வகையில் தரப்படுகிற தண்டனைகள். திருமணங்கள் நிறுத்தப்பட்ட பெண்கள் இவ்விவகாரத்தில் சம்பந்தப்படவில்லை. என்றாலும் அவர்களும் ஒருவகையில் தண்டனைக்கு உள்ளாகிறார்கள். அவர்களின் குடும்பங்களும் தண்டனைக்கு உள்ளாகின்றன. அதுதான் இங்கே விஷயம். ஒரே ஒரு திருமணம் இவ்வகையில் நிறுத்தப்பட்டாலும் அது தண்டனையாகவே ரூபம் கொள்கிறது. அச்சுறுத்தலாக மனதில் பதியவைக்கப்படுகிறது. இத்தகைய தண்டனைகளின் மூலமாகத்தான் நொய்மையான தன்னிலைகளாகப் பெண்பால் தன்னிலைகள் கட்டமைக்கப்படுவது நடக்கிறது.

பொருண்மையான தண்டனைகளைச் செயல்படுத்துவதற்கு இணையாக இணைய வெளி உள்ளிட்ட பொதுவெளிகளில் பெண்கள் புழங்குவதற்கான விதிமுறைகளும் கட்டுப்பாடுகளும் மொழியப்படுகின்றன. பொள்ளாச்சி பயங்கரத்தைக் காரணமாகக் காட்டி, முகநூலைப் பூச்சாண்டியாகக் காட்டி அச்சுறுத்திப் பெண்களைச் சமூக வலைதளத்திலிருந்து அந்நியப்படுத்தப் பார்க்கும் போக்குகளும் இவற்றில் அடங்கும். பொள்ளாச்சி தொடர்பான சமூகவலைதள விவாதங்களில் இத்தகைய கட்டுப்பாடுகள், தண்டனைகள் சிறிய அளவிலேனும் விமர்சனத்துக்கு உள்ளாகியிருக்கின்றன.

பொள்ளாச்சி வன்முறையில் விதிமீறிய "மிருகங்கள்"

பொள்ளாச்சியில் நடந்த கூட்டு வன்முறை தொடர்பான காணொலியில் அந்தப் பெண்ணின் கதறல் மன உளைச்சலைத் தந்ததைச் சுட்டிக்காட்டிப் பலரும் எழுதியிருந்தார்கள். குறிப்பாக, அந்தப் பெண் "அண்ணா, விட்டுடுங்க" என்று கூறியும் அவர்கள் அவளைத் துன்புறுத்தியதைக் குறிப்பிட்டிருந்தார்கள். "பொள்ளாச்சி கும்பலிடம் அந்த இளம்பெண் சொன்ன வார்த்தை என்ன தெரியுமா?" என்று இதைச் சுட்டித் தலைப்பிடப் பட்டிருக்கும் சத்தியம் தொலைக்காட்சியின் இணையதளச் செய்தி, "பெல்ட்டால் அடித்து ஆடையைக் கழற்ற வைக்கிறது அந்த கொடூர மிருகங்கள்" என்று விவரித்தது.[5] அகில இந்திய நாடார் முன்னேற்றக் கழகம் என்றொரு அமைப்பு தன் முகநூல் பக்கத்தில் இந்தக் கதறலைக் குறிப்பிட்டு எழுதி, குற்றஞ்செய்த "மிருகங்களைக் கடுமையான" முறையில் தண்டிக்கக் கேட்டது.[6] மதிமுக தலைவர் வைகோவின் அறிக்கை குற்றவாளிகளை மிருகங்களோடு ஒப்பிட்டது.[7]

சமூக வலைதளங்களில் "அண்ணன்" என்று அழைத்துக் கெஞ்சியும் விடாமல் கொடுமை நடந்தது என்று பலரும் சுட்டிக் காட்டிப் பதிவிட்டினர். "அண்ணன்" என்று அழைத்தும் இது

நடந்தது என்பது பொதுச் சமூகத்துக்கு மனத் தொந்தரவைத் தந்திருப்பதைப் பார்க்க முடிந்தது. "அண்ணா" என்ற விளியை எடுத்துக்கொள்வோம். அது குடும்ப உறவுமுறை. பல மனித இனக் குழுக்களில், சமூகங்களில் incest, விலக்கம் செய்யப்பட்ட, தடைசெய்யப்பட்ட உறவு. தமிழ்ச் சமூகத்திலும் சகோதரன் – சகோதரிக்கு இடையே இந்த உறவு முறைகேடானதாகக் கருதப் படுகிறது.[8]

சிறு வயதில் கேட்ட கதை ஒன்று மனதிலாடுகிறது. கடலில் ஓரளவு அமைதியாக வருகிற சிறிய அலை பெண் அலை, பின்னால் வருகிற பேரலை ஆண் அலை என்கிறது அந்தக் கதை. பெண் அலை என்பது தங்கை. ஆண் அலை அண்ணன். பெண் அலையை ஆண் அலை தொடும்போது உலகம் முடிந்துவிடும் என்கிறது அக்கதை. சகோதரன் – சகோதரிக்கிடையில் உறவு உலகத்துக்கு, அதாவது மனித நாகரிகத்துக்கு முற்றுப்புள்ளி வைத்து விடும் எனும் சமூகப் பண்பாட்டுச் சொல்லாடல் கதையில் இயற்கை நிகழ்வை உருவகமாக்கிக் கற்றுத்தரப்படுகிறது. இப்படி இயற்கை நிகழ்வை உருவகமாக்கும்போது சமூகப் பண்பாட்டு விதி இயற்கைத் தன்மையைப் பெற்றுவிடுகிறது. அதிலிருந்து மீறல் இயற்கை விதியிலிருந்து மீறலாகவும் அசம்பாவிதமான ஒன்றாகவும் பார்க்கப்படுவதற்கும் இது வழிசெய்கிறது.

மேற்கூறிய பின்னணியில் பாலியல் துன்புறுத்தல் தருணத்தில் அந்தப் பெண்ணின் "அண்ணா" என்ற அழைப்பு பழக்கத்தில் வந்த விளி என்பதையும் தாண்டிப் பொருள்கொள்கிறது. இவ்விளி சம்பந்தப்பட்ட ஆணுக்கு ஓர் உறவுமுறையை நினைவூட்டுவதாக உள்ளது. அச்சமயத்தில் கெஞ்சிக் கேட்கும் அந்தக் குரலில் ஒரு எச்சரிக்கை போலவும் தொனிக்கிறது. (இயற்கையாகத் தோற்றம் கொண்டுவிட்ட) மனித நாகரிக நியதியை அவன் மீறுகிறான் என்கிற எச்சரிக்கை. ஆனால் துன்புறுத்தும் ஆணுக்கு அந்த எச்சரிக்கை எல்லாம் பொருட்டாகவே இல்லை. சமூகப் பண்பாட்டுச் சொல்லாடல்களைப் பொறுத்தவரை நாகரிகத்தைக் கைவிட்ட மனிதன் 'மிருகம்' என்ற அடையாளத்துக்குள் பொருந்துகிற தருணம் அது.

Incest தடை பற்றிய கருத்தாக்கங்கள்

பொதுவாக உலகளாவிய நிலையில் பல்வேறு சமூகங்களில் incestக்கு எதிரான தடை நிலவுவதைப் பற்றிப் பற்பல சிந்தனையாளர்கள் ஆராய்ந்திருக்கிறார்கள். குலங்களின், இனக்குழுக்களின், சமூகங்களின் உறவுமுறையை நிறுவுவதில் அதன் இடம், தன்னிலைக் கட்டமைப்பில் அது ஆற்றும் பங்கு

போன்றவை ஆராயப்பட்டிருக்கின்றன. இக்கட்டுரை அதற்கான விரிவான இடமில்லை என்றாலும் விவாதிக்கும் விஷயத்தை அணுகச் சில உதாரணங்களைத் தருகிறேன்.

Incest தடை பற்றி எழுதும் ப்ராய்ட் (*[1950]1999*) பாலியல் உந்துதல்களைப் பொறுத்தவரை இந்த உறவுக்கான தடை என்பது இயல்பானதாக இல்லை. அதனாலேயே அது சமூக, சட்ட நியதிகளுக்கு உட்படுத்தப்படுகிறது என எழுதுகிறார். இது தொடர்பாக அவர் மூதாதையத் தந்தையை மகன்கள் சேர்ந்து கொலை செய்யும் புனைவுக் கதையாடலை முன்வைக்கிறார். அந்தக் கொலையால் தந்தை குலத்தின் சின்னமாக மாறுகிறார். கொலை நடந்தபின், கொலை காரணமான குற்ற உணர்ச்சியின்பாற்பட்டு அந்தத் தந்தையின் இச்சையின் இலக்குகளாக, உடைமையாக இருந்த குலத்தின் பெண்களின்மீது சகோதரர்கள் தங்களது இச்சையை வலியத் துறந்தார்கள் எனப் புனைகிறார் ப்ராய்ட். தங்களுடைய குலப் பெண்களின் மீதான இச்சையைத் துறத்தல் என்பது ஆண் சகோதரர்கள் தங்களுக்கிடையிலான ஒற்றுமையை, குழு அடையாளத்தை நிறுவும் பொருட்டு என அவர் அர்த்தப் படுத்துகிறார். Incest தடை என்பது ஆண் சகோதரத்துவத்தை வலியுறுத்துவதாக இருப்பதைக் காட்டுகிறது அவர் கருத்தாக்கம்.[9]

அமைப்பியல் சிந்தனையாளர் லெவி–ஸ்ட்ராஸின் பார்வை (*1969*) இருவிதமாக இருக்கிறது. ஒரு தளத்தில் இயற்கைக்கும் பண்பாட்டுக்கும் இடையில் incest உறவை அவர் வைத்துப் பார்க்கிறார். பொதுவாகப் பல சமூகங்களிலும் அது தகாததாகக் கருதப்படுவதால் இயற்கையின் தன்மை அதிலிருப்பதாகக் கருதுகிறார். அதே நேரத்தில் இது சமூக உறவுமுறைகளை நிர்ணயிக்கும் விதி என்பதால் பண்பாட்டைச் சார்ந்ததாகவும் உள்ளது என்கிறார். இன்னொரு தளத்தில் லெவி–ஸ்ட்ராஸ் இத்தடையை இயற்கையிலிருந்து பண்பாடு என்பது உருவாகும் வழியில் அமைந்த அடித்தளமான முன்னெடுப்பாகக் கருதுகிறார்.[10] Incest தடையை வலியுறுத்தும் உறவுமுறை விதிகள், திருமண விதிகள் முதலியவை குழுக்களுக்கு இடையில் பெண்களின் பரிமாற்றத்தை (exchange of women) உறுதிப்படுத்துவதாக இருக்கின்றன என்பது அவர் கருத்து. தமிழ்ச் சமூகத்தில் பல சாதிக்குழுக்களில் ஒரே கோத்திரத்தில், குலத்தில் பெண்ணெடுக்கக் கூடாது என்று நிலவும் கட்டுப்பாட்டை இங்கே இணைத்து நோக்கலாம்.

பெண்ணியச் சிந்தனையாளர் லூஸ் இரிகரே (*1985*) லெவி–ஸ்ட்ராஸின் சட்டகத்தை விமர்சனத்துக்குள்ளாக்குகிறார். "நமக்குத் தெரிந்த சமூகம், நம் கலாச்சாரம் பெண்களின் பரிவர்த்தனையை அடித்தளமாகக் கொண்டிருக்கிறது. பெண்

பரிவர்த்தனை நடைபெறாவிட்டால் இயற்கை உலகத்தின் அராஜகத்துக்குள், மிருகப் பேராட்சியின் சீரற்ற தன்மைக்குள் திரும்பவும் விழுந்துவிடுவோம் எனச் சொல்லப்படுகிறது" என்று லெவி–ஸ்ட்ராஸ் உள்ளிட்டவர்களின் கருத்தாக்கங்களைப் பற்றி எழுதும் அவர் "ஏன் பெண்களுக்கிடையில் ஆண்கள் பரிவர்த்தனைப் பொருட்களாக இருப்பதில்லை?" என வினவுகிறார்.[11] பெண்களுடைய உடல்களின் பயன்பாடு, நுகர்வு, பரிவர்த்தனை ஆகியவையே புலப்படாத கட்டுமானப் பொருளாகச் சமூக வாழ்க்கை, பண்பாடு முதலியவற்றைப் பல நூற்றாண்டு களாகச் சாத்தியமாக்கியிருக்கின்றன என எழுதுகிறார்.[12] சமூக வாழ்க்கை, பண்பாடு இவற்றின் தந்தைமையத் தன்மையை விளக்கும் வகையில், incest தடையை அடித்தளமாகக்கொண்டு இவையெல்லாம் அமைந்திருப்பதை விமர்சிக்கும் வகையில் அவர் எழுதுவது இது. ஆண்கள் பெண்களைப் பரிவர்த்தனை செய்யும் சமுதாயத்தில் பண்பாட்டில் ஆண்களின் தேவைகள், விருப்பங்கள் மட்டுமே மதிப்பு பெறுபவையாக உள்ளன என அவர் கருதுகிறார்.[13]

லெவி–ஸ்ட்ராஸின் incest தடை தொடர்பான கருத்தாக்கத்தைப் பற்றி ஜூடித் பட்லர் எழுதும்போது அக்கருத்தாக்கம் incest உறவுக்கான தடை எல்லா நேரங்களிலும் பின்பற்றப்படுவதில்லை என்பதையும் உள்ளடக்கியது என்று குறிப்பிடுகிறார். எந்த நேரத்திலும் incest நிகழ்ந்துவிடக்கூடும் என்ற பேரச்சம் தடையை முன்னிறுத்தும் அந்த விதியில் சுட்டப்படுகிறது, மீறப்படலாம் என்பதுதான் விதியை, அதன் எதிர்பாலியல் இயங்குதளத்தைக் கட்டமைக்கிறது என்பதை நினைவுபடுத்துகிறார் பட்லர்.[14]

மொழிப்புலத்தின் போதாமை

தமிழ்ச் சமூகத்தில் குடும்பத்துக்கு வெளியே பெண்ணுக்குப் பிற ஆண்களால் செய்யப்படுகிற வன்முறை, அத்துமீறல்கள் பேசப்படுகிற அளவுக்கு அவை குடும்பத்துக்குள் நடைபெறும் போது பேசப்படுவதில்லை. இங்கே incest என்ற வார்த்தைக்கு இணையான தமிழ்ச்சொல் வசவுச் சொல்லாக அன்றி நடைமுறை யில் இல்லை என்பது சிந்திக்கத்தக்கது. தகாத உறவு அல்லது முறையற்ற உறவு என்கிறோம். இந்த மொழிபெயர்ப்பு ஆங்கில incest போல நேரிடையாக இல்லை. தடையையும் உள்ளடக்கியதாக இருக்கிறது. அதாவது "தகாத" என்ற அடைமொழி இல்லாமல் இந்த உறவு நம் அறிவுப்புலத்துக்குள் வருவதேயில்லை. தமிழ் மொழிப்புலத்தில் வசவுச் சொல்லாக அன்றி இத்தகைய உறவைச் சுட்டும் பதத்தின் இன்மை சமூகப் புலத்திலும் அப்படியொன்று இல்லை என்பதைச் சுட்டுவதைப் போலச் செயல்படுகிறது.

தமிழில் வார்த்தைப் பயன்பாடே இல்லாதபோது பெண்கள் பரிவர்த்தனைப் பொருள்களாக இத்தடை வழிசெய்வதைப் பற்றியோ, எதிர்பாலியல் நியதியில் இத்தடை வகிக்கும் பங்கு பற்றியோ பேசுவது கடினமான ஒன்று. மேலும் இங்கே எழும் கேள்விகள்: குடும்பத்துக்குள் நடக்கும் incest உறவின் பாலியல் வன்முறைகளைக் குறித்து எந்த அளவுக்குப் பேச முடியும்? எதிர்ப்புகளை முன்னெடுக்க முடியும்? சகோதரன், தந்தை போன்ற ஆணுடனான உறவு பாலியல் இச்சையை அப்படியே பிரதிபலிக்கும் வகையில் மொழிப்புலத்தில் இல்லை என்பதால் இத்தகைய உறவுகள் யதார்த்தத்தில் இல்லையா என்ன? குடும்பத்தில் incest வகையில் அமையும் உறவு சார்ந்த வன்முறை களை ஆங்கங்கே படிக்கிறோம். பார்த்தும் பார்க்காது அவற்றைக் கடக்கிறோம். ஏனெனில் பெண்ணைப் பொறுத்தவரை தந்தை, சகோதரன் போன்ற உறவில் பாலியல் இச்சை இருக்காது, இச்சை சார்ந்து அத்துமீறல் இருக்காது, குடும்பமே ஒரு பெண்ணுக்கு உச்சபட்சப் பாதுகாப்பு என்று புரிந்துவைத்திருக்கிறோம்.

சகோதரன், தந்தை என்பவர்கள் எல்லாம் சகோதரியை, மகளைப் பாதுகாக்க இருப்பவர்கள் என்கிற சமூகப் பண்பாடு வயப்பட்ட புரிதல் இது. மொழிசார் அறிவுப்புலம் வாயிலாக அத்தகைய புரிதல் நமக்குத் தரப்பட்டிருக்கிறது. அத்தகைய புரிதலின் அடிப்படையில்தான் பொள்ளாச்சியில் அந்தப் பெண் “அண்ணா” என்று கெஞ்சுகிறார். அத்தகைய புரிதலின் அடிப்படையில் அவ்வாறு அந்தப் பெண் விளித்து இறைஞ்சியும் அந்த “மிருகம்” அவளை விடவில்லையே என்று நாம் வேதனைப் படுகிறோம், ஆதங்கப்படுகிறோம்.

‘பாதுகாக்கப்படவேண்டிய’ பெண்

பொள்ளாச்சி கொடுமை போன்றவற்றைப் பற்றிப் பேசும் போது அடிப்படையில் நம் சமூகக் கட்டமைப்பை, இயங்கியலை எண்ணிப்பார்க்க வேண்டும். ஏன், எவ்வாறு சகோதரன் அல்லது தந்தையால், அல்லது திருமணத்துக்குப் பின் கணவனால் பாதுகாக்கப்பட வேண்டியவளாகப் பெண் நிலையுறுத்தப் படுகிறாள் என்பது அடிப்படையான விசாரணைக்கு உரியது. எதிர்பால் குடும்பம் உருவாகும் வகையில் பரிவர்த்தனைச் செயற்பாட்டை முன்னிறுத்தி, ஆண்பாலை விடக் கீழான தன்னிலையாகப் பெண்பால் தன்னிலை கட்டமைக்கப்படுகிறது. ‘இன்னொரு வீட்டுக்குப் போக வேண்டியவள் பெண்’ போன்ற சொல்லாடல்களில் வலியுறுத்தப்படும் பரிவர்த்தனையில், அவற்றின் மூலம் பரிவர்த்தனைப் பொருளாகும் தன்மையில், வளர்க்கும் சூழலிலேயே, வளர்ப்புமுறையிலேயே இரண்டாம் தரத்

தன்னிலை அடையாளத்தில் பெண்பால் நிறுத்தப்படுகிறது. போய்ச் சேர்வது 'இன்னொரு வீடு' என்பதாலேயே அந்த இடத்திலும் அந்த அடையாளம் தொடர்கிறது. இந்தச் சொல்லாடல்களில் 'ஆணுக்கும் பெண்ணுக்கும் இடையிலான இச்சையே இயற்கை யானது' எனப் பாலியல்கள் ஒழுங்குபடுத்தப்படுவதால் தன்பாலின உறவு என்ற பேச்சுக்கே இடமில்லை என்பதையும் குறிப்பிட வேண்டும்.

தவிர ஊடகம், சமூக வலைதளம் முதலான அன்றாடப் புழங்குவெளிகளில் நடக்கும் உரையாடல்கள்வரை ஆண், பெண் என வேறுபடுத்தி இரு பால் அடையாளங்களுக்கு "ஏற்ற" நிகழ்த்துதல்கள், செயற்பாடுகள் தொடர்ந்து முன்வைக்கப்படு கின்றன, பரிந்துரைக்கப்படுகின்றன. ஒரு பக்கம் பாலியல் உறவு என்பது ஆணுக்கும் பெண்ணுக்குமிடையில்தான் நடக்க வேண்டும் என இயல்பாக்கம் செய்யப்படுகிறது. இன்னொரு புறம் பாலியல் இச்சை, அதைச் சார்ந்த செயல்கள் இவை யெல்லாமே ஆண்பால், பெண்பால் அடையாளங்களை இடையறாது வரையறை செய்தபடி இருக்கின்றன. பாலியல் இச்சையை வெளிப்படுத்த வேண்டியது "ஆண்," அதைக் கேட்டுக்கொள்ள வேண்டியது "பெண்" என்பதைப் போலவே, நுகர்தல் ஆணுக்கானதாக, நுகரப்படுதல் பெண்ணுக்கானதாக அடையாளப்படுத்தப்படுகின்றன. 'புத்தம்புதிய புத்தகமே உன்னைப் புரட்டிப் பார்க்கும் புலவன் நான்,' 'வீணை பேசும் அதை மீட்டும் விரல்களைக் கண்டு' என்பவை போன்ற பிரபலத் திரைப்படப் பாடல்களை நினைவில் கொள்ளலாம். பாலுறவு கொள்ளும்போது வலுவோடு செயல்பட வேண்டியவன் "ஆண்," தாங்கிக்கொள்ள வேண்டியவள் "பெண்" எனக் கூறப்படுகிறது. பால்களை வடிவமைக்கும் விதத்தில் மொழியப்படும் செயல் வினைகள், செயற்பாட்டு வினைகள் பற்பல.

இவை எல்லாம் அப்படியே பின்பற்றப்படுகின்றன என்ப தல்ல நான் கூறுவது. யதார்த்தத்தில் இவை மீறப்படுவது உண்டு. ஆனால் நிஜ வாழ்விலும் விதிமீறல்களே விதிகளின் இயங்கியலை நிர்ணயிப்பதாகவும் காட்டித்தருவதாகவும் உள்ளன. பொள்ளாச்சியில் நடந்தது போன்ற பெண்கள் எதிர்கொள்ளும் வன்முறை குறித்து ஆராயும்போது தனிப்பட்ட நிகழ்வுகளாக அவற்றைப் பார்க்காமல் மேலே விவாதித்திருக்கும் குடும்ப, சமூகக் கட்டமைப்புகள் பற்றிய பரந்த கேள்விகளைக் கருத்தில்கொண்டு அணுக வேண்டியது அவசியம். துன்புறுத்தியவர்களை "மிருகங்கள்" என்று அழைத்துவிட்டு அதற்குத் தலைகீழாகத் துன்புறுத்தப் பட்ட பெண்களை அவமானத்தைச் சுமக்க நிர்ப்பந்திக்கை யில் ஏதோ தனிப்பட்ட குற்றச் செயல்கள் அவை, பரந்த

சமூகத்துக்கும் அவற்றுக்கும் சம்பந்தமில்லை என்ற மாயையில் நாம் இருப்பதாகிறது. இந்த மாயையை உடைக்க வேண்டியது நம் கடமை.

குறிப்புகள்

1. "பாலியல் விவகாரம் தொடர்பாகத் தொலைபேசியில் 100-க்கும் மேற்பட்டோர் சிபிசிஐடி போலீஸாரிடம் புகார்," *தி இந்து தமிழ்*, மார்ச் 16, 2019.

2. எம். புண்ணியமூர்த்தி & சேவியர் செல்வக்குமார், "ஆபாச அரக்கர்கள் + ஆளும்கட்சி புள்ளிகள்... – பொள்ளாச்சி facebook பயங்கரம்," *ஜூனியர் விகடன்*, மார்ச் 08, 2019. https://www.vikatan.com/news/crime/149094-sexual-assault-gang-arrested-in-pollachi

3. Pramod Madhav, "Salem: Morphed Facebook images drive woman to suicide," *India Today*, June 28, 2016. https://www.indiatoday.in/india/story/morphed-images-on-facebook-drive-salem-woman-to-suicide-16741-2016-06-28

4. முகநூலில் பொள்ளாச்சியைச் சேர்ந்த கீதா பிரகாஷ் என்பவரது முகநூல் செய்தியை ஒட்டி இப்பதிவு (மார்ச் 16, 2019). இதைக் குறிப்பிடும் இச்செய்தியையும் பார்க்க, மு. நியாஸ் அகமது, "பொள்ளாச்சி பாலியல் தாக்குதல்: 'இருநூறு ஆண்டுகளாக தொடரும் துயரம்'" (பகுதி 2)," *பிபிசி தமிழ்*, மார்ச் 21, 2019. https://www.bbc.com/tamil/india-47648653

5. "பொள்ளாச்சி கும்பலிடம் அந்த இளம்பெண் சொன்ன வார்த்தை என்ன தெரியுமா?" *சத்தியம் தொலைக்காட்சி இணையதளம்*, மார்ச் 12, 2019. https://www.sathiyam.tv/pollach-gang-rape-story/

6. முகநூல் நிலைத்தகவல், அகில இந்திய நாடார் முன்னேற்றக் கழகம், மார்ச் 11, 2019.

7. கார்த்திக், "பொள்ளாச்சி கொடூர சம்பவம்: உள்ளத்தை உறைய வைக்கிறது! – வைகோ வேதனை," *NDTV தமிழ் இணையதளம்*, மார்ச் 12, 2019 https://www.ndtv.com/tamil/pollachi-gang-rape-case-pollachi-incident-is-making-my-heart-break-says-mdmk-chief-vaiko-2006062

8. இச்சொல்லுக்கு இணையான பதம் தமிழில் இல்லாததால் ஆங்கிலத்தில் பயன்படுத்துகிறேன். இது குறித்தும் கட்டுரை விவாதிக்கிறது.

9. ப்ராய்ட் எழுதியிருக்கும் நூலில் இருக்கும் முதல் கட்டுரையில் இங்கே விவாதித்ததைப் பார்க்கலாம். முதலில் ஜெர்மானிய மொழியில் 1913இல் வெளியான நூல் பின்னர் ஆங்கிலத்தில் மொழிபெயர்க்கப்பட்டது.
10. பார்க்க Levi-Strauss 1969, 24 & 28-29; Butler 2000, 15-17.
11. Irigaray 1985, 170-171.
12. Irigaray 171.
13. Irigaray 171.
14. Butler 2000, 17.

உதவிய ஆய்வு நூல்கள்

Freud, Sigmund. (1950). *Totem and Taboo: Some Points of Agreement between the Mental Lives of Savages and Neurotics.* New York: Routledge, 1999.

Irigaray, Luce. *This Sex which is Not One.* Trans. Catherine Porter with Carolyn Burke. Ithaca, NY: Cornell University Press, 1985.

Levi-Strauss, Claude. *The Elementary Structures of Kinship.* Trans. James Harle Bell, John Richard von Sturmer, and Rodney Needham. Ed. Needham. Boston: Beacon Press, 1969.

Benedict, Ruth. *The Chrysanthemum and the Sword: Patterns of Japanese Culture.* Boston: Houghton Mifflin Company, 1946.

Butler, Judith. *Antigone's Claim: Kinship between Life and Death.* New York: Columbia University Press, 2000.

8

மனிதன் "மிருகம்" ஆகும் தருணம்: புதுமைப்பித்தனின் 'விபரீத ஆசை' சிறுகதை

புதுமைப்பித்தனின் 'விபரீத ஆசை' ([1939] 2000) ஆணுக்கும் பெண்ணுக்குமிடையிலான சமூக உறவில் மனிதன் "மிருகமாகும்" தருணத்தைப் பேசும் இலக்கிய ஆக்கம். முதலில் ஒன்றைக் கூறிவிடுகிறேன். பெண் எதிர்கொள்ளும் வல்லுறவு, துன்புறுத்தல் ஆகியவற்றைக் குறித்து நான் எழுதும் போது இலக்கியப் பிரதிகளை உட்கொணர்ந்து எழுதுவதற்குச் சில காரணங்கள் உண்டு: ஒன்று, இலக்கியப் பிரதிகள் ஒரு குறிப்பிட்ட சமூக, பண்பாட்டு இயங்கியலின் சாட்சியாக இருக்கக்கூடியவை. யதார்த்தத்தின் பிரதிபலிப்பு இலக்கியம் என்ற தேய்வழக்கான புரிதலிலிருந்து அல்ல நான் கூறுவது. யதார்த்தத்தில் ஒரு சமூக நிகழ்வை அணுகும்போது நாம் தவறவிடுகிற, நம் கவனத்திலிருந்து விடுபடுகிற குரல்களைக் கலைப் படைப்புகள், குறிப்பாக இலக்கியப் பிரதிகள் மட்டுமே கவனப்படுத்தக்கூடியன. இரண்டாவது, இத்தகைய கவனப்படுத்தலின் மூலம் இந்த நிகழ்வுகளின் தொடர்பில் இருக்கும் குடும்பம் உள்ளிட்ட நிறுவனங்களின் அரசியல்களைப் பொதுச் சமூகத்தின் கரிசனைகளுக்குள் கொண்டு வரக் கூடியவை. தமிழ்ச் சூழலில் பெரிதும் பேசப் படாதவை இத்தகைய அரசியல்கள். மேலும்,

வல்லுறவு போன்ற சமூகச் செயற்பாடு தொடர்பான ஒரு நவீன இலக்கிய ஆக்கத்தின் பார்வைக் கோணம் அது குறித்த முந்தைய இலக்கியப் பிரதிகளின் பார்வைக் கோணங்களையும் மாற்றி அமைப்பதாக இருக்கும்போது தமிழின் நவீனத்துவ நகர்வையும் அது எடுத்துக்காட்டுகிறது.

புதுமைப்பித்தனின் 'விபரீத ஆசை' அப்படியான ஒரு கதை. இக்கதை திருக்குறள் முன்வைக்கிற ஒரு கருத்தாக்கத்தை உள்ளிடையாக மறுவாசிப்பு செய்கிறது. மறுவாசிப்பில் வல்லுறவு, பாலுறவில் சம்மதம், பழகிய நபரிடமிருந்து வரக்கூடிய வன்முறை முதலியவை விசாரணைக்குள்ளாகின்றன. பெண்பால் பக்கம் நின்று கரிசனையோடு இப்பொருள்களைக் கதை அணுகுவதைப் பார்க்க முடிகிறது.

முதலில் திருக்குறள். பொருட்பாலில் வருகிற குறள் இது:

பொருட்பெண்டிர் பொய்ம்மை முயக்கம் இருட்டறையில்
ஏதில் பிணந்தழீஇ அற்று.

மணக்குடவரின் உரையில் குறளின் அர்த்தம் "பொருளே கருதும் பெண்டிர் ஒருவனோடு பொய்யே முயங்கும் முயக்கம், இருட்டறையினுள்ளே கிடந்ததொரு வேற்றுப் பிணத்தைக் கூலிக்குத் தழுவியது போலும்" எனத் தரப்படுகிறது.[1] இந்தக் குறளுக்கான உரையை எழுதுகிற நாஞ்சில் நாடன் "பொருட் பெண்டிர்" என்ற சொல்லின் சிறப்பை நம் கவனத்துக்குக் கொண்டு வருகிறார்:"விலைமகள், வேசி, தேவடியாள் என்று மலிவாக்கப்பட்ட சொற்களுக்கு, அன்று வள்ளுவம் பயன் படுத்திய சொல் பொருட்பெண்டிர். ஆங்கிலத்தில் 'Sex worker' என்பதை விடவும் அருமையான சொல் இது."[2] அவர் உரை எளிமையாக விளக்குகிறது: "பொருட் பெண்டிரின் பொய்மை யான முயக்கமானது, இருட்டறையில் முன்பின் அறிந்திராத பெண்ணின் பிணத்தைத் தழுவுவது போன்றது என்பது குறளின் பொருள்."

'பொருட்பெண்டிர்' என்ற பதம் நாஞ்சில் நாடன் கூறும் வகையில் புதிதாக இருந்தாலும், 'sex worker' என்ற பதத்தில் இருக்கும் பொதுப்படையான பால் பாகுபாடில்லாத அடையாளம் இப்பதத்தில் இல்லை. இது கருதத்தக்கது.

வாக்குமூலமாகும் கதையாடல்

திருக்குறளில் முன்பின் தெரியாத பிணம் எனப் பெண் பாலியல் தொழிலாளி விவரிக்கப்படுகிறார். முதல் வாசிப்பில் பொருளைக் கொடுத்து கலவியைத் தேடும் ஒருவனை இது

உடல்–பால்–பொருள்

விமர்சிப்பதைப் போலத் தோன்றலாம். ஆனால் பிணமென்ற ஒப்பீட்டின் மூலம் இந்தக் குறள் பொருளுக்காக உறவுகொள்ளும் பெண்ணையே அவமானப்படுத்துகிறது. சமூகச் சூழலின் காரணமாக இத்தகைய தொழிலைத் தேர்ந்தெடுக்கும் பெண் இன்னொரு முறை இந்தப் பால் பாகுபாட்டு மொழிதலால் அவமானப்படுத்தப்படுகிறாள்.

குறளின் இந்தப் பார்வையைப் புதுமைப்பித்தனின் 'விபரீத ஆசை' வேறொரு அர்த்தத் தளத்துக்கு நகர்த்துகிறது. படுத்த படுக்கையாய் நோய்வாய்ப்பட்டிருக்கும் ஒரு பரம ஏழை. அவனுடைய இளம் மனைவி. அவர்களுக்கு உதவப் பார்க்கும் நண்பன். மூவரில் கடைசி இருவர்தாம் கதையின் மையப் பாத்திரங்கள். உதவப்பார்க்கும் நண்பன் கதைசொல்லியாக இருக்கிறான். வல்லுறவு பற்றி ஒப்புதல் வாக்குமூலத் தன்மையில் கதையாடல் அமைந்திருக்கிறது. தன்மை இடத்திலிருந்து கதை சொல்லி கதையை நகர்த்துவதாக உள்ளது. மேலும் இக்கதையில் அங்கங்கே வருகிற புள்ளிகள் அல்லது வெற்றிடங்கள், இவற்றுக்கும் கதை கையாள்கிற பேசுபொருளுக்கும் உள்ள ஸ்தூலமான தொடர்பை வாசிப்பில் உணர முடிகிறது.

யதார்த்தத்தில் நிகழும் வல்லுறவு என்பதை எடுத்துக் கொண்டால், முன்பொரு கட்டுரையில் நான் குறிப்பிட்டபடி, வல்லுறவு அதனை மொழித்தளத்தில் பிரதிநிதித்துவப் படுத்துவதைத் தடுக்கிறது.³ அதற்குக் காரணம், அதை எதிர்கொள்ளும் தனிநபர் அனுபவிக்கும் வலி. நாம் புரிந்து கொள்ளுவதற்கேற்ப வலியைப் பற்றிப் பேசலாம். ஆனால் வலியை 'அப்படியே' பிரதிநிதித்துவப்படுத்துவது என்பது இயலாது. மிக் பால் (Mieke Bal) எனும் பெண்ணியச் சிந்தனையாளர் வல்லுறவைப் பற்றி எழுதும்போது, அதை ஒருவரது உள்ளனுபவம் என எழுதுகிறார். இந்த உள்ளனுபவம் அதற்கு ஆளாகுபவரின் உள அமைப்பையே (psyche) பல சமயம் குலைத்துவிடக்கூடியதாக, தன்னிலை என்பதையே மாற்றிச் சிதைத்துவிடக்கூடியதாக உள்ளது.⁴ எனவே வல்லுறவு என்பது அதை அனுபவிக்க நேர்ந்தவர்களின் "நினைவாகவும்" "அனுபவமாகவும்" மாத்திரமே இருப்பதாக உள்ளது என்கிறார். இந்தக் கதையோ வல்லுறவுக்கு ஆளாகுபவளின் பார்வையிலிருந்து சொல்லப்படுவதில்லை, மாறாக அதை நிகழ்த்துபவனின் பார்வையிலிருந்து தரப்படுகிறது. அவனுடைய நினைவாக, அனுபவமாக அது தரப்படுகிறது. வல்லுறவில் வலியைத் தருபவனாலும் அதை மொழிக்குள் கொண்டுவர முடியவில்லை என்பதைச் சுட்டுவதாக விடுபடல்களை, புள்ளிகளைப் பொருள்கொள்ளத் தோன்றுகிறது.

புதுமைப்பித்தன் இதையெல்லாம் யோசித்துத்தான் எழுதினாரா, எழுத்தாளனின் நோக்கம் என்ன போன்றவை யெல்லாம் காலாவதியான கேள்விகள் என்பதையும் சொல்லி விடுகிறேன். பிரதி என்பது வாசிப்பில் உருவாவது. பொருள் கோடல் என்பதே ஒருவகையில் வாசிப்பின் சாத்தியங்களை உணர்த்திக்கொண்டு செல்வதும்தானே!

யாருடைய வேதனை?

தன் அனுபவத்தைக் கூறுகிறான் கதைசொல்லி. அந்த அனுபவம் துர்க்கனவின் தன்மையைக் கொள்கிறது. சித்ரவதை யாக, அஞராக அந்த நினைவு அவனைத் துரத்துகிறது. பொதுவாகச் சமூக யதார்த்தத்தில் வல்லுறவை அனுபவிப்பவரின் சித்ரவதை தான் அடிக்கடி பேசப்படுவது. வல்லுறவுக்கு ஆளானவர்கள் திரும்பத் திரும்பத் துரத்தும் அதன் கொடும் நினைவிலிருந்து மீள உளவியல் மருத்துவத்தை நாடுவதும் உண்டு. ஆனால் இதையும் புதுமைப்பித்தன் மாற்றி எழுதுகிறார். வல்லுறவை நிகழ்த்துபவன் அதனால்தான் சித்ரவதையை அனுபவிக்கிறான் என்கிறது கதை. தான் முன்னெடுக்கிற வன்முறை நிகழ்வினால் பாதிக்கப்படுபவனாக அவனே இருக்கிறான். அவனுக்கு உண்டாகும் பாதிப்பை, சித்ரவதையைப் பேசும் வகையில் மேலே குறிப்பிட்ட திருக்குறளின் பார்வை மாற்றி எழுதப்படுகிறது. கட்டுரையின் போக்கில் இதைப் பார்ப்போம்.

வல்லுறவைச் செய்யும் நண்பன் இருவகைகளில் கதையில் அடையாளப்படுத்தப்படுகிறான். ஒன்று, மிருகமாக. இன்னொன்று, பிணத்தைப் புணர்பவனாக. அவன் சுமக்கக்கூடிய இந்த அடையாளங்களை நோக்கித்தான் வல்லுறவுச் சம்பவத்தைச் சுற்றிக் கதையாடல் பின்னப்படுகிறது. வல்லுறவைச் செய்பவன், வல்லுறவுக்கு ஆளாகும் பெண் இருவர் பெயரும் கதையில் தரப்படுவதில்லை. பெயரற்ற மையக் கதாபாத்திரங்களுக்கு நேரெதிராகக் கதையில் ஓர் ஓரத்தில் வரும் கதைசொல்லியின் மகளுக்குப் பெயர் தரப்படுகிறது (லக்ஷ்மி). பெண்ணின் கணவனின் பெயரும் (ரங்கசாமி) பல இடங்களில் கூறப்படுகின்றன.

ஜெயகாந்தனின் ‘அக்கினிப் பிரவேசம்’ பற்றி எழுதிய கட்டுரையில் வல்லுறவு என்பது எவ்வாறு நவீனத்தின் அகத்திணையாக, கதைமாந்தர்களின் பெயர்கள் சுட்டப்படாது அக்கதையில் வடிவம் கொள்கிறது என எழுதியிருந்தேன்.[5] வல்லுறவில் சம்பந்தப்பட்டவர்களின் பெயர்கள் கொடுக்கப் படாமல் மற்ற கதாபாத்திரங்களின் பெயர்களைத் தரும் புதுமைப்பித்தனின் இக்கதை அதற்கு முன்மாதிரியாக உள்ளது.

இக்கதையும் வல்லுறவை நவீன அகத்திணை வடிவமாகவே காட்சிப்படுத்துகிறது. கூடல், காத்திருத்தல், ஊடல், ஆற்றாமை, பிரிவு போன்ற சங்க அகத்திணை கிளர்த்தும் மனநிலை மாதிரிகளைப் போல நவீன வாழ்வை ஒட்டிச் சமூகத்தில் விளைந்திருக்கிற மனநிலை மாதிரிகளில் ஒன்றாக வல்லுறவை நவீன எழுத்து பார்க்கத் தொடங்கியதன் அறிகுறியாக இக்கதை இருக்கிறது எனலாம்.

கதையில் நோய்வாய்ப்பட்டிருக்கும் ரங்கசாமியின் மனைவி கதைசொல்லியை "அண்ணா, அண்ணா" என்றழைக்கிறாள்.[6] இந்த உறவுமுறையை, விளியை முதன்முதலில் கதை அறிமுகப்படுத்தும் அடுத்த சில வரிகளிலேயே அவள் மீது அவன் கொள்கிற ஆசை சொல்லப்பட்டுவிடுகிறது. ஆனால், அவளோ தன் உணர்வுகளை வெளிப்படுத்துவதே இல்லை. அவன் முலைகளில் அவன் கைகள் படும்போதுகூட அவள் "படபடப்பைக் காட்டி கலவரத்தை உண்டுபண்ணுவதில்லை."[7] அவன் அவளைப் "பரீட்சை" செய்கிறான், அப்போதும் அதே நிலைதான்.

பின்னர்தான் அந்த நிகழ்வு நடக்கிறது. நோய்வாய்ப்பட்டவ னுக்கு ஒரு "கண்டம்." அவன் அருகில் அவள் "தலையில் ஈரம் சொட்ட," "இடையில் ஒரு துண்டோடு," "மஞ்சள் இட்ட மாங்கல்யம்" பிரகாசிக்க நிற்கிறாள். அப்போது தங்கள் வீட்டுக்குத் திரும்ப வரும் கதைசொல்லியிடம் கணவன் நிலையைப் பரிசீலிக்கச் சொல்கிறாள். அப்போது கணவன் இறந்துவிட்டிருப்பது புரிகிறது. "ஒன்றுமில்லை தூக்கம்தான்" என்று அவள் "கையைப் பிடிக்கிறான்."[8] ஆறுதலுக்காகக் கையைப் பிடிக்கிறானா, கையைப் பிடிப்பதற்காக ஆறுதல் சொல்கிறானா என்ற குழப்பத்தை உடனடியாகக் கதை களைகிறது. கணவனின் நோய் முற்றியவுடன் தெய்வத்திடம் அவள் பிரார்த்தனை செய்த கோலத்தில் அவள் நின்றிருக்கலாம். ஆனால், புதுமைப்பித்தன் அதையெல்லாம் விரித்துச் சொல்லி நேரம் செலவழிப்பதில்லை. கதைசொல்லி தன் நண்பன் வீட்டுக்குத் திரும்பி வந்த அரைப் பக்கத்துக்குள் நடந்ததைக் கூறி முடித்துவிடுகிறான்: "நான் மிருகமானேன்; அவள் பிணமானாள்."[9] அப்போதும் அவள் எதிர்ப்பு காட்டுவதில்லை. ரங்கசாமியின் பிணத்தை எரிக்கச் செல்லும்போதும் அவளிடமிருந்து எதிர்வினை இல்லை. அவள் ஊருக்குச் செல்லும்வரை "அதனால் ஏற்பட்ட வெறுப்பையோ பாசத்தையோ அவள் காட்டிக்கொள்ளவில்லை" என்கிறான் கதைசொல்லி.[10]

'அக்கினிப் பிரவேச'த்தைவிடச் சிக்கலான கதை இது. அதில் தெளிவாக இளம்பெண் வல்லுறவை எதிர்க்கிறாள்.

ஏற்கெனவே எழுதியிருந்தபடி எதிர்ப்புக்கான பல சமிக்ஞைகள் அந்தக் கதையில் இருக்கின்றன. ஆனால் இந்தக் கதையில் பெண் கதாபாத்திரம் ஒரு பொம்மை போல அல்லது இயந்திரம்போலக் காட்டப்படுகிறாள். ஆனால் சிறு அளவில்கூட எதிர்ப்பையோ, மறுப்பையோ, ஏன் பிடித்தமின்மையையோகூடச் சொல்லிலும் செயலிலும் காட்டாத பெண்ணிடம் கதைசொல்லி உறவு கொண்டதை வல்லுறவு என்று சொல்ல முடியுமா? ஆனால் கதைசொல்லி அப்படித்தான் அதைக் கருதுகிறான். அதனால்தான் "மிருகம்" என்று தன்னை அவன் கூறிக்கொள்கிறான். மாறாக அந்தப் பெண் "பிணம்" என்ற இடத்தில் வைக்கப்படுகிறாள்.

பொருளாதார வறிய நிலையின் காரணமாகத்தான் அவள் அப்படி நடந்துகொண்டாளா? "பொருட்பெண்டிரில்" ஒருத்தி என்பதால்தான் "பிணம்" ஆகிறாளா அவள்? கதையை ஆராய்ந்தால் இல்லை என்ற பதிலே கிடைக்கிறது. மேலும், இதை விவரிக்கும் இடத்தில் வருகிற வாக்கிய அமைப்பில் முதலில் அவன் "மிருகம்," அதன் பிறகு அடுத்ததாகத்தான் அவள் "பிணம்." எனவே இரண்டையும் இணைத்துப் பார்க்க வேண்டியிருக்கிறது.

பால்பாகுபாட்டை மாற்றி எழுதும் 'விபரீத ஆசை'

புதுமைப்பித்தனின் 'விபரீத ஆசை' சிறுகதையை வாசிக்கையில் அவரது இன்னொரு சிறுகதையை நினைக்காமல் இருக்க முடியது. இது 1939இல் வெளிவந்திருக்கிறது. இதற்கு ஐந்து வருடங்களுக்குமுன் வந்த புதுமைப்பித்தனின் 'பொன்னகரம்' (1934) சிறுகதையில் இருளில் ஒருவனோடு ஒதுங்கும் ஒரு பெண் சித்தரிக்கப்படுகிறாள். அந்தக் கதையில் "அம்மாளு முக்கால் ரூபாய் சம்பாதித்துவிட்டாள். ஆம் புருஷனுக்குப் பால் கஞ்சி வார்க்கத்தான். என்னமோ கற்பு, கற்பு என்று கதைக்கிறீர்களே!" என வாசகரைக் கேட்கிறான் கதைசொல்லி.¹¹ "சம்பாதித்தல்" என்ற குறிப்பில் அவள் உழைப்பை, இயக்கத்தை முன்னிறுத்தி ஒரு தொழிலாளியாகக் கௌரவத்தைத் தருகிறது கதை. திருக்குறள் கூறுகிற பொருட்பெண்டிர் – பிணம் என்ற ஒப்புமையை மறுத்து, விலகி நகர்ந்திருக்கும் பெண்பால் கட்டமைப்பு இது.

'விபரீத ஆசை'யில் 'பொன்னகர'த்தைப் போலவே பெண்ணின் குடும்ப வறுமை சொல்லப்படுகிறது. ஆனால், இக்கதையில் அவளும் அந்த நண்பனும் முன்பின் தெரியாதவர்கள் அல்லர். தவிர அவர்களுக்கிடையே குறிப்பிட்ட உறவுமுறை சுட்டப்படுகிறது. கதைசொல்லியை அந்தப் பெண் "அண்ணா" என்று அழைக்கிறாள். இந்தச் சகோதர விளி எந்த வகையான உறவை ஒருவனிடம் ஒரு பெண் கோருகிறாள், ஏற்பாள் என்பதைத்

உடல்–பால்–பொருள்

தெரிவிப்பது. சகோதர உறவு விளி சம்பந்தப்பட்ட பெண்ணுக்கும் ஆணுக்குமான பிரியத்தை மட்டுமல்ல, எல்லையைக் குறிப்பதாக இருக்கிறது. அதை எச்சரிக்கும் மொழிக் குறியீடாகவும் இருக்கிறது. ஆனால், இந்த எல்லையை மதிக்காத, அதை மீறுகிற ஆணாகக் கதைசொல்லி நடந்துகொள்கிறான். மீறலால் மிருகமாக அவன் சொல்லப்படுகிறான். பொள்ளாச்சியில் நடந்த வன்முறைச் சம்பவத்தில் சம்பந்தப்பட்ட பெண் "அண்ணா" என்று கதறியும் அவளைத் துன்புறுத்தியவனை பொதுச் சமூகம் "மிருகம்" என அழைத்ததை இவ்விடத்தில் எண்ணிப் பார்க்கலாம்.

'விபரீத ஆசை'யில் கதைசொல்லி மிருகமாக மட்டுமின்றி பிணத்தோடு புணர்பவனாகவும் சித்தரிக்கப்படுகிறான். இந்தச் சித்தரிப்புகளை இரண்டு வகைகளில் பொருள்கொள்ள கதை இடம் தருகிறது. ஒன்று, பெண்ணின் சம்மதமில்லாமல் அவளோடு கலவி கொள்வதால் அவன் இவ்வகையில் கீழ்நிலைக்குத் தள்ளப்படுகிறான். கவனிக்கவேண்டிய விஷயம், பெண்ணின் சம்மதம் என்பதைக் கதை பெண் தரப்பிலிருந்து வெளிப்படையான சம்மதமாக முன்வைக்கிறது என்பதையே. வேறெப்படியான அர்த்த வழுக்கலுக்கும் கதையில் இடமில்லை. காமத்தின் அடிப்படையில் ஒருவன் உறவை நாடும்போது, ஒரு பெண் அதை எதிர்த்து, மறுத்து சின்ன சமிக்ஞையைக்கூடத் தரவில்லை என்பதால் அதை அவள் சம்மதமாக ஒருவர் பொருள் கொண்டுவிடக் கூடாது என்கிற நிலைப்பாட்டை உள்ளிடையாக வைத்துக் கதை எழுதப்பட்டிருக்கிறது. கிட்டத்தட்ட நூறு வருடங்களுக்குமுன் எழுதப்பட்ட நவீனத் தமிழ்க்கதையில் இந்த அளவு அசல் புரட்சிகரம் ஆச்சரியத்தைத் தருகிறது.

இரண்டாவது, incest தடைக்கும் கதைசொல்லியைக் குறித்த மேற்படி சித்திரிப்புகளில் பெரும் பங்கிருக்கிறது. இதை அணுகப் பெண்ணியச் சிந்தனையாளர் ஜூலியா கிறிஸ்தவா தன்னிலை உருவாக்கத்தைப் பற்றி எழுதுவதைப் பகிர விரும்புகிறேன்.

தன்னிலை உருவாவது எப்படி?

கிறிஸ்தவா தன்னிலை உருவாகும் விதத்தை உடலை முதன்மையாகக் கொண்ட ஒன்றாகப் பார்க்கிறார் (1982). அத்தகைய தன்னிலை முழுமையடைந்த தன்னிலையாக இருக்க முடியாது. ஏனெனில் அது உருவாகிற வழிமுறைகளில் "இழிவு" (abjection) எனக் கருதப்படுகிற உடல்சார் ஆற்றலுக்கு ஆட்படுத்தப்படும். ஆகவே தன்னிலையின் எல்லைகள் எப்போதுமே உடைந்து கொண்டும் குலைந்துகொண்டும் இருக்கும் என்கிறார். ஒரு சிசு தன் தாயின் உலகத்திலிருந்து அந்நியப்பட்டுப் பண்பாட்டுக் குறியீட்டு

ஒழுங்குக்குள் (symbolic order), அதாவது எளிமைப்படுத்திச் சொன்னால் சமூகப் பண்பாட்டுத் தளத்துக்குள் (மொழி உள்ளிட்டவை) நுழைய வேண்டுமென்றால் முதலில் அதன் உடல் அதன் தாயின் உடலிலிருந்து வேறுபட வேண்டும். அதாவது சுய அடையாளத்தைப் பெற சிசு, தாய் இருவரையும் வேறுபடுத்தும் ஓர் எல்லை, ஒரு பிரிவுக் கோடு நிறுவப்பட வேண்டும். ஆனால் சிசுவோ சுயசார்பு அற்று பால் முதலிய உணவுக்காக, கழிவுகள் களையப்பட தாயை, தாய் உடலைச் சார்ந்திருக்கிறது. இதனால் தாயின் உடலுக்கும் அதன் உடலுக்கும் எல்லைக்கோடு புரிபடாத, குழப்பமான நிலையில் இருக்கிறது.

ஒருபுறம் சிசுவுக்குத் தாயின் உடலோடிருப்பது ஈர்ப்பைத் தருகிறது. கூடவே தன் அடையாளம் புரிபடாத பீதியும் ஏற்படுகிறது. பீதி, ஈர்ப்பு என்கிற எதிர்மறை உணர்வுகளின் ஊடாட்டத்தில் இவையிரண்டும் கலந்துகட்டிப் பெருகும் ஆற்றலின் பரப்பில்தான் ஓர்மையின்றித் தன்னிலை உருவாகிறது என்பதே கிறிஸ்தவாவின் கருத்தாக்கம். இவ்விதமாக உணர்வுப் போராட்டத்தின் ஊடாகத் தன்னிலை உருவாகும் வழியில் செயற்படும் சமூகப் பண்பாட்டு ஒழுங்குக்குள் வராத ஆற்றலையே "இழிவு" என்று கிறிஸ்தவா குறிப்பிடுகிறார். (Abject என்பதைத் தமிழில் "இழிவு" என மொழிபெயர்த்திருக்கிறேன். இதைவிடப் பொருத்தமான சொல் இருக்கலாம்.)

சிசு வளரும்போது அது சுயசார்போடு இருக்கப் பழகுகிறது. உதாரணமாக தானே உணவு உண்ண, உடற்கழிவை அகற்றப் பழகுகிறது. என்றாலும் "இழிவின்" பீடிப்பு முழுக்க நீங்குவதில்லை. அதனால் தன்னிலை உருவாக்கத்தில் ஒருமையும் ஓர்மையும் நிறைவேறாத கனவுகளாக மட்டுமே எஞ்சிவிடுகின்றன. ஏனெனில் வாழ்நாள் முழுவதுமே ஒருவருடைய உடலுக்கும் மற்றமைக்கும் துல்லியமான பிரிவு சாத்தியமில்லை. எடுத்துக்காட்டாக உடற் கழிவுகளை, திரவங்களை எடுத்துக்கொள்வோம். மூத்திரம், மலம், தூமை, கண்ணீர், வியர்வை, விந்து போன்றவை. பொதுவாக இவற்றை உடல் தூய்மை அல்லது சுகாதாரம் ஆகிய தளங்களோடு இணைத்துவைத்துப் பார்க்கிறோம். ஆழ்ந்து சிந்தித்தால் இவை உடல் என்று சொல்கிறோமே, அதன் ஓர்மையின் கற்பிதத் தன்மையை அம்பலப்படுத்துபவை, உடலின் பொருண்மையான எல்லைகள் என்று நாம் நம்புவதைக் கலைப்பவை.[12] உடலிலிருந்து வெளித்தள்ளப்படும், பொதுவாக நாம் அருவருக்கிற கழிவுகள் "தான் x மற்றமை" பிரிவினையைக் குழப்பத்துக்குள்ளாக்குபவை. ஆகவே எல்லைகள் என நாம் கருதிக்கொண்டிருப்பவற்றைக் குலைப்பவையாக அவை இருக்கின்றன. அதே நேரத்தில் அவை இல்லாவிட்டால் 'தான்' என்பது இல்லை. இவ்வாறு

குலைப்பதையே, அதன் மூலம் தன்னிலை உருவாக்கம் நடைபெறுவதையே "இழிவின்" பிரசன்னமாக, ஆற்றலாகப் புரிந்துகொள்ள வேண்டும், உடற்கழிவுகள் போன்றவை நம் மீது "இழிவின்" அச்சுறுத்தும் பீடிப்பைக் காட்டுவதாக உள்ளது என்பது கிறிஸ்தவாவின் வாதம்.

பிணம் என்னும் "இழிவு"

கிறிஸ்தவா "இழிவின்" ஆகத் தீவிரமான வடிவம் எனப் பிணத்தைக் கருதுகிறார்.[13] இறப்பிலிருந்து கடவுளை நீக்கிவிட்டு அறிவியல்பூர்வமாக இறப்பைப் பார்ப்பதைக் கொஞ்சம் தள்ளிவைத்துச் சிந்தித்தால், பிணம் என்பது வாழ்வைப் பீடிக்கக் கூடிய சாவின் நோய்த்தொற்றாக உள்ளது என எழுதுகிறார் அவர்.[14] யூத, இந்து சமய மரபுகள் உள்ளிட்ட பல சமயப் பண்பாடுகளில் சாவுத்தீட்டு என்பது இன்றும் முக்கியத்துவம் பெறுவதை இத்தோடு இணைத்து எண்ணிப் பார்க்கலாம். இதற்குக் காரணம் பிணம் வாழ்வின் அடையாளமாகவும் சாவின் அடையாளமாகவும் ஒரே நேரத்தில் இருப்பதுதான். வாழ்வுக்கும் சாவுக்குமிடையே தெளிவற்று, இந்த இரண்டுக்குமான எல்லைக்கோட்டை அத்துமீறுவதாகப் பிணம் இருப்பதால், வாழ்வைப் பாதிக்கும் மரணத்தின் பிரசன்னமாக அது இருப்பதால், ஆகப் பெரிய இழிவுத் தொற்று அது எனக் கவித்துவ மொழியில் விளக்குகிறார் கிறிஸ்தவா.[15]

சிறுகதையில் வல்லுறவும் சகோதரியைப் போன்றவளுடனான incest என்பதும் பின்னிப் பிணைகின்றன. மிருகத்தின் உறவாக, சாவோடு சம்போகமாக அது உருவகப்படுத்தப்படுகிறது. சமூகத்தில் கட்டமைக்கப்பட்டிருக்கும் incest தடை அத்துமீறப்படும்போது, அந்த அத்துமீறல் வாழ்வைப் பீடிக்கும், வாழ்வில் அத்துமீறல் செய்யும் சாவின் தொற்றாகப் பிணம் எனும் பிறிதொன்றால் எதிர்கொள்ளப்படுகிறது. Incest இச்சை அல்லது உறவு எந்த அளவுக்குத் திகிலின் நிழலாகச் சமூகத்தின் மீது கவிந்திருக்கிறது என்பதை விளங்கிக்கொள்ள இக்கதை சிறந்த உதாரணம்.

காமம் சார்ந்த உறவில் பெண்ணின் சம்மதத்தைப் பொறுத்த வரை கதையாடல் புரட்சிகரமாக வெளிப்பட்டிருக்கிறது. ஆனால் incest தடை மீறப்படும்போது பெண்ணை அந்தக் கணத்தில் உயிரற்றவளாகவே அது காட்சிப்படுத்துகிறது. நான் முன்னர் சுட்டிக்காட்டிய பொருளுக்காக உறவு கொள்ளும் பெண்ணைப் பிணமாகப் பார்க்கும் திருக்குறளிலிருந்து வேறுபட்ட பார்வையில்தான் இந்தக் காட்சிப்படுத்தல் நடக்கிறது. என்றாலும் பெண் பிணமாதல் ஆகப் பெரிய இழிவுத் தொற்றாக ஆவதற்குச் சமம். கதையில் incest தடையை மீறி அவளை

வல்லுறவு செய்தது ஆண் என்றாலும் தடையை மீறியதற்கான தண்டனையை இழிவுத் தொற்றாகும் பெண்ணும் தற்காலிகமாகச் சுமக்க வைக்கப்படுகிறாள் என்று கருத முடியும்.

மேலும் பிணமாக அடையாளப்படுத்தப்படும்போது பெண்பால் உயிரியாக அவள் இருப்பைக் கதையாடல் மறுக்கிறது. அப்படி அவளை ஆக்குவதன் மூலம் அவள் மூலமாகப் பால் மறுவுற்பத்தியைக் கதை தடுக்கிறது. தந்தைவழி வம்சாவளியில் கருவுற நேர்ந்தால் தந்தையின் பெயர் முக்கியம் என்பதால் இவ்விவகாரத்தில் எந்தக் குழப்பமும் அனுமதிக்கப்படுவதில்லை. இந்தச் சமூகப் பொதுக் கருத்தியலோடு இயைந்திருக்கும் 'விபரீத ஆசை' கதையில் பெண் பிணமாக ஆவது, கணவனற்ற மற்றொருவன் அவளோடு உறவுகொள்கையில் அவள் கருவுறும் சாத்தியத்தை மறுப்பதாகவும் ஆகிறது.

ஆணின் உளச் சித்ரவதை

இவ்விரண்டு வாசிப்புகளையும் தாண்டி வேறொரு நுட்பமான மடிப்பும் கதையில் உள்ளது. நடப்பது சகோதரனுக்கும் சகோதரிக்குமான உறவு மட்டுமல்லாமல் வல்லுறவாகவும் இருப்பதால் அந்தப் பெண்ணைப் 'பிணம்' என்று அழைக்கையில் அந்த நிகழ்விலிருந்து பெண் தன்னிலை நீக்கப்படுகிறது என்றும் வாசிக்கலாம். அதாவது வல்லுறவு நிகழ்வுக்கான பொறுப்பிலிருந்து பெண்ணைக் கதை முழுக்க விடுவிப்பதாக வாசிக்க முடியும். மாறாக, வல்லுறவை முன்னெடுத்ததால் ஆணின் தன்னிலை சீர்குலைகிறது. வல்லுறவுக்கான முழுப்பொறுப்பை ஆண் ஏற்கவைக்கப்படுகிறான். பிணம் என்கிற அச்சுறுத்தும் இழிவோடான உறவில் ஈடுபடுவதால் அவன் அதன்பின் பெரும் உளச் சித்திரவதைக்கும் ஆளாகிறான். இத்தகைய வாசிப்புக்கும் கதை இடம் தருகிறது.

கதையின் தொடக்கமே பிண ஊர்வல வர்ணனையிலிருந்து தான். ஊர்வலத்தைக் கதைசொல்லி காணும்போது அவன் மனதில் வல்லுறவின் ஞாபகம் தூண்டப்படுகிறது. கதை முடிகிற தறுவாயில் அந்த ஞாபகம் தூண்டப்பட்ட காரணம் நமக்குத் தரப்படுகிறது. "பிணத்தைப் பார்க்கும்போதெல்லாம் என் மனதில் ரங்கசாமி வீட்டில் நடந்த சம்பவம் நினைவுக்கு வருகிறது. அதே மாதிரி மிருக இச்சை தோன்றுகிறது," என்கிறான்.[16] "எனக் - குப் - பய - மா - இருக் - கே..." எனப் புள்ளிகளோடும் விடுபடல்களோடும் அச்சம் குறிப்பிடப்பட்டுக் கதை முடிகிறது.[17] வல்லுறவுச் சம்பவத்தால் கதைசொல்லியின் தன்னிலை மாறியும் குலைந்தும்விடுகிறது என்பதை இந்தப் புள்ளிகளும் கோடுகளும் அறிவிக்கின்றன.

கிறிஸ்தவா விளக்குகிறபடி இழிவோடான தொடர்பில் பீதியும் ஈர்ப்பும் மிகுந்த போராட்டத்தில் பண்பாட்டுத் தளத்துக்குள் நுழைகிற வகையில் உருவாகிற தன்னிலை incest என்பதை மறுக்கும் சமூகப் பண்பாட்டு நியதியை மீறும்போது அச்சுறுத்தலுக்கும் தண்டனைக்கும் உள்ளாகிறது. அப்படி ஆளாகும்போது அது மீண்டும் இழிவுக்குத் திரும்புகிறது. பிணம் என்ற விவரணை குறிப்பது அதையே. எனவே சமூக நியதியை மீறுதல் என்பது தன்னிலையை முழுக்க முழுக்க இழிவில் அமிழ்த்திவிடுகிறது. இது தன்னிலையின் ஓர்மையைப் பாதிப்பதாக இருக்கிறது. கதைசொல்லியின் மொழிரீதியான வெளிப்பாட்டில் புள்ளிகளும் கோடுகளும் தெரிவிப்பது ஓர்மையின் குலைவைத்தான்.

பொதுவாக வல்லுறவு என வரும்போது பாதிக்கப்பட்டவர் என்ற நிலையில் பெண்ணை முன்னிலைப்படுத்தி, விளித்துப் பேசுவதுதான் சமூகத்திலும் சரி, இலக்கியப் பிரதிகளிலும் சரி, அதிகம் நடக்கிறது. ஜெயகாந்தனின் 'அக்கினிப் பிரவேசம்' சிறுகதையில் ஆகட்டும், 'சில நேரங்களில் சில மனிதர்கள்' நாவலில் ஆகட்டும். பாதிக்கப்பட்ட பெண்ணின்மீது காட்டப் படும் விசாரணையின் வெளிச்சம் ஆணின்மீது படுவதில்லை. நேர்மாறாக புதுமைப்பித்தனின் 'விபரீத ஆசை' வல்லுறவைச் செய்யும் ஆண்மீது கவனத்தைக் குவிக்கிறது. வழக்கமாக நாம் எதிர்கொள்ளும் பெண்ணின் வல்லுறவு பாதிப்புச் சொல்லாட லுக்குப் பதிலாக, மாற்றாக வல்லுறவாளனின் ஒப்புக்கொள்ளுதல் எனும் சொல்லாடலை முன்வைக்கிறது கதை. அதே நேரத்தில் ஒப்புக்கொள்ளுதல் என்பதை முகாந்திரமாகக் கொண்டு வல்லுறவாளனுக்கு மனச் சமாதானத்தையோ மன்னிப்பையோ அது வழங்குவதில்லை. உளச் சித்திரவதையை அனுபவிக்கும் துயரனாக அவனைக் காட்டுகிறது. பொருட்பெண்டிர் பற்றிய திருக்குறளில் வரும் "பிணம்" என்கிற ஒப்பீட்டில் விளங்கும் பால் பாகுபாட்டை விபரீத ஆசை மாற்றி எழுதிக்காட்டும்போது, பழைய சார்பு நிலைகளைப் பரிசீலனை செய்வதோடு அல்லாமல், அவற்றை மாற்றி எழுதும் அசலான நவீனத்துவப் பிரதியாகத் தன்னை வெளிப்படுத்திக்கொள்கிறது.

குறிப்புகள்

1. குறள் 913, "நாளும் ஒரு திருக்குறள்," வலைப்பூ. http://daily projectthirukkural.blogspot.com/2014/07/kural913.html
2. குறள் 913, "நாளும் ஒரு திருக்குறள்," வலைப்பூ. http://daily projectthirukkural.blogspot.com/2014/07/kural913.html

3. இத்தொகுப்பில் இடம்பெற்றிருக்கும் "பாலியல் வன்முறை: குறுக்குவெட்டு அரசியல்களும் தன்வரலாறுகளும்" கட்டுரையைப் பார்க்கவும்.

4. Bal 1990.

5. இத்தொகுப்பில் இடம்பெற்றிருக்கும் "'அக்கினிப் பிரவேசம்': பாலுறவில் சம்மதமும் வல்லுறவிலிருந்து பாலியல் நீக்கமும்" கட்டுரையைப் பார்க்கவும்.

6. புதுமைப்பித்தன் 2000, 461.

7. புதுமைப்பித்தன் 461.

8. புதுமைப்பித்தன் 462.

9. புதுமைப்பித்தன் 462.

10. புதுமைப்பித்தன் 462.

11. புதுமைப்பித்தன் 68.

12. பார்க்க Chapter 1, Kristeva, 1982.

13. Kristeva 4.

14. Kristeva 4.

15. Kristeva 4.

16. புதுமைப்பித்தன் 462.

17. புதுமைப்பித்தன் 463.

உதவிய ஆய்வு நூல்கள், சிறுகதைகள்

புதுமைப்பித்தன். "பொன்னகரம்." *புதுமைப்பித்தன் கதைகள்: முழுத்தொகுப்பு.* பதிப்பாசிரியர்: ஆ. இரா. வேங்கடாசலபதி. காலச்சுவடு: நாகர்கோவில், 2000. 66 – 68.

புதுமைப்பித்தன். "விபரீத ஆசை." *புதுமைப்பித்தன் கதைகள்: முழுத்தொகுப்பு.* பதிப்பாசிரியர்: ஆ.இரா. வேங்கடாசலபதி. காலச்சுவடு: நாகர்கோவில், 2000. 459 – 463.

Bal, Mieke. "Reading with the Other Art." *Theories between the Disciplines: Authority / Vision / Politics.* Ed. Martin Krieswirth & Mark A. Cheetham. Ann Arbor: University of Michigan Press, 1990.

Kristeva, Julia. *Powers of Horror: An Essay on Abjection.* New York: Columbia University Press, 1982.

9

#MeToo திறக்கும் புதிய பாதைகள்

கூட்டு சுயாதீனம்

வட தமிழகத்தில் ஒரு பல்கலைக்கழக விழா. பிரபல ஆளுமைகள், பல்கலைக்கழக ஆசிரியர்கள், மாணவர்கள் எனக் கூடியிருந்த கூட்டத்தில் துணை வேந்தர் பேசிக்கொண்டிருந்தபோது ஒரு கட்டத்தில் பேச்சை நிறுத்திவிட்டு ஒரு மாணவியை 'Stand up' என்றார். மாணவியும் பதற்றத்தோடு எழுந்தார். துணைவேந்தர் 'You are beautiful, sit down' என்றார். இது ஒரு பெரிய கூட்டத்தில் எல்லோர்க்கும் பொதுவில் நடந்தது. பல்கலைக்கழகத்தால் கௌரவிக்கப்பட சில தமிழ் எழுத்தாளர்கள்கூட அங்கிருந்தார்கள். செய்தியாக வெளிவராத இதை என்னிடம் பகிர்ந்துகொண்டது கல்விப்புலம் சார்ந்த, சேலத்தைச் சேர்ந்த ஒரு பேராசிரியர்.

பல ஆண்டுகளுக்கு முன்பு நான் பணிபுரிந்த இடத்தில் ஓர் உயரதிகாரி முதன்முதலில் என்னை அலுவலக அறைக்கு அழைத்தார். கவிஞர் என்பதைக் கேள்விப்பட்டு ஞானபீட விருது கிடைக்க வேண்டும் என்று பாராட்டினார். அதற்குப் பிறகு "இதற்கு முன் வேலை செய்த இடத்தில் உங்களைப் போலவே தோற்றம் கொண்ட பெண் எனக்கு சிநேகிதியாக இருந்தாள். நீங்கள் என் சிநேகிதியாக இருக்க வேண்டும்" என்று கூறிவிட்டு என் கவிதை நூலைக் கேட்டார். எனக்குத் தர விருப்பமில்லை. அந்த உயரதிகாரி எங்கள் அலுவலகத்தில் எழுதாத விதி ஒன்றை அமல்படுத்தியிருந்தார். அவர் மாடிப் படிக்கட்டில் இறங்கிவரும்போது மேலே

எதிர்முகமாக யாரும் ஏறி வரக்கூடாது. ஒருமுறை நீல வண்ணச் சேலை அணிந்துகொண்டு ஓர் ஊழியர் எதிரே வந்துவிட்டார். உடனே உயர் உயர் அதிகாரி அன்றைக்கு நீல வண்ணச் சேலை அணிந்து அலுவலகம் வந்திருந்த எல்லாப் பெண்களையும் தன் சேம்பரில் ஆஜராக வேண்டும் என்று ஆணை பிறப்பித்தார். பெண்களும் வேறு வழியின்றி ஆஜரானார்கள்.

மேலே கூறியவை நம் அலுவலக, உயர்கல்வி நிறுவனச் சூழல்களில் நடக்கும் பாலியல் துன்புறுத்தலின் சில வகை மாதிரிகள். பல்கலைக்கழகம், அரசு அலுவலகம் என்ற நிறுவனங்களில் அதிகார வல்லமை பெற்றவர்கள் ஆண்பால் என்ற பால் அடையாளத்தோடு இதைச் செய்யும்போது அதிகார இயங்கியலால் இலகுவாகப் பாதிக்கப்படக்கூடியவர்கள் மௌனமாகவோ, கண்டுகொள்ளாமலோ இருந்ததன் காரணம் எளிதில் புரிந்துகொள்ளக்கூடியது. அதே நேரத்தில் பல சமயம் இத்தகைய துன்புறுத்தல் நடக்கும்போது அவை பெண்கள் மத்தியிலும் புரிந்துணர்வுகொண்ட நண்பர்கள் மத்தியிலும் இரகசிய உரையாடல்களில் பரவுவதும் காணக்கூடியவையே.

வீடு, கல்வி நிறுவனம், பணியிடம் போன்ற இடங்களிலும் கிசுகிசுவாக மட்டுமே பகிரப்பட்ட பாலியல் துன்புறுத்தல்கள், சீண்டல்கள் போன்றவற்றைப் பொதுவெளியில் விவாதப் பொருளாக மாற்றியதே #MeToo போராட்ட அலையின் இன்றியமையாத பங்களிப்பு. அதிகார வலைப்பின்னல்களின் மையத்திலிருந்து விலகியிருக்கும் மாணவர்கள், ஊழியர்கள் உள்ளிட்டவர்களின் அடைத்து வைக்கப்பட்டிருந்த கோபமும் ஆற்றாமையும் வெளியே வர இது வழி செய்திருக்கிறது. #MeToo தருணமல்ல, இயக்கம் எனக் கார்லி கீஸ்லர் குறிப்பிடுகிறார்.[1] இந்த ஹேஷ்டாக் இயக்கம் மின் திரை / இணையப் போராட்டச் செயல் எனத் தோன்றினாலும், தற்காலத்துக்கேயான நான்காம் அலை பெண்ணிய வெளிப்பாடாக இது கருதப்படுகிறது.[2] மேலும், இரண்டாம் அலை பெண்ணியம் முன்னுரிமை தந்த களத்தில் இயங்கக்கூடிய அடிமட்ட அமைப்புகளோடு, மூன்றாம் அலை பெண்ணியம் முதன்மைப்படுத்திய, பல் அடையாள, குறுக்குவெட்டு அரசியல்களும் இந்தப் புது இயக்கத்தில் பொருண்மையான இடம் பெற வாய்ப்பிருக்கிறது.[3]

அமெரிக்கத் திரைப்படத் தயாரிப்பாளர் ஹார்வி வெய்ன்ஸ்டீன், இந்தியாவின் முன்னாள் மத்திய அமைச்சர் எம்.ஜே. அக்பர் போன்ற அதிகாரம் மிக்க பிரபலங்களை அம்பலப் படுத்தியது என்று மட்டும் #MeToo இயக்கத்தை உள்வாங்குவது சரியல்ல. உண்மையில் இந்தப் போராட்டம் அன்றாடச் சமூக

வாழ்வின் வரலாற்றை வேறொரு சட்டகத்துக்குள் இட்டு நம்முன் ஓட்டிக் காட்டுகிறது. இந்தச் சட்டகத்தின் ஊடாகப் பார்க்கும்போது இதுவரைக்கும் இயல்பானது, ஆபத்தற்றது, நகைச்சுவை, விடலைத்தனம் என்று நாம் கடந்துவிட்டிருக்கிற பல விவகாரங்களும் விகாரத்தன்மையோடு உள்ளதைக் காண்கிறோம். அன்றாடச் சமூக வாழ்வின் வரலாறு என்பது சாதாரண மனிதர்கள் அன்றாடம் புழங்கும் வெளிகளின் பால்மயப்பட்ட வரலாறுமாகும். #MeToo இயக்கத்தையொட்டி வெளிவந்திருக்கும் பல தன்வரலாறுகளில் வீடுகள், பள்ளி, கல்லூரி வகுப்பறைகள், இசை வகுப்புகள் நாட்டிய வகுப்புகள், பேருந்து போன்ற வாகனங்கள், சாலைகள் முதலிய பொதுவெளிகளில் மறைந்திருக்கும் அபாயங்கள் அம்பலப்படுத்தப்பட்டிருக் கின்றன. இதனால் இன்று நண்பர்கள், காதலர்கள், குடும்ப உறவுகள் மத்தியில் பாலியல் துன்புறுத்தல் ஒதுக்கமுடியாத பேசுபொருளாகியிருக்கிறது.

2017ஆம் ஆண்டு அக்டோபர் மாதத்தில் #MeToo ஹேஷ்டாக், அடுத்த இருபத்துநான்கு மணி நேரங்களுக்குள் ஐந்து லட்சம் முறை பயன்படுத்தப்பட்டது.[4] அது பரவலான ஒன்பது நாட்களில் மட்டும் 1.7 மில்லியன் ட்வீட்களில் பயன்படுத்தப்பட்டது.[5] எண்பதுக்கும் மேற்பட்ட உலகநாடுகளிலிருந்து இந்த ட்வீட்கள் வெளிவந்தன. எடுத்துக்காட்டாக ஸ்பானிய மொழி பேசும் நாடுகளில் #YoTambien, அரேபிய மொழி பேசும் நாடுகளில் #AnaKaman, பிரான்ஸில் #BalanceTonPorc, இத்தாலியில் #QuellaVoltaChe என்ற ஹேஷ்டாக்களில் புயல்வேக இயக்கமாகச் சமூக வலைதளங்களிலும் ஊடகத்திலும் பரவியது.[6] உலகளாவிய அளவிலும் தமிழ்ச் சூழலிலும் நிரந்தரமான அதிர்வுகளை ஏற்படுத்திய பகிர்வுகள் இவை. பாலியல் வன்முறையைச் சந்தித்தவர்களுக்கு இந்த இயக்கம் அவற்றைக் கூடுதல் தெளிவோடு எண்ணிப்பார்க்கச் சந்தர்ப்பம் தருகிறது. இத்தகைய வெளிப்படுத்தல்கள் மூலமாகச் சித்ரவதை எனச் சொல்லத்தக்க, மோசமான அனுபவத்துக்கு ஆற்றுப்படுத்தல் வேண்டுமென நினைப்பவர்களுக்கு அது கிடைக்கும் சாத்தியம் உண்டு. மேலும் இது தனக்கோ அல்லது தன்னையொத்த ஒரு சிலருக்கு மட்டும் நேர்ந்ததோ நேர்ந்துகொண்டிருப்பதோ அல்ல என அறிந்துகொள்ளும்போது தனிப்பட்ட 'அவமானமும்' துயரமும் இங்கே உள்ள சமூகச் செயற்பாடுகளின் பாரபட்சத்தன்மையால் விளைந்ததெனப் புரிபடுகிறது.

மிக முக்கியமாக பாதிக்கப்பட்டவர்களின் சொல்லாடலை வெளிப்படுத்த வகைசெய்ததன் வாயிலாக அவர்களின் சுயாதீனத்தை இந்தப் போராட்டம் அங்கீகரிக்கிறது. இது

கூட்டு சுயாதீனம் என்பதுதான் இங்கே அடிக்கோடிடப்பட வேண்டியது. தான் எதிர்கொண்ட பாலியல் தொல்லையைப் பற்றிப் பேசினால் சமூகம் தன்னைத்தான் இழிவாகப் பேசும் என்ற அச்சத்தைக் கூட்டு சுயாதீனம் நீக்கிவிடுகிறது. மேலும் இது தமிழ்ப் பண்பாட்டின் அடிப்படையில் சிந்தித்துப் பார்த்தால் கண்ணகி என்கிற வலுவான புனிதப் பிரதிமத்துக்குச் சவால் விடுக்கும் வலுவான எதிர்ச்சொல்லாடலைச் சாத்தியமாக்கியுள்ளது. தமிழ்ச் சமூகத்தில் கற்பின் தெய்வமாக, காவியக் கதாநாயகியாகத் தொழப்படுகிற பெண் குறித்த சொல்லாடலுக்கு நேர் எதிராக, ஆண்சார்புச் சூழலாக விளங்கும் யதார்த்தத்தில் கற்பின் சாத்திய மின்மையைப் பல்வேறு சாதாரணப் பெண்களும் பறைசாற்றும் சொல்லாடல் இது. புனைவுக்கு எதிரான வரலாற்றுத் தருணத்தில் இயங்கும் சொல்லாடல் இது.

நீதியின் பாதையில் சில முன்வரலாறுகள்

பொதுவாக பாதிக்கப்பட்டவர்கள் கொள்ளும் அச்சம் அவர்களைப் பற்றியது மட்டுமல்ல, அவர்களின் மன உணர்வு மாத்திரமல்ல அது. தனக்கோ தன்னைச் சார்ந்தவர்களுக்கோ பொருண்மையான பாதிப்பு நடந்துவிடுமோ என்கிற அச்சம். முறைகேடாக நடந்துகொண்டவர் சமூக, அரசியல் தளங்களில் அல்லது பணியிடத்தில் உயரிடத்தில் இருக்கிறார் எனும்போது இந்த அச்சம் பாதிக்கப்பட்டவர்களின் வாய்களுக்குப் பூட்டுப் போட்டுவிடுகிறது. சமூகப் பண்பாட்டுத் தளத்தில் அதிகாரம் மிக்க நபர்களால் பெண்கள் முன்பு பாதிக்கப்பட்டது உண்டா, அதைப் பொதுவெளியில் பகிர்ந்தது உண்டா என்றால் நிச்சயம் உண்டு. தமிழ்ச் சமூகத்தைப் பொறுத்து உடனடியாக நினைவுக்கு வருவது எழுத்தாளர் அனுராதா ரமணன் காஞ்சி சங்கர மடாதிபதியான ஜெயேந்திர சரஸ்வதி தன்னிடம் முறைகேடாக நடந்துகொண்டது பற்றி ஒரு பத்திரிகையாளர் சந்திப்பில் தெரிவித்தது.

2004ஆம் ஆண்டு ஜெயேந்திர சரஸ்வதி சங்கரராமன் கொலை வழக்கில் கைது செய்யப்பட்டவுடன் அவரது பாலியல் அத்துமீறல்களைப் பெண்கள் முன்வந்து தெரிவித்தார்கள். அப்போது அனுராதா ரமணனும் சங்கர மடத்தில் பத்திரிகை ஒன்று தொடங்கப்போவதாகச் சொல்லி தன்னை அழைத்த ஜெயேந்திரர் முறைகேடாக நடந்துகொண்டது பற்றித் தெரிவித்தார். அது குறித்து தமிழகக் காவல் துறையிடமும் வாக்குமூலமும் அளித்தார்.[7] ஆனால் இந்த வாக்குமூலத்தின் மீது எந்த நடவடிக்கையும் எடுக்கப்பட்டதாகவோ அனுராதா ரமணனுக்கு நியாயம் கிட்டியதாகவோ தெரியவில்லை. மக்கள்

மத்தியில் தற்காலிகக் கவனம் பெற்றதோடு அந்தப் பகிர்வு நின்று போனது. அனுராதா இப்போது உயிரோடு இருந்திருந்தால் ஒருவேளை தனக்கு நேர்ந்த மோசமான அனுபவம் குறித்து #MeTooவில் விரிவாகப் பகிர்ந்திருப்பார்.

பல வருடங்களுக்கு முன்பு (2008) புகழ்பெற்ற நடிகர் நானா படேகர் படப்பிடிப்பொன்றில் தன்னிடம் மோசமாக நடந்து கொண்டது குறித்து பாலிவுட் நடிகர் தனுஶ்ரீ சமீபத்தில் ஒரு நேர்காணலில் குற்றம்சாட்டினார்.[8] தனுஶ்ரீயோடு நெருங்கி நடிக்கும் வகையில் பாடல் – நடனக் காட்சிகளை வடிவமைக்கக் கோரிய படேகரை எதிர்த்து அவர் முறையிட்டதை இயக்குநர், தயாரிப்பாளர், நடன இயக்குநர் ஆகிய யாரும் காதில் வாங்கிக் கொள்ளவில்லை. சொல்லப்போனால் படேகரின் கோரிக்கையை ஏற்றுகொண்டு நடன இயக்குநர் அந்தப் பாடல் காட்சிகளை அமைத்துக் கொடுத்திருக்கிறார். தனுஶ்ரீயின் மனக் கொந்தளிப்பு அப்போதே பொதுவெளிக்கு வந்தது. காவல் துறையில் புகாரும் தந்திருக்கிறார். ஆனால் படேகரின் நடிப்புத் தொழில் வாழ்க்கையில் அது சிறு பாதிப்பைக்கூட ஏற்படுத்தவில்லை. #MeToo இயக்கம் வேகம்பெற்றிருக்கும் தருணத்தில் மீண்டும் தன் குற்றச்சாட்டை முன்னெடுத்தார் தனுஶ்ரீ. #MeToo காரணமாக விளைந்த சமூக அழுத்தத்தால் 2018இல் புகார் குறித்து விசாரணை செய்யத் தொடங்கிய காவல் துறை, ஜூன் 2019இல் படேகர் செய்த அத்துமீறலுக்குச் சாட்சியமில்லை என்று மும்பை நீதிமன்றத்தில் "B Summary" அறிக்கை தாக்கல் செய்தது.[9] குறிப்பிட்ட பத்து சாட்சிகள் தீர விசாரிக்கப்படவில்லை என்றும் அவர்கள் மிரட்டப்பட்டதாகவும் தனுஶ்ரீ குற்றஞ்சாட்டினார்.[10]

ஆனால் #MeToo இயக்கம் சட்டரீதியாகப் பயன்தரவே தராது என முடிவுசெய்துவிட முடியாது. இந்த இயக்கம் சிலருக்கேனும் நீதியின் பாதையைத் திறந்துவிட்டிருக்கிறது. #MeToo இயக்கத்தின் தாக்கத்தால் பாலியல் வன்முறை மற்றும் வல்லுறவுத் தொடர் குற்றத்துக்காக அமெரிக்காவில் பில் காஸ்பி செப்டம்பர் 2018இல் சட்டரீதியாகத் தண்டிக்கப்பட்டு பத்து வருடச் சிறைத் தண்டனை பெற்றிருக்கிறார். பற்பல பெண்கள் அவர்மீது பாலியல் புகார் தந்த நிலையில் 2015இலேயே இக்குற்றங்கள் தொடர்பாகக் கைது செய்யப்பட்டிருந்தாலும் சீரிய நீதிமன்ற விசாரணைக்கும் தண்டனைக்கும் இந்த இயக்க அலையே காரணமாகக் கூறப்படுகிறது.[11]

இந்த இயக்கம் தந்த அழுத்தத்தால் இந்தியாவில் டைம்ஸ் ஆஃப் இந்தியா ஏட்டின் சீனியர் எடிட்டரான கே.ஆர். ஶ்ரீனிவாஸ் பதவி விலகினார். அவரால் தனக்கு நேர்ந்த

பாலியல் தொல்லைகள் குறித்து பத்திரிகையாளர் சந்தியா மேனன் #MeToo ஹேஷ்டாக்கில் பகிர்ந்தவுடன் வேறு பல பெண் பத்திரிகையாளர்களும் பகிர்ந்துகொண்டார்கள். விளைவு அவரின் பதவி விலகல்.[12] இதேபோல ஹிந்துஸ்தான் டைம்ஸ் நாளிதழின் தலைமைப் பொறுப்பு வகித்த பிரஷாந்த் ஜாவும் அந்தப் பொறுப்பிலிருந்து நீங்கினார்.[13] 2017இல் சட்டக் கல்லூரி மாணவர் ரயா சர்க்கார் வெளியிட்ட பட்டியலில் இடம்பெற்ற, மெட்ராஸ் மியூசிக் அகாடமியின் காரியதரிசியாக இருந்த பப்பு வேணுகோபால ராவ் பதவி விலகினார்.[14] வெளியுறவுத் துறை இணையமைச்சராக இருந்த பத்திரிகையாளர் எம்.ஜே.அக்பரின் பாலியல் தொல்லைகள் பற்றிப் பற்பல பெண் பத்திரிகையாளர்கள் குற்றஞ்சாட்டினார்கள். விளைவாக அவரும் பதவி விலகினார்.[15] இவை சில உதாரணங்கள் மாத்திரமே.

'எனக்கும்'

பாலியல் அத்துமீறல்கள் குறித்த தகவல்களும் அனுபவக் கதைகளும் இணையத்தை, பொதுவாக ஊடகத்தையே நிறைத்திருக்கின்றன. #MeToo இந்த அளவுக்குச் செயல்வேகம் பெற்றிருப்பதன் காரணம் இந்தப் பயன்பாட்டில் உள்ள உம்மைப் பயன்பாடு. #MeToo, அதாவது 'எனக்கும்' எனும்போது வேறொருவருக்கும் இது நடந்திருக்கிறது என்ற பொருள் அதில் தொக்கி நிற்கிறது. 'எனக்கு' என்பது முன்வைக்கும் தனக்கான இடம், 'எனக்கும்' எனும்போது பலருக்கும் ஆனதாக மாறுகிறது. பலருக்கும் என்பதாகும்போது ஒன்றிப்பு (solidarity) என்பதற்கான இடமாகவும் உம்மை இருக்கிறது. #MeToo இயக்கத்தின் வெற்றி என்று இந்த ஒன்றிப்பைக் கருத முடியும்.

பதின்மூன்று வருடங்களுக்கு முன்பே இந்தப் பயன்பாட்டின் மூலமாக இத்தகைய சகோதரித்துவ ஒன்றிப்பை மக்களின் கவனத்துக்குக் கொண்டுவந்தவர் டரானா பர்க். பல்லாண்டுகளாக சிவில் உரிமைகளுக்காகப் போராடிவரும் அமெரிக்கக் கறுப்பினத்தவரான பர்க் வழிநடத்திய களப்பணியாளர்களின் குழுவின் பெயர் "MeToo."[16] பர்க் பாலியல் வன்முறையால் பாதிக்கப்பட்டவர். பாலியல் கொடுமைகளை, தாக்குதல்களை எதிர்கொண்ட கறுப்பின இளம் பெண்களுக்காக அமெரிக்க நாட்டில் அலபாமா முதற்கொண்டு பல இடங்களில் இப்பெயரில் பயிலரங்குகளை அவர் நடத்தியிருக்கிறார். "MeToo" என்ற சொல்லாக்கத்துக்குமுன் இளம் பெண்களுக்கு இத்தகைய துன்புறுத்தல் பற்றிப் பேச மொழியே இல்லை என்று அவர் கூறியது முக்கியமானது.[17] பெண்களின் பரஸ்பர ஆதரவு, பாதுகாப்பு வெளிகள் ஆகியவற்றை முதன்மைப்படுத்தியது

பர்க் முன்னெடுத்த களப்பணியும் குழுக்களும். "Empowerment through empathy." "ஒத்த புரிந்துணர்வின் மூலம் அதிகாரம் பெறுதல்" என MeToo பயன்பாட்டைக் குறித்து அவர் அழகாக விளக்குகிறார்.[18] ஒன்றிப்பு, ஒருமித்த புரிந்துணர்வு எனும்போது பன்மை வலியுறுத்தப்படுகிறது.

பின்னர் 2017ஆம் ஆண்டு அக்டோபர், நவம்பர் மாதங்களில் அமெரிக்காவில் #MeTooவின் இரண்டாம் அலை பொதுவெளியில் சூடுபிடிக்கத் தொடங்கியது. முன்னாள் அமெரிக்கத் திரைப்படத் தயாரிப்பாளரான ஹார்வி வெய்ன்ஸ்டீன் (Harvey Weinstein) செய்த பாலியல் வன்புணர்வு உள்ளிட்ட வன்முறையை எண்பதுக்கும் மேற்பட்ட பெண்கள் வெளியிட்டார்கள். அதனால் பொது ஊடகத்தில் பரவலாக #MeToo எதிர்ப்பியக்கத்தின் தலைமையாக அலிசா மிலனோ (Alyssa Milano) என்ற ஹாலிவுட் நடிகர் தவறுதலாகச் சுட்டிக்காட்டப்பட்டார்.[19] தவிர, மிலனோ, பர்க்கின் பெயரை, அவரது பங்களிப்பை அறிந்திருக்கவில்லை, ஊடகத்திலும் சமூக வலைதளங்களிலும் தன்னை முன்னிறுத்திக் கொள்ளாத பர்க்கின் அடக்கத்தையே இது காட்டுகிறது.[20] ஊடகத்தின் இத்தகைய முன்னிறுத்தலை பர்க் விமர்சித்தாலும், மிலனோ இந்த ஹேஷ்டாக்கைப் பயன்படுத்தி அதிகாரம் மிக்க ஆண்களின் வன்முறையை அம்பலப்படுத்தியதால் அவர் தன் "நட்பு" என பர்க் குறிப்பிட்டார்.[21] அதே நேரத்தில், #MeToo பயன்பாடு மிலனோவைப் பற்றியது அல்ல, அப்படி இருக்கக் கூடாது என்றும் வலியுறுத்தினார். மிலனோவையோ வேறு யாரையோ தலைமை / தலைவர் என்ற இடத்தில் வைத்துக் குறிப்பிடும்போது கறுப்பினப் பெண்களின் மத்தியில், கறுப்பினப் பெண்ணான பர்க்கின் உழைப்பு இருட்டடிப்பு செய்யப்படுகிறது என்பது இங்கே கவனிக்கப்பட வேண்டியது. பர்க்கும் அதைக் குறிப்பிட்டிருக்கிறார்.[22]

#MeToo இயக்கம் பெண்களுக்கானது எனக் குறுக்கிவிட முடியாது. 2018ஆம் ஆண்டு நியூயார்க் பல்கலைக்கழகத்தில் பணியாற்றும் ஒப்பிலக்கியத் துறையின் பெண் பேராசிரியர் அவிடல் ரோனல் (Avital Ronell) மீது அவரது ஆய்வு மாணவர் நிம்ரோத் ரெய்ட்மேன் (Nimrod Reitman) சாட்டிய பாலியல் முறைகேடு தொடர்பான குற்றச்சாட்டு ஓர் உதாரணம்.[23] ரோனல் லெஸ்பியன், ரெய்ட்மேன் தன்பால் ஈர்ப்பாளர். "Title IX" என்றழைக்கப்படும் சிவில் உரிமைகள் சட்டத்தின்பாற்பட்டு பல்கலைக்கழகம் நடத்திய விசாரணை முடிவுகளின் அடிப்படையில் ரோனல் ஒரு வருடம் பணி இடைநீக்கம் செய்யப்பட்டார். விசாரணை நடந்தபோது ஸ்லாவேய் ஜிஜெக், ஜூடித் பட்லர், ஜொனாதன் கல்லர் உள்ளிட்ட சிந்தனையாளர்கள்

ரோனலை ஆதரித்துப் பல்கலைக்கழகத்துக்குக் கடிதம் எழுதியது சர்ச்சைக்குள்ளானது.²⁴

#MeToo: இந்தியப் பின்னணி

இந்தியாவைப் பொறுத்தவரை, 2017ஆம் ஆண்டு அக்டோபரில் #MeToo ஹேஷ்டாக்கை அமெரிக்காவில் சட்டம் பயிலும் தலித் மாணவர் ரயா சர்க்கார் அறிமுகப்படுத்தினார். மாணவிகளிடம் அத்து மீறிய, அவர்களைத் துன்புறுத்திய ஐம்பதுக்கும் மேலான இந்தியப் பேராசிரியர்களின் பெயர்களைக் குறிப்பிட்டு ரயா சமூக வலைதளத்தில் அளித்த பட்டியலே (LoSHA [List of Sexual Harassers in Academia]) நம் நாட்டைப் பொறுத்தவரை #MeToo இயக்கத்தின் விதைத் தருணம்.²⁵ ரயாவின் பட்டியலில் இங்கிலாந்திலும் அமெரிக்காவிலும் பணிபுரிந்தவர்களும் பணிபுரிபவர்களும் இருந்தார்கள். பாதிக்கப்பட்ட பல்வேறு மாணவர்களிடமிருந்தும் தகவல்களைத் திரட்டி அந்தப் பெயர்ப் பட்டியல் ரயாவால் பகிரப்பட்டது.²⁶ ரயாவுக்கும் அவர் தோழமைகளுக்கும் கடும் சவாலை அளித்திருக்கக்கூடிய பணி அது. கல்விப் புலத்தைச் சார்ந்தவர்கள் மத்தியிலும் ஆங்கில ஊடகத்திலும் பெரும் கவனம் பெற்றது அந்தப் பட்டியல். ராஜஸ்தானைச் சேர்ந்த சமூகப் போராளியான பன்வாரி தேவியைத் தன் முன்னோடியாக ரயா கருதுகிறார்.²⁷

அடுத்த வருடம் (2018) தமிழகத்தைப் பொறுத்தவரை, திரையிசைப் பாடகர் சின்மயி போன்றோர் #MeToo ஹேஷ்டாக்கில் அவர்கள் சந்தித்த, மற்ற பெண்கள் மற்றும் ஆண்கள் எதிர் கொண்ட பாலியல் துன்புறுத்தல்களை, அத்துமீறல்களைப் பகிர்ந்தார்கள்.²⁸ திரைப்பிரபலங்கள் நடிகர் அர்ஜுன், இயக்குநர் சுசி கணேசன், பாடகர் கார்த்திக் முதலியோரின் பாலியல் அத்துமீறல் நடவடிக்கைகளும் பொதுவெளிக்கு வந்தன. பாடலாசிரியரான வைரமுத்து, பாடகர் கார்த்திக், கர்நாடக சங்கீதக் கலைஞர்கள் ஓ.எஸ். தியாகராஜன், சசிகிரண், டி.என். சேஷகோபாலன் முதலானோரின் பாலியல் அத்துமீறல்கள் பற்றி ட்விட்டரில் பகிரப்பட்டன.²⁹ தமிழ்நாடு பிராமண சங்கத் தலைவர் நாராயணனின் பாலியல் அத்துமீறல்களும் வெளி வந்தன.³⁰ #MeToo இயக்கத்தால் உந்தப்பட்டு வெளிவந்த பெண்களின் பகிர்வுகளுக்குப் பின்னணியாக ரயாவின் பங்களிப்பு அஸ்திவாரமாக உள்ளது.³¹

எதிர்வினைகள் / எறியப்பட்ட தீப்பந்தங்கள்

#MeToo இயக்கத்துக்கான விமர்சனம் பல தரப்பிலிருந்து வந்தது. இப்பகுதியில் சிலவற்றை மாத்திரம் குறிப்பிட

நினைக்கிறேன். பிரான்ஸிலிருந்து நடிகர் கேதரின் டினவ் (Catherine Deneuve) உள்ளிட்ட நூறு கலைஞர்கள் கையெழுத்திட்டு *Le Monde* இதழில் கடுமையான எதிர்ப்பை முன்வைத்தார்கள்.³² இந்த இயக்கத்தைத் தூய்மைவாதம், ஒழுக்கவாதம், "witch-hunt" என்றெல்லாம் விமர்சித்த அந்த அறிக்கை வல்லுறவு போன்ற குற்றங்களையும் இதர சிறிய பாலியல் குற்றங்களை யும் ஒன்றுபடுத்துகிறது #MeToo என்றது. இதற்கு, #MeToo இயக்கம் எல்லாரையும் ஒன்றே போல் தண்டிக்க, அல்லது வேலையை விட்டுத் தூக்கக்கோருவதில்லை என்று பிறகு எதிர்வினையாற்றி னார் பர்க். பாலியல் சார்ந்த குற்றங்கள் ஒரு "நிற மாலையில்" (spectrum) இருப்பவை, ஒவ்வொரு துன்புறுத்தலையும் எடுத்து விசாரிக்கக் கேட்கிறோம் என்றார்.³³ துன்புறுத்தல் ஒரே வகையில் இல்லாதபோது துன்புறுத்துபவர் சந்திக்கும் விளைவு மட்டும் எப்படி ஒன்றே போலிருக்கும்?

மேலும் பிரான்ஸ் கலைஞர்களின் அறிக்கை "வல்லுறவு குற்றம், ஆனால் தொடர்ந்து குலவுவது ('trying to pick up') குற்றமல்ல" என்றது. "பெண்களை #MeToo இயக்கம் 'அபலைகள்' இடத்தில் வைத்துவிடுகிறது" என வாதிட்டது. "ஒரு பெண் பணியிடத்தில் சம்பளத்தில் சமத்துவத்துக்காக உறுதியாக நிற்கலாம், ஆனால் ஒரு சப்வேயில் ஒரு ஆண் மேலே வந்து உரசினால் அதற்காக எப்போதைக்குமாக உளச்சித்திரவதைப் படவேண்டியதில்லை, அதை ஒரு சம்பவமாக எடுத்துக்கொள்ளாமல் பாலியல் வறட்சி யின் வெளிப்பாடாக எடுத்துக்கொள்ள வேண்டும்" என அறிவுறுத்தியது. இந்த அறிக்கை பெண்களின் துன்பங்களைக் கொச்சைப்படுத்துவதாகக் கூறி பற்பல பெண்கள் தங்கள் அனுபவங்களை ட்விட்டரிலும் பிற சமூகவலைதளங்களிலும் மற்ற ஊடகத்திலும் எடுத்துரைத்து எதிர்ப்பு தெரிவித்தார்கள். இந்த அறிக்கையின் ஒரு பெரிய பிரச்சினை துன்புறுத்தும் சுதந்திரத்தையும் மறுக்கும் சுதந்திரத்தையும் ஒன்றே போல ஒரே தளத்தில் வைத்து அது பேசியது.³⁴

ஜெர்மைன் க்ரீர் போன்ற பெண்ணியவாதிகள் சிலரும் இந்த இயக்கத்தை எதிர்த்தார்கள். க்ரீரின் இது குறித்த நிலைப்பாட்டில் முன்னுக்குப்பின் முரணானவையும் மறுக்கக்கூடியவையும் நிறைய இருந்தன. க்ரீர் வெய்ன்ஸ்டீனால் துன்புறுத்தலுக்கு ஆளான பெண்களை "career rapees" என அழைத்தார்; அதிகாரத்தில், பெரிய இடத்தில் இருப்பவர்கள் ஒரு பெண்ணிடம் விருப்பத்தைக் காட்டினால் அது இப்போது அதிகார துஷ்பிரயோகமாக வற்புறுத்தலாக ஆகிவிட்டது என்று கூறினார்.³⁵ அவர் பங்கேற்ற அல்ஜசீரா சேனல் உரையாடலில் முன்னுக்குப் பின் முரணாக அவர் பேசுவதைப் பார்க்க முடிகிறது.³⁶ அவரோடு

பெருந்தேவி

உரையாடியவர்கள் இதை எடுத்துக்காட்டினார்கள். #MeToo இயக்கம் பெண்களை அபலைகளாகக் காட்டுகிறது என்றவர் இந்த உரையாடலில் பெண்கள் தங்களைத் துன்புறுத்தியவர்களின் பெயர்களைக் கூறி அவர்களைச் சமூக ஒதுக்கம் செய்ய வேண்டும் என்றார். அறுபது வருடங்களாக இதை (பாலியல் துன்புறுத்தல்) செய்துகொண்டிருப்பவருக்கு (பில் காஸ்பி) இப்போது தண்டனை கிடைத்தால் அதில் என்ன வெற்றி என்று ஒருபுறம் கேட்டார். இன்னொரு புறம் "ஹார்வி வெயின்ஸ்டீன் போன்றவர்கள் எந்தத் தண்டனையுமில்லாமல் இயங்குவார்கள்" என்று விசனப்பட்டார்.[37] "புகார் கூறுவதில் ஏன் இத்தனை தாமதம்" என்று அவர் கேட்ட கேள்விக்கு புகார் கூறுவதால் ஏற்படக்கூடிய சமூக விளைவுகளை, அச்சத்தைப் பற்றிக்கூட உரையாடிய லாரி பென்னி எடுத்துரைத்தபோது, க்ரீர் தனது 19ஆவது வயதில் வல்லுறவுக்கு ஆளானபோது உடனடியாகத் தான் அதைப் பேசியதாகச் சொன்னார். தனக்கு அதைப் பேசக்கூடிய சூழல் சாத்தியமானதால் பிற பெண்களுக்கும் அது சாத்தியமாகும் என அவர் எளிமையாக நம்புவதாகத் தெரிகிறது. அவரோடு உரையாடிய மெஹதி ஹசன் பெண்கள் தங்களைத் துன்புறுத்துபவர்களை அறையவேண்டும் என்று க்ரீர் முன்னர் கூறியதைப் பற்றிக் குறிப்பிட்டு பில் காஸ்பி போலப் பெண்களை மயங்க வைத்து வல்லுறவு செய்தால் என்ன செய்யமுடியும், அல்லது ஒரு ஏழு வயதுச் சிறுமியிடம் அவ்வாறு நடந்துகொண்டால் என்ன செய்வது என்று கேட்டதற்கு க்ரீரால் மழுப்பவே முடிந்தது. முக்கியமாக வல்லுறவைச் 'சம்மதமில்லாத கலவி' அல்லது 'மோசமான கலவி' என்று மட்டுமே அவர் கருதுவது வியப்பைத் தருகிறது. அதாவது அவரைப் பொறுத்த வரை எல்லா வல்லுறவுகளும் வன்முறை அல்ல. "வன்முறை என்பது உடல்ரீதியான தாக்குதல் மட்டுமல்ல, வன்முறை என்பது பலத்தைப் பிரயோகிப்பது" என்று அவரோடு உரையாடிய மின்னா சலாமி சரியாக எடுத்துக்காட்டினார்.[38]

#MeToo இயக்கத்துக்கு எதிராக அறிக்கை தந்த பிரான்ஸ் நாட்டுக் கலைஞர்கள், ஜெர்மைன் க்ரீர் முதலிய பெண்ணிய வாதிகளின் பார்வைக்கோணங்கள் ஆகியவை உலகில் பல்வேறு பண்பாட்டு வரலாறுகளோடும் மதிப்பீடுகளோடும் சமூகங்கள் இருக்கின்றன என்பதை அறிந்திருப்பதாகவோ அங்கீகரிப்பதாகவோ தெரியவில்லை. பாலியல் வன்முறை என்பதை ஏதோ தனிநபர்களான ஒரு ஆணுக்கும் ஒரு பெண்ணுக்கும் இடையில் நடக்கும் விவகாரம் என்ற அரதப்பழைய புரிதலே அவற்றில் வெளிப்படுகிறது. ஆரோக்கியமற்ற, பாதகமான சமூகச் செயற்பாட்டுக்கு எதிரான சிறிய அளவிலான ஒன்றிப்பை

இந்த இயக்கம் சாதித்திருக்கிறது என்பதுகூட அவர்களுக்குப் பொருட்டாக இல்லை. மேலும் வேறு சமூகப் பண்பாட்டுச் சூழல்களில் பாலியல் துன்புறுத்தலின் பாரதூரமான பின்விளைவு களை, பாதிக்கப்படுபவரின் வாழ்க்கையில் அது ஏற்படுத்தக்கூடிய நிரந்தரமான ஊறுகளை அவர்கள் தவறவிடுகிறார்கள்.

உதாரணமாக தமிழகச் சூழல் போன்றவற்றில் இருக்கும் சிக்கலே வேறு. 'பெண்களுக்குத் தனிப் பள்ளிக்கூடம் இல்லை, கல்லூரி இல்லை, கூட்டத்தில் ஆண்களோடு பேருந்தில் போகவேண்டியிருக்கிறது' போன்ற காரணங்களால் பெண் கல்வியைப் பாதியில் நிறுத்திவிடும் சமூகம் நம்முடையது. இதில் பாலியல் துன்புறுத்தல், வல்லுறவு போன்றவை வாழ்நாள் முழுக்க பாதிப்பை ஏற்படுத்தக்கூடியவை. மேலும் பாலியல் வன்முறை யால் ஒருவருக்கு உளச் சித்ரவதை உண்டாகாது என்று யாரும் முடிவுசெய்ய முடியாது. பாலியல் வன்முறை பற்றிய உளச் சித்ரவதையை ஒருவர் அனுபவிக்கிறார் என்றால் அதிலிருந்து மீண்டுவருவதற்காகச் சில சொல்லாடல் உத்திகளைக் கூறி விவாதிப்பது வேறு,³⁹ பாலியல் துன்புறுத்தலைச் சாதாரணமாக எடுத்துக்கொள்ள வேண்டும் என அறிவுறுத்துவது வேறு. பின்னது பாலியல் துன்புறுத்தலை இயல்பாக்கம் செய்வதில் சென்று முடியும். தன்னுடைய அனுபவத்தை உதாரணம் காட்டுவதன்மூலம் இத்தகைய துயரத்தை அனுபவித்த பெண்களைப் பிரதிநிதித்துவம் செய்யமுடியும், தனக்கு அதற்குத் தகுதி உண்டு என க்ரீர் நம்புவது வேடிக்கையாக உள்ளது.

இந்தியாவில் #MeToo இயக்கத்தின் முதல் தருணம் பெண்ணியவாதிகள் மத்தியில் விவாதத்துக்கும் சர்ச்சைக்கும் உள்ளானது. தனியாக எழுதப்பட வேண்டியது இது. சில தகவல்களை மட்டும் தருகிறேன். ரயா சர்க்காரின் பட்டியல் முகநூலில் வெளிவந்த உடனேயே நிவேதிதா மேனன், வ்ருந்தா குரோவர் உட்பட பதின்மூன்று பெண்ணியவாதிகள் 'காபிலா' (Kafila) இணையதளத்தில் ஓர் அறிக்கையை (அக்டோபர் 24, 2017) வெளியிட்டார்கள். அந்த அறிக்கை ரயாவின் பட்டியல் "உரிய நடைமுறை" (due process) என்பதைப் புறந்தள்ளியிருக் கிறது என அந்தப் பட்டியலை உடனடியாக நீக்கக் கோரியது.⁴⁰ ஏற்கெனவே உரிய நடைமுறையின் பிரகாரம் புகார் நிரூபிக்கப் பட்ட ஓரிருவரோடு புகார் நிரூபிக்கப்படாத மற்றவர்கள் வைக்கப்பட்டிருக்கிறார்கள் என்றது. பட்டியலில் விளக்கம், சூழ்நிலைகளைச் சொல்லாமல் பேராசிரியர்களின் பெயர்கள் குறிப்பிடப்பட்டதை விமர்சித்தது. 'இயற்கை நீதியின்' பிரகாரம், உரிய நடைமுறையே நீதியானது, நியாயமானது என்றது. பெயரிலியாகப் புகார் தருவது, பதில் சொல்லத் தேவையில்லாத

இடத்தில் இருப்பது, இவையெல்லாம் கவலை தருவதாகக் கூறியது. #MeToo என்பதன் சாரத்தைப் புரிந்துகொள்ளாததையே இந்த அறிக்கை காட்டியது.[41]

யதார்த்தத்தில் நிறுவனத்துக்கு உள்ளே இயங்கும் உரிய நடைமுறை புகார் அளிப்பவர்களுக்கு பயனில்லாமல் போவதையும் தளர்வைத் தருவதையும், அதனாலேயே இந்தப் பட்டியல் உருவாக்கப்பட்டது என்றும் எழுதுகிறார் பானுஜ் கப்பல்.[42] மேலும் பாலியல் புகார் கொடுக்கும் மாணவர் மீது அதைத் திரும்ப வாங்க அழுத்தம் தரப்படுவது அவரைத் தனியாக்கிப் பாகுபாடு காட்டுவது நடக்கின்றன, சாதாரணமாக, புகாரை விசாரிக்கும் குழுவில் இருப்பவர்களுக்கும் புகார் கூறப்படுபவருக்கும் இருக்கக் கூடிய நெருக்கமும் மாணவர்களின் தயக்கத்துக்குக் காரணம்.[43] ICC குழுக்கள் உருவாவதற்கு முன்னால் விசாகா விதிகளின் படி CASH (பாலியல் துன்புறுத்தலுக்கு எதிரான புகார்க் குழு) அமைக்கப்பட்டன. Delhi School of Economicsஇல் அத்தகைய ஒரு குழுவின் தலைவராகப் பல்லாண்டுகள் இருந்த அஸ்வினி தேஷ்பாண்டே உயர்கல்வி நிறுவனங்களுள் இயங்கும் இத்தகைய குழுக்கள் அதிகாரச் சமச்சீரற்ற தன்மையைக் கொண்டவை, பேராசிரியர்களின் பக்கம் சார்பவை, தவிர பாலியல் துன்புறுத்தல் என்பது பற்றிய நுண்ணுணர்வு குறைந்தவை என்றெல்லாம் அனுபவத்திலிருந்து எழுதுகிறார்.[44] மாணவர் நலனுக்குக் குந்தகமாக இருக்கும் இத்தகைய நடைமுறைக் குறைபாடுகளை Kafilaவில் அறிக்கையிட்ட பெண்ணியவாதிகள் கருத்தில் கொண்டதாகத் தெரியவில்லை.

#MeToo குறித்து வரும் இன்னொரு விமர்சனம் அது மேட்டுக்குடிகளுக்கான போராட்டம் என்பது. மேட்டுக்குடி என்கிற வகைமையில் இனம், வர்க்கம் ஆகியவற்றுடன் நம் சூழலில் சாதி, மொழி எனப் பல அலகுகளையும் பொறுத்துக் கூறப்படுவது. தமிழ்ச் சூழலில் இணையம், ஊடகம், ட்விட்டர் என இந்த ஹேஷ்டாக் பயன்பாடு திரையுலகம் சார்ந்தும், பொதுவாக ஆங்கில ஊடகம் சார்ந்து இயங்குபவர்களாலும் பரவலாக்கப்பட்டதால் இவ்விமர்சனம் புரிந்துகொள்ளத் தக்கதே. ஏன் '#எனக்கும்' எனத் தமிழில் இந்த ஹேஷ்டாக் பரவலாகவில்லை என்பது கேட்கத்தக்கது. அதே நேரத்தில் இந்தப் போராட்டத்தின் தொடக்கங்கள் இனத்தால் அல்லது சாதியால் ஒடுக்கப்பட்ட பெண்களிடமிருந்தே வந்திருக்கின்றன என்பது நினைவுகூரத்தக்கது. மேற்கிலும் இந்தப் போராட்டத்தின் போதாமையென "lack of intersectionality," அதாவது பால் அடையாளம் தவிர்த்த இதர 'குறுக்குவெட்டு' அடையாளங்களுக்கு இந்தப் போராட்டத்தில் இடமில்லை என

விமர்சிக்கப்பட்டது. குறிப்பாக, ஆப்பிரிக்க-அமெரிக்கர்கள், மாற்றுப்பாலினர் முதலியவர்களுக்குப் போதுமான அளவு இதில் பிரதிநிதித்துவமில்லை எனச் சுட்டிக்காட்டப்பட்டது.[45] இயக்கத்தை அதன் இரண்டாவது வீச்சில் ஹாலிவுட் பெண் நடிகர்கள் முன்னெடுத்ததால் இந்த விமர்சனம் என்றாலும், இந்த இயக்கம் அவர்களோடு நிற்கவில்லை, இதை அமைப்பு சார்ந்த, அமைப்பு சாராத தொழிலாளர்களும் தங்களுக்கானதாக மாற்றிக்கொண்டு வருகிறார்கள். ட்விட்டர் ஹேஷ்டேக் மூலம் என்பதிலிருந்து நகர்ந்து பாலியல் துன்புறுத்தலுக்கு எதிரான கோஷமாக "MeToo" மாறியிருக்கிறது என்பதுதான் நிதர்சனம்.

அமெரிக்காவில் வெய்ன்ஸ்டீனுக்கு எதிராகத் தொடங்கிய போராட்டத்துக்குப் பிறகு பாலியல் துன்புறுத்தல் என்பது கல்லூரி வகுப்பறைகளிலும் மாணவர் மத்தியிலும் நடுத்தர வர்க்கக் குடும்பத்தினர் இரவு உணவு மேஜையில் விவாதிக்கக்கூடிய விஷயமாக கவனத்துக்கு வந்திருக்கிறது. சமீபத்தில் அமெரிக்க ஓட்டல்களில் பணியாற்றும் பெண் பணியாளர்கள் தங்களுக்கான தாக இந்தப் போராட்டத்தை முன்னெடுத்தது. ஓட்டல்களில் தங்கவரும் வாடிக்கையாளர்களாலும் சக பணியாளர்களாலும் பாலியல் துன்புறுத்தலுக்கு ஆளானதை அவர்கள் முன்வந்து தெரிவித்திருக்கிறார்கள். வெய்ன்ஸ்டீனுக்கு எதிரான போராட்டம் தொடங்கிய பின்னரே பல காலமாக நடந்துகொண்டிருந்தவை எல்லாம் பொதுவெளிக்கு வந்திருக்கின்றன. சிகாகோவில் பெரும்பாலும் வெள்ளையரல்லாத பெண்கள் உறுப்பினர்களாக விளங்கும் ஓட்டல் பணியாளர் சங்கமான "Unite Here" நடத்திய பணியாளர்கள் மத்தியில் நடத்திய ஒரு கருத்துக் கணிப்பில் 58 சதவிகிதப் பணியாளர்கள் தங்களிடம் விருந்தினர்கள் பாலியல் அத்துமீறல் செய்ததைக் கூறினார்கள்.[46] அக்டோபர் 2017இல் சிகாகோ நகரத்தில் பணியாற்றும் ஓட்டல் பணியாளர்களுக்கு 'panic buttons' தரப்பட்டன. இவற்றின் மூலம் விருந்தினரோ சக பணியாளரோ முறைகேடாக நடந்துகொள்ளும்போது ஓட்டல் பாதுகாவலர்களை அவர்கள் உதவிக்கு அழைக்க முடியும். நியூயார்க் நகரத்தில் தொழிற்சங்க உறுப்பினர்களான ஓட்டல் பணியாளர்களுக்கு 2013இலிருந்து இவை வழங்கப்பட்டிருக்கின்றன என்றாலும் #MeToo இயக்கம் தொடங்கியபின் ஓட்டல் பணியாளர்கள் முன்னெடுத்த போராட்டங்கள் வலுப்பெற்று இதுவரை (அக்டோபர் 2019) எட்டு நகரங்கள் மற்றும் இரு மாகாணங் களில் ஓட்டல் பணியாளர்கள் இப்பொத்தான்களைப் பெற சட்ட வழிவகை செய்யப்பட்டிருக்கிறது.[47] போலவே கலிபோர்னியா போன்ற மாகாணங்களில் முறைகேடாக நடந்ததாகக் குற்றஞ் சாட்டப்படும் விருந்தினரை மூன்று வருடம் தடைசெய்வதற்கும்

வகைசெய்ய சட்ட விதி முன்மொழியப்பட்டிருக்கிறது.⁴⁸ பாலியல் துன்புறுத்தலுக்கு எதிராக ஓட்டல் பணியாளர்கள் முன்வந்து தாங்கள் எதிர்கொண்ட துன்புறுத்தல்களை வெளிப்படுத்தியதே அரசின் கொள்கை மாறுதல்களுக்குக் காரணம் எனக் கூறுகிறது "Unite Here" தொழிற்சங்கம். போராடிய ஓட்டல் பணியாளர்களுக்கு டைம் பத்திரிகையின் 2017ஆம் ஆண்டுக்கான "மௌனத்தை உடைப்பவர்கள்" விருது கிடைத்திருக்கிறது.⁴⁹

மேலும் ஸ்வீடன், ஐஸ்லாந்து போன்ற நாடுகளில் பரந்துபட்ட சட்டத் திருத்தங்களுக்கு இந்த இயக்கம் வழிவகுத்திருக்கிறது.⁵⁰ ஜூலை 2018இல் ஸ்வீடன் வல்லுறவு குறித்த ஒரு சட்டத்தை அமல்படுத்தியது. அச்சுறுத்தலோ வற்புறுத்தலோ நடக்கவில்லை என்றபோதும் தெளிவான சம்மதத்தைப் பெறாமல் கொள்ளும் பாலுறவை வல்லுறவு என அடையாளப்படுத்துகிறது அச்சட்டம். ஐஸ்லாந்தும் பாலுறவின் தன்மையை இவ்வகையில் மறுவரையறை செய்யும் ஒரு சட்டத் திருத்தத்தைக் கொண்டுவந்திருக்கிறது.⁵¹ சமீபத்தில் (ஜூன் 2019) சர்வதேசத் தொழிலாளர் அமைப்பு பணியிடங்களில் பாலியல் துன்புறுத்தலை, வன்முறையைத் தடுக்க உலக நாடுகளின் அரசாங்கங்கள் ஏற்க வழிசெய்யும் வகையில் ஓர் ஒப்பந்தத்தைக் கொண்டுவந்திருக்கிறது. உலகளாவிய #MeToo இயக்கத்தின் மைல் கல் இது.

இந்தியாவைப் பொறுத்தவரை பேருந்துகளில் பணியாற்றும் பெண்கள், வீட்டுப்பணிப்பெண்கள், ஆடை உற்பத்தித் தொழிற் சாலைகளில் வேலை செய்பவர்கள், பாலியல் தொழிலாளர்கள் முதலிய அடித்தட்டு வர்க்கத் தொழிலாளர்கள் தாங்கள் சந்தித்த பாலியல் துன்புறுத்தல்களை வெளிப்படுத்த 2018இல் (நவம்பர் 03) பெங்களூரில் ஒரு கூட்டம் செய்யப்பட்டது. அனைத்திந்திய முற்போக்கு மகளிர் சங்கத்தோடு, வீட்டுப் பணியாளர்கள் சங்கம், ஆடைத் தொழிலாளர்கள் சங்கம் முதலியவை இணைந்து தொடங்கிய முன்னெடுப்பு அது.⁵² பெண்களோடு திருநங்கையர் மற்றும் மாணவர்கள் பங்கேற்ற கூட்டம் அது. அதில் பகிரப்பட்ட தன்வரலாறுகளின் அடிப்படையில் அறிக்கை ஒன்று தயார் செய்யப்பட்டு, சம்பந்தப்பட்ட மாநில அரசாங்கங்கள், நிறுவனங் களின் பாலியல் புகார்க் குழுக்கள் (ICC), மாநில மகளிர் ஆணையம் ஆகியவற்றுக்கு அனுப்ப ஏற்பாடு செய்யப்பட்ட தெல்லாம் இருட்பாதையில் சிறு சிறு ஒளிக்கீற்றுகள்.

மேட்டுக்குடி இயக்கம் என்று இதைப் பேசுபவர்கள், ரயா சர்க்காரின் 2017ஆம் ஆண்டு பட்டியலில் இடம்பெற்ற கல்வியாளர் களிடம் பாலியல் அத்துமீறலைச் சந்தித்த மாணவர்கள் எல்லாரும் 'உயர்' சாதியினரா, பணம் படைத்தவர்களா என்று ஒரு கணம்

யோசிக்க வேண்டும். இப்போது பரபரப்பாக இருக்கும் #MeToo அலையில் தாங்கள் எதிர்கொண்ட மோசமான பாலியல் துன்புறுத்தல்களைக் கூறுபவர்கள் எல்லோரையும் 'மேட்டுக்குடி' அல்லது 'உயர்'சாதி என்று அடைப்புக் குறிகளுக்குள் அடைக்க முடியாது. எடுத்துக்காட்டாக, பாடகர் சின்மயி பகிர்ந்த ஒரு ட்வீட்டில் கர்னாடக இசைக் கலைஞர் சசிகிரண் தன் பதினாறாம் வயதில் தந்த தொல்லை குறித்து ஓர் இளம்பெண் எழுதியிருந்தார்.⁵³ அவர் அமெரிக்காவில் வாழ்பவர் என்பதால் அல்லது கர்நாடக சங்கீதமே மேட்டிமைக் கலை என்ற குறுகிய புரிதலால் மேட்டிமை என்று தள்ளிவிடுவோமா, இல்லை இது ஒரு பெண் குழந்தை சந்தித்த தொல்லை என்று பார்ப்போமா?

இந்தியாவில் வெளியுறவுத் துறை இணையமைச்சராக இருந்த பத்திரிகையாளர் எம்.ஜே.அக்பரிடம் பாலியல் தொல்லையைச் சந்தித்த பல பெண்களும் வேலைதேடி நேர்காணலுக்கு வந்தவர்கள் அல்லது அவருக்குக் கீழே பணியாற்றியவர்கள் என்பதையும் இங்கே எண்ணிப் பார்க்கலாம். பணி முன்னேற்றமும் வாழ்க்கையும் பாதிக்கப்படும் என்பதற்காகவே அவர்கள் அத்தனை காலமும் மௌனமாக இருந்திருக்கிறார்கள். எம்.ஜே. அக்பர் தந்த பாலியல் துன்புறுத்தலைப் பதிவுசெய்திருக்கும் பத்திரிகை யாளர் கஸலா வஹாப் அந்நிகழ்வுக்குப் பின்னான தன் மனநிலையை விளக்குகிறார்: "என் மொத்த வாழ்க்கையே என் கண் முன்னால் தெரிந்தது. என் குடும்பத்திலிருந்து சிறு நகரம் ஆக்ராவிலிருந்து டெல்லிக்குப் படிப்பதற்கும் வேலை செய்வதற்கும் வந்த முதல் ஆள் நான்தான். இங்கே வருவதற்காக மூன்று வருடங்களுக்கும் மேலாகக் குடும்பத்தில் உள்ளவர்களிடம் பலநேரங்களில் போராடியிருக்கிறேன். என் குடும்பத்திலிருந்து ஊரைவிட்டு வெளியே வேலைக்கு வந்தவர்கள் யாருமில்லை. சிற்றூர் வியாபாரக் குடும்பங்களில், குடும்ப ஏற்பாட்டின்படி மணம் முடித்து அங்கேயே இருந்துவிடுபவர்கள்தாம் உண்டு" என்பவர் மேலே தொடர்கிறார் "என் தந்தையின் பொருளாதார அரவணைப்பை வேண்டாமென்று மறுத்தேன். சுயமாக வாழநினைத்தேன். வெற்றிகரமான, மரியாதைக்குரிய பத்திரிகையாளராக. இதையெல்லாம் அப்படியே விட்டுவிட்டு தோற்றுப்போய் ஊருக்குச் செல்ல விரும்பவில்லை."⁵⁴

இந்தத் தற்குறிப்பின் பின்னணியைக் கவனமெடுத்து வாசிக்கும்போது இன்றையச் சூழலில் தனிநபரின் அடையாளத்தை ஒற்றைப் பரிமாணத்தில் வைத்துப் பார்ப்பது எவ்வளவு சிக்கலானது என்பது புரியவரும். கஸலா உயர் நடுத்தர வர்க்கப் பத்திரிகையாளர். ஆனால் அவர் குடும்பப் பின்னணியைப் பார்க்கும்போது அது ஒடுக்கப்பட்ட பெண் ஒருவரின் பின்னணிதான். நகரத்தில் வேலை

செய்கிறார். ஆனால் அங்கே வந்து சேரப் போராடியிருக்கிறார். ஆங்கிலப் பத்திரிகையாளர், ஆங்கிலத்தில் தன் பாலியல் பிரச்சினையைப் பேசுகிறார் என்பதற்காக அவரை மேட்டிமை அடையாளத்தில் வைக்கமுடியுமா? அல்லது அவர் அனுபவித்த பாலியல் துன்புறுத்தலை இதனால் புறந்தள்ளிவிட முடியுமா?

எந்த ஒரு பெண்ணுமே இன்றைக்குக் கல்வி கற்கிறார், வெளியே வேலைக்கு வருகிறார் என்றால் அது 'உயர்'சாதி ஆணுக்குரியதைப் போல இயல்பாக காலங்காலமாக நடப்பதல்ல. சமூகத்தில் சாதி ஒடுக்குமுறையைப் போலவே பால் ஒடுக்குமுறையும் பொருண்மையானது. ஒவ்வொரு சாதியிலும் சமீபகாலம் வரை பெண்கள் இதற்காகப் போராடியிருக்கிறார்கள். இந்த விஷயத்தில் எதிர்பாலியல் என்ற ஆகப்பெரிய சட்டகத்துக்குள் இடம்கொண்டிருக்கும் வரலாற்று, பண்பாட்டுச் சூழல்களை மனதில்கொள்ள வேண்டிய தேவை உள்ளது. அதே நேரத்தில் பாலியல் துன்புறுத்தல் என்பது எல்லாப் பெண்களுக்கும் ஒன்றுபோல் நடப்பதில்லை. குடும்பத்தில் தொடங்கிப் பயணம், பணியிடம், சமூக வலைதளம் வரை வெவ்வேறு வகைகளில் நடக்கக்கூடியது அது. பட்டியலினப் பெண்கள் அனுபவிக்கக்கூடிய பாலியல் தொல்லையின் பரிமாணம், பிற சாதிப் பெண்கள் அனுபவிப்பதைக் காட்டிலும் கொடிய முகம் கொண்டது.

பிரபலங்களின் ஒளிவட்டம்

அடையாளம் என்பது முன்னெப்போதையும்விடப் பல அடுக்குகள், குறுக்குவெட்டுகள் கொண்டதாக மாறிக்கொண்டிருக் கிற காலகட்டம் இது. உலகளாவிய முதலீட்டியம் ஒருபுறம். இணையம், மொபைல் முதலியவற்றின் வாயிலாகத் தகவல் தொழில்நுட்பத்தால் இணைக்கப்பட்டிருக்கிற நிலை மறுபுறம். சின்மயி, தனுஸ்ரீ தத்தா போன்ற திரைப் பிரபலங்கள் இந்தப் போராட்டத்தில் குதித்திருப்பதால் இந்தப் போராட்டத்தைக் கொச்சைப்படுத்துவது சிறுபிள்ளைத்தனம். பிரபலங்களின் ஒளிவட்டத்தால்தான் அடிப்படையான மனிதச் சமத்துவத்தைக் கோரும் ஒரு இயக்கம் வளரவேண்டுமா போன்ற கேள்விகள் இன்றைய பின்நவீன உலகில் எந்த அளவுக்குப் பொருத்த முள்ளவை என்பதையும் சிந்திக்கவேண்டும். இணையம், மின்திரை, சமூக வலைதளம் ஆகியவற்றின் வருகையால் செய்திக்கும் பொழுதுபோக்குக்கும் இடையிலான வேறுபாடு குறைந்தபடி வருகிறது. "Public citizens" என்று கருதப்படும் திரைநடிகர்கள், பாடகர்கள் போன்றோருக்கும் "private citizens" எனக் கருதப்படும் சாதாரண மக்களுக்குமான இடைவெளி குறைந்துகொண்டே வருகிறது.[55] சமூக வலைதளங்களால் பிரபலமானவர்களின்

கருத்துகளைப் போலச் சாதாரண மக்களின் கருத்துகளும் சமமான இடத்தில் வைக்கப்பட, சமமாகப் பரவ வழி திறந்து விடப்பட்டிருக்கிறது. ஒரு தரப்போடு இன்னொரு தரப்பு முன்பைவிட அடையாளப்படுத்திக்கொள்ள முடிகிறது. இரு தரப்பினரும் பகிர்ந்துகொள்ளும் (#MeToo அனுபவங்கள் போன்ற) ஒத்த அனுபவங்களுக்கு, கதையாடல்களுக்கு முன்னால் ஒரு சமூகக் கரிசனையை முன்னெடுக்கும் பிரபலமானவர் ஒருவர் உண்மையாகவே அதில் ஈடுபாடு கொண்டிருக்கிறாரா இல்லையா என்ற கேள்வி முன்பளவு முக்கியத்துவம் வாய்ந்ததாக இல்லை.[56] இவையெல்லாம் விரிவான ஆய்வுக்கு உரியன என்றாலும் இன்றைய உலகில் பிரபலமானவர் ஒரு நல்ல நோக்கத்தைப் பேசுவதாலேயே அதைப் புறந்தள்ள வேண்டியதில்லை.

இது தொடர்பாக ‘MeToo’வை முதன்முதலில் அமெரிக்கச் சமூகத்தின் அடிமட்டத்தளத்தில் களப்பணி சார்ந்து தொடங்கிவைத்த டரானா பர்க்கின் நிலைப்பாட்டைச் சொல்லியாக வேண்டும். இருபத்தைந்து வருடங்களுக்கும் மேலாகக் களப்பணியில் ஈடுபட்டிருப்பவர் அவர். பாலியல் வன்புணர்வுக்கு ஆளான இன, வர்க்க ரீதியாக ஒடுக்கப்பட்ட இளம்பெண்கள் இயல்பு வாழ்க்கைக்குத் திரும்புவதற்கு உதவும் வகையில் பயிலரங்குகளை நடத்தியவர் அவர். பள்ளி செல்லக்கூட வாய்ப்பில்லாத, எவ்வகையிலும் கல்வி கற்க வாய்ப்பில்லாத இளம்பெண்கள் இவற்றில் இருந்தனர். ஆனால் அப்பேர்ப்பட்ட செறிவான வாழ்வனுபவம் கொண்ட பர்க், ஹாலிவுட் பெண் நடிகர்கள் சமூக வலைதளத்தில் #MeToo ஹேஷ்டாகை முன்னெடுத்தபோது அதைப் பொருளற்றது என விமர்சகர்கள் புறந்தள்ளியதை ஏற்கவில்லை. ஹாலிவுட் பெண் நடிகர்கள் உண்மையை வெளியே பேசினால் மோசமான நிலைக்குத் தள்ளப்படுவோம் என்று தெரிந்தே பேசுகிறார்கள் என்றுதான் பரிந்து பேசினார். முக்கியமாக, பிரபலங்கள் #MeToo சார்பாகப் பேசினால் ஒதுக்குவோம் என்பதாக இல்லை அவரது நிலைப்பாடு. “பிரபலங்களின் ஒளிவட்டச் சிலாகிப்பில் ஒரு சமூகம் இருக்கிறபோது எப்போதும் மக்களின் கவன ஈர்ப்புக்கு ஏதோ ஒன்று தேவைப்படுகிறது. பிரபலங்கள் முன்வருவதால் அது நடந்தால் வேறெந்த வகையிலாவது அது நடந்திருக்கலாமே என்றெல்லாம் எரிச்சல்பட எனக்கு நேரமில்லை” எனக் கூறினார்.[57] பாலியல் துன்புறுத்தலை மக்கள் கவனத்துக்குக் கொண்டுவந்ததில், நாடு முழுவதும் பேசுபொருளாக ஆக்கியதில் ஹாலிவுட் பிரபலங்களின் பங்களிப்பை அங்கீகரிப்பதாகவும், இவ்விஷயத்தில் தானொரு யதார்த்தவாதி என்றும் அறிவித்தார்.[58] நடிகர் மிலனோவை “நட்பு சக்தி” என்று அவர் கூறியதை இந்தப் பின்னணியில்தான் புரிந்துகொள்ள வேண்டியிருக்கிறது.

இந்தியாவை, தமிழ்நாட்டைப் பொறுத்தவரையிலும்கூட பாலியல் வல்லுறவு இன்று #MeTooவால் பொதுவெளியில் பேசுபொருளாகி இருக்கிறது. அனைவருக்குமே தெரிந்த, ஆனால் மூடுமந்திரமாக இருந்த ஒரு கொள்ளை நோய் வெளியே வந்திருக்கிறது. #MeToo என்பது பாலியல் துன்புறுத்தல் என்கிற சமூக அவலத்தின் திரை விலகல் நிகழ்வு. எனவே மானுடச் சமுதாய, பெண்ணிய வரலாற்றில் இது இன்னொரு சிறப்பான தருணத்தின் தொடக்கம். இதுதான் கவனத்தில் கொள்ள வேண்டியது. மேலும் #MeTooவை மேட்டுக்குடிக்கானது என்று புறந்தள்ளிவிடச் சான்றுகள் போதாத அதே நேரத்தில், பாதிக்கப்படும் வெவ்வேறு சாதி, வர்க்கக் குழுவினரின் பிரதிநிதித்துவப் போதாமைகளைக் களைய நிச்சயம் முயற்சி எடுக்க வேண்டும். உதாரணமாக, தலித் எழுத்தாளரும் களப்பணியாளருமான சிந்தியா ஸ்டீபன் தன்னுடைய ஒரு நேர்காணலில் "ரயா சர்க்காரால் முன்னெடுக்கப்பட்ட #MeToo சக்திவாய்ந்த இயக்கம் என்றபோதும் இதில் ஆதிக்க சாதி, வர்க்கத்தினரின் குரல்களே மேலோங்கிக் கேட்கின்றன" எனக் கூறுவது கவனிக்கத்தக்கது.[59] இத்தகைய விமர்சனங்களைச் செவிகூர்வது அவசியம். பாலியல் துன்புறுத்தல் குடும்பத்தில் தொடங்கி பயணம், பணியிடம், சமூக வலைதளம்வரை வெவ்வேறு வகைகளில் நடக்கக்கூடியது. அமைப்பு சார்ந்த, அமைப்புசாராத பணிகளில் ஈடுபடுபவர்கள், தத்தம் அன்றாட வாழ்க்கையில் சந்திக்கும் இப்பிரச்சினைக்கான எதிர்ப்பைத் தெரிவிக்க அவர்களுக்கான உரையாடல் வெளிகள் அமைய வேண்டும். அந்த வெளிகள் அவர்களால் அவர்களுக்காகக் கட்டியமைக்கப்பட வேண்டும். அதற்குச் சிறு துரும்பாகக் களப்பணியாளர்கள், சிந்தனையாளர்கள் உதவலாம். பல தளங்களில், பல்வேறு அடையாளங்களில் துன்புறுத்தலுக்கு ஆளாகுபவர்களுக்கு உதவும் வகையில் அரசின் கொள்கை மாறுதல்களுக்கு, சட்டத் திருத்தங்களுக்கு மட்டுமன்றி, சமூக மாற்றத்துக்கும் என்றாவது ஒருநாள் அவை வழிவகை செய்யக் கூடும்.

குறிப்புகள்

1. Gieseler *2019, 20.*
2. Gieseler *21.*
3. Gieseler *22.*
4. Tambe *2018, 197.*
5. Andrea Park, "#MeToo reaches 85 countries with 1.7M tweets," *CBS News*, October 24, 2017. https://www.cbsnews.com/news/metoo-reaches-85-countries-with-1-7-million-tweets/

6. Gieseler 95–96.

7. Press Trust of India, "Seer threatened to bump me off: Tamil write," *The Times of India*, November 30, 2004.

8. Press Trust of India, "Tanushree Dutta files police complaint against Nana Patekar, Ganesh Acharya," *The Economic Times*, October 07, 2018. https://economictimes.indiatimes.com/magazines/panache/tanushree-dutta-files-police-complaint-against-nana-patekar-ganesh-acharya/articleshow/66105589.cms

9. Press Trust of India, "No proof to prosecute Nana Patekar in Tanushree Dutta molestation case: Mumbai police to court," *India Today*, June 13, 2019. https://www.indiatoday.in/movies/celebrities/story/no-proof-to-prosecute-nana-patekar-in-tanushree-dutta-molestation-case-mumbai-police-to-court-1548070-2019-06-13

10. India Today Web Desk, "Tanushree Dutta on Nana Patekar getting clean chit in sexual harassment case: This is disgusting," *India Today*, June 14, 2019. 2019. https://www.indiatoday.in/movies/celebrities/story/tanushree-dutta-on-nana-patekar-getting-clean-chit-in-sexual-harassment-case-this-is-disgusting-1548579-2019-06-14

11. Joseph Ax, "Cosby sentencing is new milestone for #MeToo movement," *Reuters*, September 23, 2018. https://www.reuters.com/article/us-people-cosby/cosby-sentencing-is-new-milestone-for-metoo-movement-idUSKCN1M30CT

12. Firstpost Staff, "#MeToo in India: KR Sreenivas resigns as The Times of India resident editor following sexual harassment allegations," *Firstpost*, October 13, 2018. https://www.firstpost.com/india/metoo-in-india-kr-sreenivas-resigns-as-the-times-of-india-resident-editor-following-sexual-harassment-allegations-5374011.html

13. TNM Staff. "HT's Prashant Jha steps down as Chief of Bureau after allegations of sexual misconduct," *The News Minute*, October 08, 2018. https://www.thenewsminute.com/article/ht-chief-bureau-prashant-jha-steps-down-after-allegations-sexual-misconduct-89632

14. Priyanka Thirumurthy, "Madras Music Academy Secretary Quits, his name features in sexual harassers list," *The News Minute*, November 16, 2017. https://www.thenewsminute.com/article/madras-music-academy-secretary-quits-after-his-name-features-sexual-harassers-list-71726 ரயாவின் 'பட்டியல்' இக்கட்டுரையின் பின்பகுதியில் விவாதிக்கப்படுகிறது.

15. Elizabeth Roche, "Big win for India's #MeToo movement as M.J. Akbar resigns," *Livemint*, October 18, 2018. https://www.livemint.com/Politics/HRXhfbNbE95F7KXywrwMII/MJ-Akbar-resigns-as-minister.html

16. Emma Brockes, "#MeToo founder Tarana Burke: 'You have to use your privilege to serve other people,'" *The Guardian*, January 15, 2018. https://www.theguardian.com/world/2018/jan/15/me-too-founder-tarana-burke-women-sexual-assault

17. Emma Brockes, "#MeToo founder Tarana Burke: 'You have to use your privilege to serve other people,'" *The Guardian*, January 15, 2018. https://www.theguardian.com/world/2018/jan/15/me-too-founder-tarana-burke-women-sexual-assault

18. Daisy Murray, "'Empowerment Through Empathy' -We Spoke To Tarana Burke, The Woman Who Really Started The 'Me Too' Movement," *Elle*, October 23, 2017. https://www.elle.com/uk/life-and-culture/culture/news/a39429/empowerment-through-empathy-tarana-burke-me-too/

19. Bridget Read, "Me Too Founder Tarana Burke: "Watch Carefully Who Are Called 'Leaders' of the Movement," *Vogue*, February 22, 2018. https://www.vogue.com/article/me-too-tarana-burke-frustrations-mainstream-twitter-thread

20. Emma Brockes, "#MeToo founder Tarana Burke: 'You have to use your privilege to serve other people,'" *The Guardian*, January 15, 2018. https://www.theguardian.com/world/2018/jan/15/me-too-founder-tarana-burke-women-sexual-assault

21. *இதில் தன் பங்களிப்பை அறிந்தவுடன் தன்னை இந்த இயக்கத்தின் நிறுவனர் என மிலனோ அங்கீகரித்ததையும் கூறினார் பர்க்.* Bridget Read, "MeToo Founder Tarana Burke: "Watch Carefully Who Are Called 'Leaders' of the Movement," *Vogue*, February 22, 2018; *சமீபத்திய நேர்காணல் ஒன்றில் பர்க் "மிலனோ இயக்கத்தைத் திருடிக்கொண்டார்' எனப் பேசுவதை நிறுத்த வேண்டும்" என்றும், "ஓர் இயக்கத்தை எப்படித் திருட முடியும்?" என்றும் கேட்டிருக்கிறார்.* https://www.teenvogue.com/story/metoo-anniversary-tarana-burke

22. Bridget Read, "MeToo Founder Tarana Burke: "Watch Carefully Who Are Called 'Leaders' of the Movement," *Vogue*, February 22, 2018. https://www.vogue.com/article/me-too-tarana-burke-frustrations-mainstream-twitter-thread

23. Zoe Greenberg, "What Happens to #MeToo When a Feminist Is the Accused?" *The New York Times*, August 13, 2018. https://www.nytimes.com/2018/08/13/nyregion/sexual-harassment-nyu-female-professor.html

24. ரோனலின் நடவடிக்கையைத் தான் ஆதரிக்கவில்லை என்றும், தண்டனையாகப் பணிநீக்கம் என்பதையே எதிர்த்த தாகவும், முழு விவரங்கள் அறியாத நிலையில் அவசரத்தில் எழுதப்பட்ட கடிதம் அது என்றும் பட்லர் பின்னர் வருத்தம் தெரிவித்தார். Judith Butler, "Judith Butler Explains Letter in Support of Avital Ronell," *The Chronicle of Higher Education*, August 20, 2018. https://www.chronicle.com/blogs/letters/judith-butler-explains-letter-in-support-of-avital-ronell/

25. Shreya Roy Chowdhury & Aroon Deep, "Universities respond to Raya Sarkar's list of alleged sexual predators: Mostly silence, some denials," *Scroll.in*, November 04, 2017. https://scroll.in/article/856589/universities-respond-to-raya-sarkars-list-of-alleged-sexual-predators-mostly-silence-some-denials

26. இந்தப் பட்டியல் இப்போது இணையத்தில், ரயாவின் முகநூல் பக்கத்தில் கிடைக்கவில்லை. தமிழ் அறிவுப்புலத்துக்கு அறிமுகமான சில பேராசியர்கள் உண்டு. பப்பு வேணுகோபால ராவ், சதானந்த் மேனன் போன்றவர்கள். மறைந்துபோன எம்.எஸ்.எஸ். பாண்டியன் பெயர் அதிலிருந்ததை வைத்து அப்பட்டியல் விமர்சனத்துக்கும் உள்ளாக்கப்பட்டது. ரயாவின் பட்டியல் குறித்த ஒரு விமர்சனத்துக்குப் பார்க்க Mekhala Saran. "The 'Name Your Abuser' Campaign is Dangerously Flawed and Reckless," *The Quint*, October 26, 2017. https://www.thequint.com/voices/opinion/why-name-and-shame-campaign-on-facebook-is-flawed

27. Rituparna Chatterjee, "I would like to credit Bhanvari Devi for igniting the #MeToo movement years ago," *Livemint*, October 15, 2018 https://www.livemint.com/Leisure/JYk9SoKvaPjeo9nevmUUPO/I-would-like-to-credit-Bhanvari-Devi-for-igniting-the-MeTo.html

28. TNM Staff, "After Chinmayi tweets on Vairamuthu, Samantha and Varalaxmi stand up for 'Me Too'," *The News Minute*, October 09, 2018. https://www.thenewsminute.com/article/after-chinmayi-tweets-vairamuthu-samantha-and-varalaxmi-stand-me-too-89673;

29. கர்நாடக சங்கீத வித்வான்கள் மீதான புகார்களுக்குப் பார்க்க *The Wire*, "Artists Pen Open Letter Against Sexual Predators, Silent

Complicity in Carnatic Music," *The Wire*, October 14, 2018. https://thewire.in/the-arts/artists-open-letter-sexual-predators-carnatic-music-metoo; திரைப்பட பாடலாசிரியர் வைரமுத்து மீதான புகார்களுக்குப் பார்க்க S. Senthalir, "'Vairamuthu came after me too. I stand by Chinmayi Sripaada,' says musician Sindhuja Rajaram," *Scroll.in*, October 14, 2018 https://scroll.in/article/898133/i-too-was-pursued-by-vairamuthu-i-stand-by-chinmayi-sripaada-musician-sindhuja-rajaram

30. Priyanka Thirumurthy, "Rebellion in TN Brahmin association over MeToo allegation against president," *The News Minute*, June 05, 2019. https://www.thenewsminute.com/article/rebellion-tn-brahmin-association-over-metoo-allegation-against-president-103014

31. ரயா சர்க்காரின் பட்டியல் உடனடியாகச் சில பெண்ணிய வாதிகளின் கடுமையான விமர்சனத்துக்கு உள்ளானது. அவர்கள் வெளியிட்ட அறிக்கையைப் பற்றி நான் மாறுபடும் இடங்களை இக்கட்டுரையில் பிறகோர் இடத்தில் பேசுகிறேன். இந்த அறிக்கையை முன்னெடுத்தவர்களில் ஒருவரான நிவேதிதா மேனன் இதுவரையிலான பெண்ணிய அரசியல் என்னென்ன நடவடிக்கைகளைப் பாலியல் துன்புறுத்தலாகக் கொள்ளலாம் என்ற புரிதலை உருவாக்கியிருக்கிறது, ஆனால் ரயா சர்க்காரின் பட்டியலோ நடவடிக்கையைப் பற்றி விளக்காமல் ஆண்களின் பெயர்களைக் குறிப்பிடுவதால் இத்தகைய புரிதலை அனுமானிக்கிறது என விமர்சிக்கிறார். இந்தப் பட்டியல் பொறுப்பின்மையோடு இருந்தது என அவர் எண்ணுகிறார். மேலும், இந்த வாதங்களின் அடிப்படையில், இந்தியாவின் #MeToo இயக்கத்தைப் பட்டியல் தொடக்கி வைத்தது எனக் கருதுவது தவறு, இந்த இயக்கம் ரயாவின் பட்டியலின் தவறுகளில் இருந்து கற்றுக்கொண்டது எனக் கூறுகிறார். அமெரிக்காவின் #MeToo இயக்கத்தில் பெயரிலிகளாகப் பாலியல் புகார்கள் வைக்கப்பட்டாலும் சூழல்கள், நடந்த அத்துமீறல்கள் குறிப்பிடப்பட்டன, ஆனால் பட்டியலில் இவை இல்லை என்கிறார். எனவே, இந்தியாவின் #MeToo இயக்கத்தை நேரடியாக அமெரிக்க முன்மாதிரியிலிருந்து உருவானதாக, இந்தியாவிலேயே 1980கள் தொடங்கி நடைபெற்ற தீவிர பெண்ணியப் பரப்புரைகளின் தாக்கத்தையும் பெற்றிருப்பதாகக் கருதவேண்டும் எனத் தெரிவிக்கிறார். பார்க்க Nivedita Menon. "How the Feminist Conversation Around Sexual Harassment Has Evolved," *The Wire*, February 28, 2019 https://thewire.in/women/how-the-feminist-conversation-around-sexual-harassment-has-evolved

32. "Full Translation Of French Anti-#MeToo Manifesto Signed By Catherine Deneuve," *Worldcrunch* (originally published in *Le Monde*), January 10, 2018. https://www.worldcrunch.com/opinion-analysis/full-translation-of-french-anti-metoo-manifesto-signed-by-catherine-deneuve

33. Emma Brockes, "#MeToo founder Tarana Burke: 'You have to use your privilege to serve other people,'" *The Guardian*, January 15, 2018. https://www.theguardian.com/world/2018/jan/15/me-too-founder-tarana-burke-women-sexual-assault

34. "Full Translation Of French Anti-#MeToo Manifesto Signed By Catherine Deneuve," *Worldcrunch* (originally published in *Le Monde*), January 10, 2018 https://www.worldcrunch.com/opinion-analysis/full-translation-of-french-anti-metoo-manifesto-signed-by-catherine-deneuve

35. Zoe Drewett, "Germaine Greer *Metro*, slammed for calling victims of sexual assault 'career rapees,'" March 20, 2018. https://metro.co.uk/2018/03/20/germaine-greer-slammed-calling-victims-sexual-assault-career-rapees-7401180/; பார்க்க Staff Writers, "Greer's controversial gripe with #MeToo campaign," *News.com.au*, January 21, 2018. https://www.news.com.au/lifestyle/relationships/greers-controversial-gripe-with-metoo-campaign/news-story/5162a05a372e44a6754b46b385e6a289#.7qeo4

36. *Aljazeera.Com*, January 08, 2019. https://www.aljazeera.com/programmes/headtohead/2019/01/transcript-germaine-greer-metoo-movement-190107074617210.html

37. பார்க்க க்ரீரின் நேர்காணல்/உரையாடல். *Aljazeera.Com*, January 08, 2019. https://www.aljazeera.com/programmes/headtohead/2019/01/transcript-germaine-greer-metoo-movement-190107074617210.html

38. இந்த உரையாடலில் வெளிப்படும் க்ரீரின் கருத்துகளில் வேறு சில பிரச்சினைகளும் உள்ளன. உதாரணம் திருநர்களுக் கெதிரான அவருடைய கருத்துகள். இக்கட்டுரை அவரைப் பற்றியது இல்லை என்பதால் மேற்கொண்டு விரிவாக எழுதவில்லை.

39. இத்தொகுப்பில் இடம்பெற்றிருக்கும் "அக்கினிப் பிரவேசம்: பாலுறவில் சம்மதமும் வல்லுறவிலிருந்து பாலியல் நீக்கமும்" கட்டுரையில் பூக்கோவின் கருத்தாக்கத்தை முன்வைத்து இதை விவாதித்திருக்கிறேன்.

40. பாலியல் துன்புறுத்தலுக்கு எதிரான 2013ஆம் ஆண்டு சட்டத்தின் படியும் உச்ச நீதிமன்ற விசாகா வழிகாட்டுதல்களின் படியும் கல்வி நிறுவனங்களில் பாலியல் துன்புறுத்தலைத் தடுக்கும் வகையில் புகார்க்குழு (ICC) அமைக்கப்பட்டிருக்க வேண்டும். பாலியல் துன்புறுத்தலால் பாதிக்கப்பட்ட மாணவர்கள் அத்தகைய குழுக்களை அணுக வேண்டுமெனக் குறிப்பாகச் சுட்டியது அந்த அறிக்கை. பார்க்க Nivedita Menon et al, "Statement by feminists on Facebook campaign to "Name and Shame,"" *Kafila*, October 24, 2017. https://kafila.online/2017/10/24/statement-by-feminists-on-facebook-campaign-to-name-and-shame/

41. ரயாவின் பட்டியலில் இருந்த பிரச்சினைகள், குறைபாடுகள் பற்றி நிவேதிதா மேனன் எழுதியிருக்கும் கட்டுரையில், பாலியல் புகார் கூறியவர்களின் பெயர்கள், சூழ்நிலைகள் ஆகியவற்றைத் தெரிவிக்காமல் புகாருக்கு இலக்கானவர்களின் பெயர்களை வெளியிடுவது பெண்ணிய அரசியலுக்கு குந்தகம் விளைவிக்கும் எனத் தெரிவிக்கிறார். பட்டியல் கிசுகிசு, வதந்தி ஆகியவற்றை மனோரதியமாகக் கொண்டாடியது, நடந்ததாகக் கூறப்பட்ட பாலியல் துன்புறுத்தல் என்ன என்பதைப் பட்டியலை முன்வைத்தவர்கள் கூற மறுத்தது ஆகியவற்றைச் சுட்டிக்காட்டுகிறார் மேனன். ஆனால் மேனன் இந்தப் பட்டியல் எதனால் அவசியமானது, நிறுவன நடைமுறைகளின் எவ்வகையான வீழ்ச்சிகள் இதற்கு எரிபொருளாக இருந்தன என்பதைப் பார்க்க மறுக்கிறார். மேலும் பேராசிரியருக்கும் மாணவருக்குமான பரஸ்பர சம்மத உறவும் பாலியல் துன்புறுத்தலாகப் பட்டியலில் இடம்பெற்றதைக் கடுமையாக விமர்சிக்கிறார் மேனன். ஆனால் பரஸ்பர உறவு என்றாலும் இதில் இயங்கக்கூடிய நிறுவன அதிகாரம், அதிகாரச் சமச்சீரின்மை ஆகியவற்றை அவர் போதுமான அளவு கருதியதாகத் தெரியவில்லை. இக்கட்டுரைக்குப் பார்க்க: Nivedita Menon. "How the Feminist Conversation Around Sexual Harassment Has Evolved," *The Wire*, February 28, 2019. https://thewire.in/women/how-the-feminist-conversation-around-sexual-harassment-has-evolved

42. Bhanuj Kappal, ""Breaking the 'savarna feminism' rules – how Raya Sarkar's list of alleged harassers divided opinion in India," *New Statesman America*, November 30, 2017. https://www.newstatesman.com/politics/feminism/2017/11/breaking-savarna-feminism-rules-how-raya-sarkar-s-list-alleged-harassers

43. இவை குறித்து ரயா கூறுவதைப் பார்க்கவும். Bhanuj Kappal, "Breaking the 'savarna feminism' rules – how Raya Sarkar's list of alleged harassers divided opinion in India," *New Statesman America*, November 30, 2017. https://www.newstatesman.com/politics/feminism/2017/11/breaking-savarna-feminism-rules-how-raya-sarkar-s-list-alleged-harassers

44. Ashwini Deshpande, "Lessons from Being on a University Anti-Sexual Harassment Committee," *The Wire*, November 02, 2017. https://thewire.in/gender/delhi-university-anti-sexual-harassment-committee

45. இது குறித்த விவாதங்களுக்குப் பார்க்க *Gieseler 47–52.*

46. Rachel Rekowski, "Hotel Workers Say #MeToo and Fight Back," *Aflcio.org*, January 26, 2018. https://aflcio.org/2018/1/26/hotel-workers-say-metoo-and-fight-back

47. Alexia Fernández Campbell,"How a button became one of the greatest #MeToo victories," *Vox*, October 01, 2019. https://www.vox.com/identities/2019/10/1/20876119/panic-buttons-me-too-sexual-harassment

48. Rachel Rekowski, "Hotel Workers Say #MeToo and Fight Back," *Aflcio.org*, January 26, 2018. https://aflcio.org/2018/1/26/hotel-workers-say-metoo-and-fight-back

49. Rachel Rekowski,"Hotel Workers Say #MeToo and Fight Back," *Aflcio.org*, January 26, 2018. https://aflcio.org/2018/1/26/hotel-workers-say-metoo-and-fight-back

50. Jennifer Sadler-Venis, "Sexual offence laws: #MeToo movement drives new consent-based definitions," International Bar Association, September 10, 2018 https://www.ibanet.org/Article/NewDetail.aspx?ArticleUid=386A45E6-0A58-4A7F-8741-3CE58A50F8C4

51. "ILO adopts #MeToo treaty against harassment at work," *The Hindu*, June 21, 2019. https://www.thehindu.com/news/international/ilo-adopts-metoo-treaty-against-harassment-at-work/article28102513.ece

52. பார்க்க *Communist Party of India (Marxist-Lennist) website. "#MeToo: Working Class Women Share Their Stories," December 2018. http://www.cpiml.net/liberation/2018/12/metoo-working-class-women-share-their-stories*

53. Chinmayi Sripaada, @Chinmayi Tweet updated on Oct 9,2018, https://twitter.com/chinmayi/status/1049641862674300928?lang=en

54. Ghazala Wahab, "M.J. Akbar, Minister and Former Editor, Sexually Harassed and Molested Me," *The Wire*, October 12, 2018. https://thewire.in/media/mj-akbar-sexual-harassment

55. Gieseler 37.

56. இது குறித்த விவாதங்களுக்குப் பார்க்க Gieseler, Chapter 2.

57. Elizabeth Wagmeister, "Tarana Burke on Hollywood, Time's Up and Me Too Backlash," *Variety*, April 10, 2018. https://variety.com/2018/biz/news/tarana-burke-times-up-me-too-backlash-1202748822/

58. Elizabeth Wagmeister, "Tarana Burke on Hollywood, Time's Up and Me Too Backlash," *Variety*, April 10, 2018. https://variety.com/2018/biz/news/tarana-burke-times-up-me-too-backlash-1202748822/

59. Alice Abraham, "In Conversation With Cynthia Stephen: Dalit Activist And Writer," *Feminism in India*, January 11, 2019. https://feminisminindia.com/2019/01/11/cynthia-stephen-dalit-activist-interview/

உதவிய ஆய்வு நூல், கட்டுரை

Gieseler, Carly. *The Voices of #MeToo: From Grassroots Activism to a Viral Roar*. New York:Rowman & Littlefield, 2019.

Tambe, Ashwini. "Reckoning with the Silences of #MeToo." *Feminist Studies* 44.1 (2018):197–202.

10

ரஞ்சன் கோகாய்:
விசாரணை, சாட்சியம், நீதி

பகுதி ஒன்று

பாலியல் புகாரும் உரிய நடைமுறையும்

#MeToo இயக்கத்தின் மூலம் இந்தியா உள்ளிட்ட பல்வேறு நாடுகளில், பல்வேறு துறைகளில் பெண்கள் தாங்கள் சந்தித்த பாலியல் துன்புறுத்தல்களைத் தைரியமாக எடுத்துரைக்க முனைந்திருக்கும் இந் நேரத்தில் "due process" (விசாரணைக்கான உரிய நடைமுறை) என்பது விவாதத்துக்குள்ளாகியிருக் கிறது.

ரயா சர்க்கார் LoSHAவை (பட்டியலை) முன் வைத்து மாணவிகளுக்காகப் பேசியபோது, சாதிப் படிநிலை என்பது எந்த அளவுக்கு செய்ததாகச் சொல்லப்பட்ட பேராசிரியர்களுக்குத் துணையாக இருக்கிறது என்பதையும் தன் முகநூல் பக்கத்திலும் நேர்காணல்களிலும் குறிப்பிட்டிருந்தார். ரயாவின் பட்டியலை விமர்சித்த பெண்ணியர்களின் முக்கிய விமர்சனம் ரயா கல்வி நிறுவனங்களுக்கான உரிய நடைமுறையை மதிக்கவில்லை என்பதாகவே இருந்தது. இது குறித்து இத்தொகுப்பில் வேறொரு கட்டுரையில் குறிப்பிட்டிருக்கிறேன்.[1] ரயாவின் பட்டியல் உருவாக்கம் உரிய நடைமுறையை மீறிச்சென்றதைக் குறித்து எழுதும் சமூகவியல் பேராசிரியர் கீதா சாதா, அமெரிக்காவில் ஹார்வி வெய்ன்ஸ்டீனின் பாலியல் துன்புறுத்தலைப்

பற்றித் திரைப்படத் துறை சார்ந்த பெண் தொழிலாளர்கள் வெளிப்படையாக விமர்சிக்க முன்வந்த வரலாற்றுச் சூழலின் பின்னணியில் அதை வைக்கிறார்.² வெய்ன்ஸ்டீனின் விவகாரத்தைப் பற்றிய விமர்சனங்கள் ஊடகத்தில் பற்றி எரிந்து பரவிக்கொண்டிருந்தபோது ஜார்ஜ் டவுன் பல்கலைக்கழகத்தின் தெற்காசிய இயல் துறைப் பேராசிரியரான கிறிஸ்டின் பேர் புகழ்பெற்ற விளிம்புநிலை வரலாற்றுப் பேராசிரியரான தீபேஷ் சக்ரவர்த்தியின் பாலியல் அத்துமீறல்களைக் குறிப்பிட்டு ஒரு கட்டுரை எழுதினார். பொதுவாக "மேற்கின்" கல்விப் புலத்தில் செயல்படும் பெண் வெறுப்பையும், பாலியல் துன்புறுத்தலையும் விவாதித்த அக்கட்டுரை 'Huffington Post' நாளிதழில் வெளியிடப் பட்டுப் பின்னர் நீக்கப்பட்டது. பாலியல் அத்துமீறல்களைப் பற்றிய விவாதத்தை முன்னெடுக்க ஊடகம் காட்டிய இத்தகைய தயக்கத்தால் ரயா பேராசிரியர்களின் பெயர்களைத் தனிப்பட்ட முகநூல் பக்கத்தில் வெளியிட்டிருக்கலாம் என வாதிட்டார் சாதா. பெயர்களை வெளியிட்டு அவமானப்படுத்துதல் என்பதோடு மட்டுமன்றி கல்விப் புலத்தில் பாலியல் இரை வேட்டையாடுபவர் களை அடையாளப்படுத்தி மாணவர்களைத் தற்காத்துக்கொள்ள வைக்கும் விதமாகப் பட்டியலை ரயா வெளியிட்டார். ரயாவே அத்தகைய நோக்கத்தை வெளிப்படுத்தியதையும் சாதா குறிப்பிட்டிருக்கிறார்.³

நம் நாட்டில் உரிய நடைமுறை என்பதை நடைமுறைப்படுத்தும் விதமாக பாலியல் துன்புறுத்தல்களை விசாரிக்க பணியிடங்களில், கல்லூரிகளில் ICC எனப்படும் Internal Complaints Committee என்ற ஒன்றின் இருப்பை, செயல்பாட்டை நம்புகிறோம். 1997ஆம் ஆண்டில் விசாகா தீர்ப்பின் அடிப்படையில் உச்ச நீதிமன்றத்தால் தரப்பட்ட வழிகாட்டுதல்களின்படி பெண்கள் பணிசெய்யும் இடங்களில் பாலியல் துன்புறுத்தல் புகார்களை விசாரிக்கப் பணியிடங்களில் புகார்க் குழு (Committee Against Sexual Harassment அல்லது CASH போன்றவை) அமைக்க வழிசெய்யப்பட்டது, பல இடங்களில் அவை அமைக்கவும் பட்டன. பணியிடங்களில் பாலியல் தொல்லைகளைக் களையும் முகமாக 2013ஆம் ஆண்டு பாலியல் வன்முறை (தடுப்பு, பாதுகாப்பு, குறை தீர்ப்பு) சட்டம் நடைமுறைக்கு வந்தது. இதன்படி, ஏற்கெனவே இருந்த குழுக்கள் மறுசீரமைக்கப்பட்டன, அல்லது இவற்றின் இருப்பு உறுதி செய்யப்பட்டது.

ICC கமிட்டிகளில் பாலியல் புகார்களை விசாரிக்கக் குறிப்பிட்ட சில வழிமுறைகள் உண்டு. நிறுவனத்தில் பணிபுரியும் சீனியர் பெண் ஊழியரைக் கமிட்டிக்குத் தலைவராக நியமிக்க வேண்டும், உறுப்பினர்களில் ஐம்பது சதவிகிதத்துக்கு மேல்

பெண்கள் இடம்பெற வேண்டும், அலுவலகம் சாராத, பாலின சமத்துவம் சார்ந்த பணிகளில் ஈடுபடும் அரசு சாரா அமைப்புகள் போன்றவற்றில் செயல்படும் ஒருவர் கமிட்டியில் உறுப்பினராக இருக்க வேண்டும் என்பவை முதலிய பல விதிமுறைகளை விசாரணைக் குழு அமைக்கும்போது பின்பற்ற வேண்டும். முக்கியமாக, பாலியல் புகாரை ஒருவர் அளிக்கும்போது அதைப் பதிவு செய்யச் சில நடைமுறைகள் பின்பற்றப்படக் கோரப்படுகிறது. எடுத்துக்காட்டாக, புகார் தருபவர்கள் பெயரிலியாகப் புகார் தரக் கூடாது. புகார் கூறப்படுபவர், சாட்சிகள் ஆகியோரின் பெயர்களைப் புகார் அளிப்பவர் தர வேண்டும். புகார் எழுத்துப்பூர்வமாக இருக்க வேண்டும் அல்லது பதிவு செய்யப்பட்டு கையெழுத்திடப்பட வேண்டும் என்றும் கூறப்படுகிறது.

பாலியல் புகார்: இரு விசாரணை மாதிரிகள்

சட்டம் பரிந்துரைக்கும் விதிகளை அறிமுகப்படுத்துவது இக்கட்டுரையின் நோக்கமல்ல. பல சமயம் இந்த உரிய நடைமுறை என்பது அத்தனை எளிதாக இல்லை என்பதைத் தெரிவிக்கவே மேற்கண்டவற்றைக் குறிப்பிட்டேன். சான்றாக, ஒரு நிறுவனத்தில் அல்லது அலுவலகத்தில் ஆக உயர் மட்டத்தில் பதவி வகிக்கும் ஆண் அதிகாரிமீது புகார் வந்தால் அவருக்குக் கீழே அல்லது இணையாக வேலை பார்ப்பவர்கள் ICCயில் பங்கு வகிக்கும்போது எந்த அளவுக்கு விசாரணை பாரபட்சமின்றி, அழுத்தங்களுக்கு ஆட்படாமல் நடக்கும் எனும் கேள்வி ஒரு புறம்.[4] அதைவிட முக்கியமாக உரிய நடைமுறை என்பது கண் துடைப்பாகக்கூட இல்லாமல் அப்பட்டமான பால் அரசியல் அதிகாரம் நிகழ்த்தப்படுவது இன்னொரு புறம். இத்தகைய அதிகாரத்துக்கு இரு எடுத்துக்காட்டுகளைப் பார்ப்போம்.

முதல் எடுத்துக்காட்டு, உச்ச நீதிமன்றத் தலைமை நீதிபதி ரஞ்சன் கோகாய் மீது முன்னாள் உச்ச நீதிமன்றப் பெண் ஊழியர் 2019ஆம் ஆண்டு ஏப்ரல் 19ஆம் தேதியன்று வைத்த பாலியல் புகார் விசாரிக்கப்பட்ட விதம். இது குறித்து ஆராய்வதற்கு முன்னால் இந்தப் புகார் சார்ந்த அடிப்படைத் தகவல்களை ஓர்மைக்காக இங்கே தருகிறேன்.[5] புது தில்லியில் ஒரு நீதிமன்றப் பெண் ஊழியர் நீதிபதி கோகாயின் வீட்டு அலுவலகத்தில் பணியாற்ற மாற்றப்பட்டதிலிருந்து பல தொல்லைகளை அனுபவிக்கிறார். வாட்ஸ் அப்பில் காலை வணக்கம் சொல்லக் கோருவதிலிருந்து அத்துமீறித் தொடுதல் வரைக்கும் நீதிபதியின் அத்துமீறல் போகிறது. பெண் ஊழியர் அதை வரவேற்காததால் அவர் மட்டுமல்லாமல் அவர் குடும்பத்தினரும் பல்வேறு

தொல்லைகளுக்குத் தொடர்ந்து ஆளாகியிருக்கிறார்கள். அவர் பணி நீக்கம் செய்யப்படுவது மட்டுமல்லாமல் அவர் கணவரும் கணவரின் சகோதரரும் பணி இடைநீக்கம் செய்யப்படுகிறார்கள். நடுவில் அந்தப் பெண்ணிடம் திலக் மார்க் காவல் நிலைய ஆய்வாளர் மூலம் நீதிபதி காலில் விழுந்தால் அவரது பிரச்சினைகள் தீரும் என்று கூறப்படுகிறது. நீதிபதி கோகாயின் வீட்டுக்கு அழைத்துச் செல்லப்படுகிறார். அங்கே கோகாயின் மனைவி "மூக்கு தரையில் பட" அவரைக் காலில் விழுந்து மன்னிப்பு கேட்கச் சொல்கிறார். இந்தப் பெண்ணும் காலில் விழுகிறார். ஆனால் எந்த விடிவும் ஏற்படுவதில்லை. சீக்கிரமே நீதிமன்றத்தில் தற்காலிக வேலையிலிருந்து கணவரின் சகோதரரும் (அவருக்கு இவ்வேலையைத் தனக்கான விருப்பக் கோட்டாவில் வாங்கிக் கொடுத்ததே கோகாய்தான்) நீக்கப்படுகிறார். எல்லா வற்றுக்கும் உச்சமாக அந்தப் பெண்மீது லஞ்சக் குற்றச்சாட்டு முன்வைக்கப்பட்டு அவர் கைது செய்யப்படுகிறார். புகார் அவர் மீதுதான் என்றாலும் அவர் கணவரும் அவர் கணவரின் சகோதரியும் கைது செய்யப்படுகிறார்கள். பெண்கள் இழுத்துச் செல்லப்படுகிறார்கள். கணவரும் கை விலங்கிட்டு வைக்கப் படுகிறார். தான் கால் விலங்கிட்டு இரவு முழுதும் வைக்கப் பட்டதாகக் கூறியிருக்கிறார் புகார் கொடுத்த பெண்.

வழக்கில் அவருக்கு பெயில் கிடைத்த பிறகு கையூட்டு தந்ததாகக் கூறப்பட்டவரை அவர் குடும்பம் மிரட்டியது எனச் சொல்லி வழக்கு குற்ற வகைக்கு மாற்றப்பட்டு, பெயிலை ரத்து செய்யக் கேட்டு காவல் துறை நீதிமன்றத்துக்குச் சென்றது. இந்த அளவுக்கு அச்சுறுத்தல்களைச் சந்தித்த நிலையில் அந்தப் பெண் தானும் தன் குடும்பத்தினரும் சந்தித்த கொடுமைகளை ஒரு பிரமாண வாக்குமூலக் கடிதம் வாயிலாக உச்ச நீதிமன்ற நீதிபதிகளுக்குத் தெரிவித்தார்.

இத்தனை துன்புறுத்தல்கள், அச்சுறுத்தல்கள் நிகழ்ந்த நிலையில் அதுவும் இதில் உச்ச நீதிமன்றத்தின் தலைமை நீதிபதி சம்பந்தப்பட்டிருக்கிறார் எனும்போது உரிய நடைமுறை என்பது எப்படிப் பின்பற்றப்பட்டிருக்க வேண்டும்? அது எந்த அளவுக்கு ஒரு முன்மாதிரியாக உச்ச நீதிமன்றத்தால் நடத்தப் பட்டிருக்க வேண்டும்? ஆனால் உரிய நடைமுறை என்ற ஒன்றே கிட்டத்தட்ட இல்லாத நிலையைத்தான் நாம் பார்க்கிறோம். புகார் செய்த பெண்ணின் பிரமாண வாக்குமூலக் கடிதம் ஊடகத்தில் கவனம் பெற்ற பின் சிறப்பு அமர்வு ஒன்றை உச்ச நீதிமன்றம் ஏற்பாடு செய்கிறது. இந்த அமர்வுக்காக உச்ச நீதிமன்றத்தின் பதிவுப் பிரிவால் வெளியிடப்பட்ட அறிக்கையில் "நீதித் துறையின் சுதந்திரத்தை உரசிப் பார்க்கும் வகையிலான

பெரிய அளவு முக்கியத்துவம் கொண்ட" பொதுநல விஷயம் ஒன்றை விசாரிப்பதற்கான அமர்வு என்று இது குறிப்பிடப்படுவது இதில் கவனிக்க வேண்டியது.[6] எந்த அளவுக்கு உச்ச நீதிமன்றம் சார்ந்த இந்த விவகாரத்தில் பக்கச் சார்பு காட்டப்படுகிறது என்பதற்குச் சான்றாக அமைகிறது இந்த அறிக்கை.

புகாரை விசாரிக்கும் முன்னரே நீதித் துறையின் சுதந்திரம் புகாரால் பாதிக்கப்படுவதைப் போன்ற ஒரு தோற்றம் இதனால் உருவாக்கப்படுகிறது. தவிர மூன்று நீதிபதிகள் இடம்பெற்ற இந்த அமர்வில் ஒரு பெண் நீதிபதிகூட இல்லை என்பதோடு, கேலிக்கூத்தாக புகார் சாட்டப்பட்ட கோகாயே ஒரு நீதிபதியாக அமர்கிறார். அப்போது அவர் கூறியதை நோக்க வேண்டும்.[7] முதலில் தான் பதில் சொல்லத்தக்க "குற்றச்சாட்டுகள்" இல்லை அவை என்பதுபோலக் கூறுகிறார். இரண்டாவதாக, "இருபது வருடத் தன்னலமற்ற பணிக்குப் பின்" தன்னுடைய வங்கிக் கணக்கில் 6.80 லட்ச ரூபாய்தான் இருக்கிறது, அதுதான் தன் மொத்தச் சொத்து என்கிறார். தன்மீது கூறப்பட்ட பாலியல் புகாரைச் சமன்படுத்தத் தன்னைப் பற்றிய புனித பிம்பம் அவரால் முன்வைக்கப்படுகிறது.

அதே அமர்வில் அவரோடிருந்த நீதிபதிகள் கன்னாவும் மிஸ்ராவும் ஊடகம் "கட்டுப்பாட்டுடன்" செயல்பட வேண்டும் என அறிவுறுத்துகிறார்கள். ஏப்ரல் 20ஆம் தேதியே உத்சவ் பெயின்ஸ் என்ற தில்லி வழக்கறிஞர் இந்தப் பாலியல் புகாரை ஒரு சதியோடு இணைத்துக் குற்றஞ்சாட்டுகிறார். ஊழல் அரசியல்வாதிகள் மற்றும் கார்ப்பரேட்கள், சில நீதிபதிகள், உச்ச நீதிமன்றத்தில் கார்ப்பரேட் தரகர்கள் போன்ற பலரது லாபியால் இது நடந்ததெனப் பரபரப்புச் செய்தி தருகிறார். கோகாயை வலையில் சிக்கவைக்கத் தனக்கு ஒன்றரை கோடி ரூபாய் தருவதாக ஆசை காட்டப்பட்டதாகப் பிரமாணப் பத்திரம் ஒன்றையும் நீதிமன்றத்தில் தாக்கல் செய்கிறார். இவற்றின் மூலம் கோகாய் அப்பழுக்கற்றவர் என்கிற பிம்பம் மேலும் உறுதிப்படுகிறது. பெயின்ஸின் 'சதி' குற்றச்சாட்டு தனியாக உச்ச நீதிமன்றத்தால் விசாரிக்கப்படுகிறது.

பாலியல் புகாரைப் பொறுத்தவரை, அதை விசாரிக்க உச்ச நீதிமன்றத்தால் அமைக்கப்பட்ட மூன்று நீதிபதி களின் உட்குழுவில் (in-house panel) எஸ்.ஏ. போப்தே, இந்திரா பானர்ஜி ஆகியோரோடு கோகாயின் நெருங்கிய நண்பர் என்.வி. ரமணாவும் முதலில் இடம்பெற்றார். ரமணா கோகாயின் நெருங்கிய நண்பர். எனவே அவர் பங்கேற்பது பற்றிப் புகார் தந்த பெண் அதிருப்தி தெரிவித்த காரணத்தால் அவர் விலகி

அவரது இடத்தில் இந்து மல்ஹோத்ரா பங்கேற்றார். ஆனால், புகார் தந்த பெண் இந்த நீதிபதிகள் குழுவின் விசாரணை தனக்கு நீதி வழங்குமென்ற நம்பிக்கை தோன்றவில்லை எனத் தெரிவித்துவிட்டு விசாரணையிலிருந்து விலகிக்கொண்டார்.

அதற்கு நியாயமான காரணங்கள் அவருக்கு இருந்தன. நீதிபதிகள் உட்குழு இந்த விசாரணையில் பின்பற்றும் நடைமுறைகள் அந்தப் பெண்ணுக்குத் தெரிவிக்கப்படவில்லை. விசாரணை ஒளி, ஒலிப் பதிவு செய்யப்படவில்லை. அந்தப் பெண் அளித்த அறிக்கையின் நகல் அவருக்குத் தரப்படவில்லை. முக்கியமாக, அந்தப் பெண்ணின் வழக்கறிஞர் அல்லது துணையாக ஒருவர்கூட அனுமதிக்கப்படவில்லை. பாலியல் அத்துமீறல் விவகாரம் சார்ந்த மன அழுத்தத்தால் செவித்திறன் குறைபட்டவர் அந்தப் பெண் என்பது முக்கியம். புகார் தந்த பெண் விசாரணையிலிருந்து விலகிய பின்னும் அவர் இல்லாமலேயே விசாரணையைத் தொடர்ந்தது நீதிபதிகளின் உட்குழு. தன்மீதான குற்றச்சாட்டை மறுத்த கோகாயை விசாரித்தது. மே 6, 2019 அன்று நீதிபதி கோகாய் குற்றமற்றவர் என நீதிபதிகள் உட்குழு முடிவுக்கு வந்திருப்பதாக நீதிமன்றச் செய்தி அறிவிப்பு தெரிவித்தது. புகார் வைத்த பெண் பங்கேற்காத நிலையில் என்ன விசாரித்தார்கள், எப்படி, எவ்வாறு இந்த முடிவுக்கு வந்தார்கள் என்பதன் மர்மம் யாருக்கும் விளங்கவில்லை.[8] பால் சமத்துவம் என்ற இலக்கை நோக்கிய இன்றியமையாத பயணத்தில் பெரும் முட்டுக்கட்டையை உச்ச நீதிமன்றத்தின் விசாரணை போட்டிருக்கிறது. நீதிபதிகளின் உட்குழு முடிவு இதுவரை வந்த பாதையில் பல நூறு மைல்களுக்குப் பெண்களைப் பின்னால் தள்ளிவிட்டிருக்கிறது.

புகார் கொடுத்த பெண் அதைத்தான் விலகிக்கொண்டதற்கு ஒரு காரணமாக விசாரணையில் நீதிபதிகள் கேட்ட ஒரு கேள்வியைக் குறிப்பிட்டார். எதனால் அந்தப் பெண் தலைமை நீதிபதி மீது தாமதமாகப் புகார் தந்தார் என நீதிபதிகள் கேட்டிருக்கிறார்கள்.[9] பாலியல் புகார் அளிக்கும் பெண்ணைப் பார்த்து பொதுப்புத்தியிலிருந்து கேட்கப்படும் கேள்வியை உச்ச நீதிமன்ற நீதிபதிகளும் பிரதியெடுத்தது விசித்திரம். பணியிடத்தில், பணிமாற்றம், இடைநீக்கம் என எல்லாம் நடந்தபின்னர் அந்தப் பெண் புகார் கொடுத்தவுடனேயே நீதிமன்றமும் காவல் துறையும் தங்கள் அதிகாரத்தைக் காட்டியிருக்கிறார்கள். ஏற்கெனவே பட்டியல் இனத்தவர் என்பதால் தன் வாழ்க்கையில் பிரச்சினை களை, அவமானங்களைச் சந்தித்துப் போராடி வந்திருப்பவர் அந்தப் பெண்.[10]

இதுதான் யதார்த்த நிலை எனும்போது அந்தப் பெண் பணியிலிருக்கும்போதே தலைமை நீதிபதி மீது புகார் தருவது எத்தனை சிரமம் எனப் புரிந்துகொள்ளுதல் கடினமல்ல. மே 8, 2019 அன்று வெளியிடப்பட்ட PUCL அறிக்கை மூத்த உயர் நீதிமன்ற நீதிபதிகளை எதிர்கொள்ளுகையில் அந்தப் பெண்ணுக்கு நேரக்கூடிய பதற்றம், உடல்நலப் பிரச்சினைகள், இவற்றை யெல்லாம் உச்ச நீதிமன்றம் நுண்ணுணர்வோடு அணுகவில்லை எனச் சுட்டிக்காட்டியது. தவிர மூத்த நீதிபதிகளுக்கும் சாதாரண முன்னாள் ஊழியருக்கும் இடையே இருக்கும் அதிகாரச் சமச்சீரற்ற நிலையையும் கூறியது.[11]

மேலும் பாலியல் துன்புறுத்தலிலிருந்து பெண்களைப் பாதுகாக்க நடைமுறைப்படுத்தப்பட்ட பாலியல் வன்முறை (தடுப்பு, பாதுகாப்பு, குறைதீர்ப்பு) சட்டம், 2013 பிரிவு 13இன்படி நீதிபதிகளின் உட்குழு அறிக்கையின் முடிவு புகார் அளிப்பவர், குற்றம் சாட்டப்பட்டிருப்பவர் இருவருக்கும் வழங்கப்பட்டிருக்க வேண்டும். ஆனால் அந்தப் பெண்ணுக்கு அந்த அறிக்கை வழங்கப் படவில்லை. முன்னுதாரணமே இல்லாத அராஜகமாக இந்த விசாரணை நடந்திருக்கிறது. மக்களின் அடிப்படை உரிமைகளை, கௌரவத்தை, சமத்துவத்தைக் காக்கும் என்று நம்பப்படுகிற உயரிய இடத்தில்கூட உரிய நடைமுறை பின்பற்றப்படவில்லை. நாட்டின் உச்ச நீதிமன்றமே உரிய நடைமுறை விஷயத்தில் இப்படி நடந்துகொள்கிறது எனும்போது சாதாரணப் பணியிடங்கள், பல்கலைக்கழகங்கள் முதலியவற்றில் உரிய நடைமுறைக்கு உள்ள இடம் குறித்து ஐயமே எழுகிறது.

இன்னொரு எடுத்துக்காட்டு சென்ற ஆண்டு (2018) சென்னை கிறிஸ்துவக் கல்லூரி சார்ந்து நடந்த ஒரு துன்புறுத்தல். விலங்கியல் துறை மாணவிகள் துறை சார்ந்த பயணமாக வெளியூர் சென்றபோது அவர்களிடம் சில பேராசிரியர்கள் தகாத விதத்தில் தொடுதல்கள், ஆபாச வார்த்தைகள் என அத்துமீறியிருக்கிறார்கள். பயணத்திலிருந்து திரும்பிய பின் மாணவிகள் ஒன்று சேர்ந்து துறையில் பெயரிலியாகப் புகார் செய்திருக்கிறார்கள். அது கண்டுகொள்ளப்படாததால் எழுத்துப் பூர்வமாகக் கையெழுத்திட்ட புகார் ஒன்றைக் கல்லூரி முதல்வரிடம் அளித்திருக்கிறார்கள். விசாரணை போல ஒன்றை முதல்வரே நடத்தி விவகாரத்தை முடிக்கப் பார்த்திருக்கிறார். அந்த விசாரணையின்போது ஒரு பெண் ஊழியர்கூட இல்லாததோடு பாலியல் தொந்தரவு பற்றி எடுத்துரைத்த மாணவிகள் கேலி செய்யப்பட்டிருக்கிறார்கள். மாணவிகளே துன்புறுத்தலைக் கற்பனை செய்துகொண்டதைப் போல விசாரணையில் சுட்டியிருக்கிறார்கள்.[12] இதற்கு முன் இந்தப்

பேராசிரியர்களைப் பற்றிப் புகார் எதுவும் வரவில்லை என்று கூறி 'எச்சரிக்கையோடு' கல்லூரி நிர்வாகத்தால் துன்புறுத்தியவர்கள் விடப்பட்டார்கள். இனி இத்தகைய துறை சார்ந்த பயணங்களுக்கு அவர்கள் மாணவர்களோடு உடன் வர மாட்டார்கள், இந்த மாணவர்களின் தேர்வுத் தாள்களைத் திருத்த மாட்டார்கள் என்று மாணவர்களுக்குத் தெரிவிக்கப்பட்டது.[13]

இந்த விசாரணையில் பாலியல் அத்துமீறல் குற்றத்தைச் செய்த பேராசிரியர்களுக்கான தண்டனை அந்தப் பேராசிரியர்களுக்கும் இவ்விவகாரத்தில் சம்பந்தப்பட்ட மாணவர்களுக்கும் உள்ள தொடர்பைத் துண்டிப்பதாக மாத்திரமே இருந்தது. அத்தருணத்தில் சம்பந்தப்பட்ட ஒரு பேராசிரியர் 1997–2000இல் ஏற்கெனவே இத்தகைய பாலியல் புகார் ஒன்றால் 15 நாட்கள் பணி இடைநீக்கம் செய்யப்பட்டார் என்பது மாணவர்களுக்குத் தெரிய வந்தது. கல்லூரி நிர்வாகம் பொய் கூறிய காரணத்தால் மாணவர்கள் போராட்டத்தை முன்னெடுத்தார்கள்.[14] பின்னர் கல்லூரியில் பாலியல் புகார் விசாரணைக் கமிட்டி அமைக்கப்பட்டு, பேராசிரியர்களின் குற்றங்கள் உறுதிசெய்யப்பட்டன.[15] பாதிக்கப்பட்ட கல்லூரி மாணவிகள் பல்வேறு வர்க்க, சாதி அடுக்கு நிலைகளிலிருந்து வந்திருப்பார்கள். அவர்கள் சந்தித்த கொடுமைகளை வெளிப்படையாகப் பேசியதால் போராட்டம் சாத்தியமாகி, வெற்றியும் பெற்றிருக்கிறது. இன்று பொதுவெளியில் முன்பைப் போலச் சங்கடமோ தயக்கமோ இன்றி பாலியல் அத்துமீறல்களால் பாதிக்கப்பட்டவர்கள் குரல் எழுப்புகிறார்கள். அதுவும் இத்தகைய போராட்டங்களுக்கு உந்துசக்தியைத் தந்திருக்கிறது.

MeToo எதனால்?

தலைமை நீதிபதி கோகாய் விவகாரத்தில் உச்ச நீதிமன்றத்தின் அவசரத் தன்மையையும் பக்கச் சார்பையும் முன்முடிவுகளையும் எடுத்துக்காட்டும் விதமாகப் பத்திரிகையாளர் கௌரவ் ஜெயின் Firstpost தளத்தில் இருபது கேள்விகளை எழுப்பினார்.[16] பணியிடங்களில் பாலியல் துன்புறுத்தலைத் தடுக்கும் வகையிலான சட்டமும் விசாகா வழிகாட்டுதல்களும் உச்ச நீதிமன்ற விசாரணையில் பின்பற்றப்படாததைக் குறிப்பிட்டு, இதை முன்னிட்டே அந்தப் பெண் வழக்கு தொடரலாம் என எழுதினார். ஒருவேளை விசாகா வழிகாட்டுதல்கள் உச்ச நீதிமன்றத்துக்குப் பொருந்தாது என்றால் பிறகு எந்தச் சட்டம் அங்கே ஊழியர்களின் பாலியல் துன்புறுத்தல் புகார்களை வழி நடத்தக்கூடியது என வினா எழுப்பினார். பாலியல் புகாரை விசாரிக்க வழிகாட்டுதல்களை முன்மொழிந்த உச்ச நீதிமன்றமே

அவற்றைக் கருத்தில் கொள்ளாதது பெண்ணியலாளர்கள், மனித உரிமைக் களத்தில் பங்காற்றுபவர்கள் உள்ளிட்ட பல தரப்பினருக்கும் அதிர்ச்சி தருவதாக அமைந்தது.

சென்னை கிறிஸ்துவக் கல்லூரியைப் பொறுத்தவரை உயர்கல்வி நிறுவனமான அதன் முதல்வர் பாலியல் புகாரை ICCக்கு அனுப்பியிருக்க வேண்டும், அதாவது அப்படி ஒரு குழு கல்லூரியில் அமைக்கப்பட்டிருந்தால். உச்ச நீதிமன்றம் முன்மொழிந்த விசாகா விதிகளை ஒட்டி பல்கலைக்கழக மானியக் குழு 2015ஆம் ஆண்டில் உயர்கல்வி நிறுவனங்களுக்கான ஒழுங்கு விதிகளை வடிவமைத்திருக்கிறது. ஆனால் சென்னை கிறிஸ்துவக் கல்லூரி போன்ற மாநிலத்திலேயே பெயர்பெற்ற கல்லூரிகளிலேயே பெண்கள் எதிர்கொள்ளும் இத்தகைய நெருக்கடியான தருணங்கள் சரியாகக் கையாளப்படுவதில்லை. இன்னும்கூடப் பல உயர்கல்வி நிறுவனங்களில் பாலியல் புகார்களை விசாரிக்கக் குழுக்கள் அமைக்கப்படவில்லை.[17]

பெண்கள் எதற்குச் சமூக வலைதளங்களில் MeToo பாலியல் புகார்களை முன்வைக்கிறார்கள், எதனால் பணியிடங்களில் புகார்களைத் தருவதில்லை, ஏன் புகார்களை வேலையை விட்டு நீங்கிய பின்னர் பெரும்பாலும் கூறுகிறார்கள் எனக் கேள்விக் கணைகளைத் தொடுப்பவர்கள் இரு சிக்கல்களைப் பரிசீலிக்க வேண்டும். ஒன்று, இத்தகைய புகார்களைக் கருத்தில்கொண்டு விசாரிக்க ஜனநாயகப்பூர்வமான அமைப்புக்குச் சட்டம் வழி செய்திருந்தாலும், சட்டத்தையும் வழிகாட்டுதல்களையும் உருவாக்கிய உச்ச நீதிமன்றம் என்ற உயரிய இடத்திலிருக்கும் நிறுவனத்திலேயே அந்த அமைப்பின் இன்மையை அறிகிறோம். இரண்டாவது, ஒரு பெண் பாலியல் புகார் தரும்போது சமத்தன்மை அற்ற அதிகார இயங்கியல் மிரட்டலை நோக்கி நகர்வதாகவும் இருக்கிறது.

கோகாய் பற்றிப் புகாரளித்த பெண் தனது நேர்காணலில், போப்தே உள்ளிட்ட மூன்று நீதிபதிகள் பங்குபெற்ற அமர்வுக்கு வந்தபோது தான் நடத்தப்பட்ட விதம் குறித்துக் கூறியிருக்கிறார். பெண் காவல் துறையினர் தனது உடையை, தலைமுடியைச் சோதித்ததாகவும் தான் ஒரு தீவிரவாதியைப் போல நடத்தப் பட்டதாகவும் வருந்தியிருக்கிறார். தவிர வக்கீல்களிடம் பேசக் கூடாது, ஊடகத்திடம் பேசக் கூடாது என்றெல்லாம் அவர் அறிவுறுத்தப்பட்டிருக்கிறார். விசாரணைக்கு உச்ச நீதிமன்றத்துக்கு வந்துவிட்டுத் திரும்பியபோது முகம் தெரியாத சில நபர்களால் பின்தொடரப்பட்டிருக்கிறார். உத்தரப் பிரதேசத்திலும் ராஜஸ்தானிலும் அவர் உறவினர்களை முன்பின் அறியாதவர்கள்

மிரட்டியிருக்கிறார்கள். தனது சாதியின் காரணமாகத்தான் இந்த அளவுக்கு அவமானப்படுத்தப்படுகிறோம் என்று தோன்று வதாகவும் நேர்காணலில் அவர் கூறியிருக்கிறார்.[18]

போலவே சென்னை கிறிஸ்துவக் கல்லூரி பாலியல் புகார் விவகாரத்திலும் பாதிக்கப்பட்ட ஒரு மாணவியிடம் புகாரைத் திரும்பப் பெறக் கூறி நான்கு ஆண்கள் கூடி கல்லூரி வளாகத்துக்குள்ளேயே அச்சுறுத்தியிருக்கிறார்கள். தொடர்வண்டி நிறுத்தத்திலும் இரு மாணவிகளை முகம் தெரியாத ஒரு ஆண் மிரட்டியிருக்கிறார். இன்னும் இருவரை வேறொரு ஆண் மிரட்டியிருக்கிறார்.[19] உச்ச நீதிமன்ற விசாரணை வழக்கு நடந்த விதம், சென்னை கிறிஸ்துவக் கல்லூரி தொடக்கத்தில் புகாரை விசாரித்த விதம் என இவற்றை எல்லாம் கூர்ந்து நோக்கினால் பாலியல் புகார் என வரும்போது சமூகத்தின் பால் பாகுபாடு வெளிப்படையாகச் செயல்படுவதைப் பார்க்கிறோம். பாலியல் துன்புறுத்தல் செய்பவர்களை ட்விட்டர், முகநூல் போன்ற சமூக வலைதளங்களில் பெண்கள் பெயர் சொல்லி அவமானப்படுத்துவது என்பது இத்தகைய பாகுபாட்டாலேயே மேலெழுந்திருக்கிறது. #MeTooவை "ஊடக விசாரணை" எனக் குறை கூறுபவர்கள் பாலியல் புகார்களைத் தைரியமாக முன்வந்து தருபவர்களுக்குக் கிட்டாத நீதியின் பின்னணியில் தங்கள் பார்வையை மறுபரிசீலனை செய்ய வேண்டும்.

பகுதி இரண்டு

கறை படிந்த சாட்சியம்

ஒரு பெண் தான் எதிர்கொண்ட பாலியல் துன்புறுத்தல், அத்துமீறல் பற்றிப் பொதுவெளியில் பேச முற்படும்போது அது அவளைத் துன்புறுத்தியவர்களை, அத்துமீறல் செய்தவர்களை அடையாளம் காட்டுவதாகவே பெரும்பாலும் அமைகிறது. காவல் நிலையம், நீதிமன்றம் போன்ற நிறுவனங்களுக்குத் துன்புறுத்தியவர்களைக் காட்டிக் கொடுக்கும் வகையில் மாத்திரம் அவளது பேச்சு இருப்பதில்லை. இந்த நிறுவனங்களைத் தாண்டியும், இவ்விஷயத்தில் அவை செய்யக்கூடிய இடையீடுகள் தாண்டியும் அவள் முறையீட்டைக் கேட்பவர்கள் பொதுவெளியில் இருக்கிறார்கள். அதாவது பொதுச் சமூகத்தை நோக்கியும் அது வைக்கப்படுகிறது. ஒரு பெண் பாலியல் புகாரை முன்வைக்கையில் அது புகாரைத் தாண்டிய சொல்லாடல்களால் பொதுவெளியில் கையகப்படுத்தப்படுவதைப் பார்க்க முடிகிறது. 'பெரும் அரசியல் கட்சிகளின் சதி'களிலிருந்து தனிப்பட்ட 'பழிவாங்கல்' வரை யூகங்கள் வைக்கப்படுகின்றன.

உச்ச நீதிமன்றத் தலைமை நீதிபதி ரஞ்சன் கோகாய் மேல் வைக்கப்பட்ட புகாரையே எடுத்துக்கொள்வோம். உடனடியாக முகநூலில் எதிர்வினை செய்த எழுத்தாளர் சாரு நிவேதிதா "நீதித் துறையில் மத்திய அரசின் தலையீட்டைக் கண்டித்து ஊடகவியலாளர்களைச் சந்தித்த நான்கு நீதிபதிகளில் ரஞ்சன் கோகாயும் ஒருவர்" என்பதைக் குறிப்பிட்டும், "சமீபத்தில் மோடி படத்தை வெளியிடுவதற்குத் தடை, யோகி ஆதித்யனாத் பேச்சுக்குத் தடை உள்ளிட்ட பல தீர்ப்புகளை உச்ச நீதிமன்றம் வழங்கிய"தையும், "ரஃபேல் ஊழல் வழக்கில் அரசு மறைத்த, ஹிந்து ராம் அம்பலப்படுத்திய ஆவணங்களை விசாரணைக்கு ஏற்கலாம்" எனக் கூறியதையும் சுட்டி எழுதியிருந்தார். "இந்தச் சூழ்நிலையில்தான் உச்ச நீதிமன்றத் தலைமை நீதிபதி ரஞ்சன் கோகாய் மீது பாலியல் புகார் கூறப்பட்டுள்ளது" என எழுதிய சாரு நிவேதிதா, "இந்திய நீதித் துறையின் பேரழிவு காலம் இது" என முத்தாய்ப்பாக வருந்தியிருந்தார்.[20] கோகாய் மீது அந்தப் பெண் புகார் கூறிய இரண்டாவது நாளில் ஏப்ரல் 22 அன்று உச்ச நீதிமன்றப் பணியாளர்கள் சங்கம் இதே போன்ற நிலைப்பாட்டில் ஒரு தீர்மானம் கொண்டுவந்ததையும் இங்கே குறிப்பிட வேண்டும். "வெளியே உள்ள சக்திகளால் இந்திய நீதித் துறை குறிவைக்கப்படுகிறது" என்ற அந்தத் தீர்மானமானது இந்தக் குற்றச்சாட்டு "பொய்யானது, புனையப்பட்டது, ஆதாரமற்றது" என்று கூறியது.[21]

இதற்கு நேரெதிர் அரசியல் நிலைப்பாட்டில் பாஜக ஆதரவாளரான சமூக ஆர்வலர் பானு கோம்ஸும் புகாருக்குப் பின்னணியிலிருந்த ஈடுபாட்டை, சதியைச் சுட்டிக் காட்டியிருந்தார். அவர் தன் முகநூல் பதிவில் கோகாய்க்கு "நெருக்கடி கொடுப்பதன் மூலம் உடனடிப் பலன் பெற விரும்புவது யார்?" எனக் கேட்டிருந்தார்.[22] காங்கிரஸ் தலைவர்கள் மீது ஏப்ரல் 23 அன்று விசாரணைக்கு வர இருக்கும் நேஷனல் ஹெரால்டு வழக்கு, ரபேல் விவகாரத்தில் ஊழல் நடந்திருக்கிறதெனப் பொய்யான செய்தியைப் பரப்பியதற்காக ராகுல் காந்தி மீது கோகாய் முன் உடனடி விசாரணைக்கு வரும் நீதிமன்ற அவமதிப்பு வழக்கு ஆகியவற்றைக் குறிப்பிட்டு பாலியல் புகாருக்குப் பின்னணியில் காங்கிரஸ் கட்சி இருக்கிறது என்கிற யூகத்தை உள்ளிடையாகச் சுட்டியிருந்தார். பானு கோம்ஸின் திரியில் பின்னூட்டமிட்ட ஒருவர் "உச்ச நீதிமன்றத் தலைமை நீதிபதி மீது பாலியல் புகார் குறித்த செய்தியை வெளியிட்டது 'wire', 'scroll' ' quint' போன்ற நகர்ப்புற கம்யூனிஸ்ட் இணைய தளங்கள்தான்" என கம்யூனிஸ்ட் சதியாகப் பாலியல் புகார் பற்றிய தன் பார்வையை வெளியிட்டிருந்தார். இவரது பின்னூட்டத்தைப் போல கோகாய்

மீதான பாலியல் புகாரே கம்யூனிஸ்ட்களின் சதி என்று உரைத்த பல பின்னூட்டங்களை இணையதளங்களில் செய்திகளுக்கான பின்னூட்ட எதிர்வினைகளில் காண முடிந்தது.

பேராசிரியர் அ. மார்க்ஸ் தன் முகநூல் பதிவில் மத்திய அமைச்சர் அருண் ஜேட்லி பாலியல் புகார் விஷயத்தில் தலைமை நீதிபதிக்கு அளித்த நற்சான்றிதழையும் இந்தப் புகாருக்குத் "தேவைக்கு மேல் அதிக முக்கியத்துவம்" தரப்படுவதாக ஜேட்லி கூறியதையும் விமர்சித்திருந்தார்.[23] நீதிமன்றத்தின்மீது பாஜகவுக்கு இப்போது என்ன திடீர்க் கரிசனம் எனக் கேள்வி எழுப்பியிருந்தார் அ. மார்க்ஸ். இன்னொரு முகநூல் பதிவில் "ஒரு நீதிபதி தானோ, தன் உறவினர்களோ தொடர்புடைய வழக்குகளை அவரே விசாரித்து 'நீதி' வழங்கக் கூடாது என்பது ஒரு மிக அடிப்படையான நீதிவழங்கு நெறிமுறை" என்பதையும் சரியாகச் சுட்டிக்காட்டி எழுதியிருந்தார் அ. மார்க்ஸ் (ஏப்ரல் 21). என்றபோதும் அதே பதிவில் இப்படி ஒரு கருத்தையும் தெரிவித்திருந்தார்: "தலைமை நீதிபதி ரஞ்சன் கோகாய் மீது அந்த முன்னாள் நீதிமன்றப் பணியாளர் சாட்டியுள்ள குற்றச்சாட்டு உண்மையோ பொய்யோ, அந்தப் பெண்ணுக்குப் பணி ஒதுக்கப் பட்டது, அவர்மீது நடவடிக்கை எடுக்கப்பட்டது முதலான பல அம்சங்களில் விதிமுறை மீறல்கள் நடந்துள்ளதாகவே தெரிகிறது".[24]

மேலே சுட்டப்பட்டவை நம் சமூகத்தில் குறுக்குவெட்டாக அறிவுஜீவிகள், எழுத்தாளர்கள், அரசியல் தரப்புகள் எப்படி இந்தப் பாலியல் புகாரைக் குறித்து எதிர்வினை செய்தார்கள் என்பதற்குச் சில வகை மாதிரிகளை வழங்கவே. பொதுவெளியில் அறிவுச் சூழலில் அல்லது ஊடகச் சூழலில் ஏன் ஒரு பெண் பாலியல் அத்துமீறல் புகார் வைக்கும்போது அது உடனடியாக வேறு சொல்லாடல் அடங்கல்களுக்கு மடைமாற்றம் செய்யப்படுகிறது என்பதையே இங்கே சிந்திக்க வேண்டும். இந்த மடைமாற்றத்தில் மறக்கப்பட்டவை எவை என்பவற்றைப் பார்க்க வேண்டும். இதில் பணியிடங்களில் பாலியல் துன்புறுத்தல் எனும் காலம் காலமாகத் தொடர்ந்து வரும் சமூகச் செயற்பாட்டின் பண்பாட்டு யதார்த்தம் மறக்கப்பட்டுவிடுகிறது; இதை எதிர்த்துப் பெண்ணியவாதிகள் நடத்திய போராட்ட இடையீடுகள், அவை ஈட்டித்தந்த POSH (2013) சட்டம் முதலியவை மறக்கப்பட்டுவிடுகின்றன.

ஒரு பெண்ணால் அவர் பணியிடத்தில் எதிர்கொண்ட துன்புறுத்தல் காரணமாகவும் அதையொட்டி அவரும் அவர் குடும்பத்தினரும் எதிர்கொண்ட அச்சுறுத்தலாலும் இந்தப் பாலியல் புகார் முன்வைக்கப்பட்டிருக்கும்போது, உடனடியாக

அது சதி என்று முடிவு கட்டிவிடுவது, அல்லது உண்மையோ பொய்யோ எனச் சந்தேகத்தை உடனடியாக வெளிப்படுத்துவது ஆகியவை எதனால் நடக்கின்றன? 'உரிய நடைமுறை' என்பது நடக்கையில் இருக்கும் முட்டுக்கட்டைகள், பாகுபாடெல்லாம் ஒரு புறம் இருக்கட்டும், அடிப்படையில் அதன் தேவை, நியாயம் ஏன் பொதுவெளி அறிவுச் சூழலில் மறக்கப்படுகின்றன? குறிப்பாக, இந்த விவகாரத்தில் நீதிபதிகளைப் பொறுத்தவரை விசாகா வழிகாட்டுதல்களின்படி புகார்க் குழு என்பதே நடைமுறையில் இல்லை என்ற பொருண்மையான அநீதி அறிவுச் சமூகத்தினரும் எளிதில் மறந்துவிடக் கூடிய ஒன்றாக ஏன் உள்ளது?[25]

பெண்களுடைய சாட்சியத்தின் மதிப்பு என்ன?

இந்த இடத்தில்தான் "கறைபட்ட சாட்சியாக"ப் பெண்ணின் சாட்சியம் கருதப்படுவதைப் பரிசீலிக்க வேண்டியிருக்கிறது. பேராசிரியர் லே கில்மோர் "Tainted Witness: Why We Doubt What Women Say About Their Lives" என்ற நூலின் (2017) முன்னுரையில் இதற்கான மூன்று காரணங்களை எழுதுகிறார்.[26] ஒன்று, பெண்களாக அவர்கள் இருப்பது, அதுவே முதல் காரணம். இரண்டு, சாட்சியப் பிரமாணம் தருவதன் மூலம் "வசதியற்ற உண்மைகளுக்கான" சாட்சியங்களாக இருப்பது; மூன்று, நீதிமன்றத்தில் ஆண்களோடு ஒப்பிடுகையில் குறியீட்டளவிலும் பொருண்மையான அளவிலும் சாட்சிகள் என்ற அளவில் பெண்கள் 'குறைந்த மூலதனம்' கொண்டவர்களாக இருப்பது.

ஒரு பெண் பாலியல் புகாரை முன்வைத்ததும் உடனடியாக அதை நம்ப வேண்டும் என்பதல்ல நான் கூறுவது. பாலியல் புகார் வெளிவந்தவுடன் உடனடியான தீர்ப்பைத் தவிர்ப்பது, தம் சந்தேகத்தைத் தள்ளிப்போடுவது ஆகியவற்றையாவது பொதுவெளியில் இடையீடு செய்பவர்கள் குறைந்தபட்சம் செய்ய வேண்டும் என்பதே என் வாதம். பொதுவாகவே பாலியல் புகார் கூறும் ஒரு பெண் தன்னிலையின் பொதுவெளிக் கட்டமைப்பில் சந்தேகமும் எதிர்மறைத் தீர்ப்பும் ஆதாரத் தூண்களாக அமைந்துவிடுகின்றன. இதை ஆராய்வது இங்கே உதவிகரமானது.

கில்மோர் கூறுகிற "பெண்களாக இருப்பதால் இது நடக்கிறது" என்ற முதல் புள்ளியைச் சுட்டி விவாதிக்க எண்ணுகிறேன். தமிழ்ச் சூழலில் 'பெண்புத்தி பின்புத்தி,' 'அறிவு இல்லாதவர்க்கு ஆண்மையும் இல்லை' போன்ற பழமொழிகள் அறிவை ஆணுக்கு என ஒதுக்குகின்றன. சஞ்சல புத்தி என்பது பெண்மையின் சுபாவமாகச் சொல்லப்படுகிறது. சமூகத்தில் மொழிச் செயற்பாடுகளில் ஒன்றாக இயங்கும் பழமொழி முதலியவற்றின் இத்தகைய பாலின குணாம்ச விவரிப்புகளின் மூலம் ஒரு

பெண் தன்னிலை நம்பகத்தன்மைக்கு உரித்தாக இல்லாததாக கட்டமைக்கப்படுகிறது. ஒரு பெண் சாட்சியம் கூறும்போது இந்தக் குணாம்சங்கள் ஒருவர் பார்க்கும் பார்வையில், எடுக்கும் நிலைப்பாட்டில் மேலெழுகின்றன. அதனால் அவள் கூறுவதை ஏற்பது கடினமாக இருக்கிறது.

மனுதர்ம சாஸ்திரத்திலும் பெண்கள் சாட்சியப் பிரமாணங்களாக இருப்பது பற்றி இத்தகைய பார்வையே உள்ளது. ஒரு புறம் "வேறு யாரும் இல்லாதபோது பெண், குழந்தை, முதிய ஆண், மாணவர், உறவினர், அடிமை, வேலைக்காரர் ஆகியோர்கூட சாட்சியப் பிரமாணம் தரலாம்" என்கிறது அந்நூல்.[27] இன்னொரு புறம் "பேராசை நீங்கிய ஒரு மனிதனைக்கூடப் பிரமாண சாட்சியமாகக் கொள்ளலாம். ஆனால் நேர்மையோடிருந்தாலும் பலராக இருந்தாலுமே பெண்களைச் சாட்சியங்களாகக் கொள்ளக் கூடாது, ஏனெனில் பெண்ணின் மனம் சஞ்சலமானது . . ." என்கிறது.[28] மனுதர்ம சாஸ்திரம் எந்த அளவுக்கு இந்தியத் துணைக்கண்டத்தில் பின்பற்றப்பட்டது, நூலுக்கும் நடைமுறைக்கும் இடையே இருந்திருக்கக்கூடிய இடைவெளி ஆகியவை விவாதத்துக்குரியவை. ஆனாலும், சாட்சியமாகப் பெண் எனப்படுபவளின் "பொருண்மையான, குறியீட்டளவிலான மூலதனம்" குறைபட்டதாக அக்காலத்திலிருந்தே கருதப்பட்டது என்பதை இதன் பிரதி நமக்கு அறிவிக்கிறது. அதே வகைப் பார்வைக் கோணம் இன்றும் தொடர்கிறது.

மேலும் "வசதியற்ற உண்மை"களுக்கான சாட்சியங்கள் என்பதாலும் பெண் கறைபடிந்த சாட்சியம் ஆகிறாள். உதாரணமாக கோகாய் விவகாரத்தில் ஒவ்வோர் இடையீட்டாளரும் வரித்துக்கொண்டிருக்கும் அரசியல் தரப்புக்கு, அதற்கேற்ற வகையிலான சொல்லாடல்களுக்கு ஒவ்வாத உண்மைகளை, அவற்றை அரித்துவிடக்கூடிய, அவற்றுக்கு சவால் தரக்கூடிய உண்மைகளை "வசதியற்ற உண்மைகள்" எனலாம். தமது அரசியல் சார்புக்கு ஒவ்வாத வகையில் ஒரு பெண்ணின் சாட்சியம் "வசதியற்ற உண்மையாக" இருக்கும் பட்சத்தில் அந்த சாட்சியத்தைச் சந்தேகிப்பது எளிதாக நடந்துவிடுகிறது. வரித்துக் கொண்டிருக்கும் அரசியல் தரப்புக்கான விசுவாசத்துக்கு முன் ஒரு சாதாரணப் பெண்ணுடைய சாட்சியம் கறைபடிந்ததாகிவிடுகிறது.

அடுத்து சாட்சியமாக இயங்கும் இடத்தில் ஒரு பெண்ணுக்கு இருக்கும் கலாச்சார மூலதனம். இதில் ஒரு நபரின் குறுக்கு வெட்டான அடையாளங்கள் நீதிமன்றம் போன்ற இடங்களில் பெற்றிருக்கும் மதிப்பை இணைத்துப் பார்க்க வேண்டும். உதாரணமாக ஒரு பெண் தலித் ஆகவும் பொருளாதாரத்தில்

அடித்தட்டு நிலையிலும் இருக்கும்போது அவரது கலாச்சார மூலதனத்தின் மதிப்பு நீதிமன்றத்தில் ஆகக் குறைவாக உள்ளது. எனவே அவர் தரும் சாட்சியத்தின் நம்பகத் தன்மையும் மதிப்பிழந்துவிடுகிறது.

இவற்றைத் தாண்டியும் ஒரு பெண்ணின் சாட்சியத்தின் மதிப்பீட்டைக் குறைக்க வேறு வழிகளும் பின்பற்றப்படுகின்றன. உதாரணமாக கோகாய் மீது புகார் வைத்த பெண்ணின் நம்பகத் தன்மையைக் குலைக்க அவர் சம்பந்தமான பழைய வழக்குகள் தோண்டியெடுக்கப்பட்டன. ஒரு பழைய தகராறில் அவருடைய அண்டைவீட்டார் அவர் மேல் 2011இல் போட்ட வழக்குக்கு முக்கியத்துவம் தரப்பட்டது.[29] “இரண்டு தனித்தனிக் காவல் துறை முதல் தகவல் அறிக்கைகள் அந்தப் பெண்ணுக்கு எதிராக இருக்கின்றன. அவர் எப்படி உச்ச நீதிமன்றத்தில் பணியாற்றினார்?” என்று ஏதோ புதுத் தகவலைக் கண்டுபிடித்ததைப் போல கோகாய் வினவியது செய்தித்தாள்களில் இடம்பெற்றது.

இதற்கு இணையாக இன்னொரு தளத்தில் யதேச்சை என்பதைப்போல கோகாயின் பிம்பம் உயர்த்திக் கட்டப்பட்டது. “நான் 20 ஆண்டுகளாகத் தன்னலமில்லாமல் பணியாற்றி வருகிறேன். என்மீது சுமத்தப்பட்டுள்ள இந்தக் குற்றச்சாட்டை நம்ப முடியவில்லை. இதுவரை ரூ.6,80,000 மட்டுமே என் வங்கிக் கணக்கில் உள்ளது. இதுதான் என் மொத்தச் சொத்து. 20 ஆண்டுக்காலச் சேவைக்கு ஒரு தலைமை நீதிபதிக்குக் கிடைத்த வெகுமதி” என்று கோகாய் தன் தரப்பை ஊடகத்திடம் முன்வைத்தார். நேர்மையாகப் பணியாற்றிய ஒருவருக்கு இப்படி ஒரு நிலைமையா என்று பத்திரிகைகளும் நாளிதழ்களும் அவர் கூற்றைத் தலைப்புச் செய்தியாக்கி வெளியிட்டன.[30]

தன் துறையில் நேர்மையாக, கையூட்டு வாங்காமல் அல்லது சமரசம் செய்யாமல் ஒருவர் இருக்கிறார் என்பதால் அவர் பாலியல் துன்புறுத்தல் செய்யமாட்டார் எனக் கூறிவிட முடியாது. ஆனால் கோகாய் தொடர்பான விவகாரத்தை ஊடகம் பதிவு செய்தபோது அவரது துறை சார்ந்த நேர்மை அவரது ஒட்டுமொத்த குணாம்சமாகச் சட்டென விரிவாக்கம் பெற்றது. இவ்வாறாக நேர்மை விரிவாக்கம் பெற்றதில் பாலியல் துன்புறுத்தல் நடந்திருக்கக்கூடிய சாத்தியம் புதைக்கப்பட்டது. கோகாயின் கூற்று சார்ந்து, அது வெளிவந்த தருணத்தில் ஒருவரது வங்கிக் கணக்கின் இருப்புக்கும் அவர் பாலியல் துன்புறுத்தலில் ஈடுபடும் சாத்தியத்துக்கும் என்ன தொடர்பு இருக்கிறது, இருக்க முடியும் என்ற எளிய கேள்வியைக் கூடத் தமிழ் நாளிதழ்களோ பத்திரிகைகளோ எழுப்பியதாகத் தெரியவில்லை.

இவ்வகையில் ஒரு பெண் முன்வைக்கும் பாலியல் புகாரை எதிர்கொள்வதைப் பொறுத்தவரை நீதிமன்றம், ஊடகம், இணையம் உள்ளிட்ட பொதுவெளிகள் எல்லாமே ஒரு தொடர்ச்சியில் "சுழற்சி அமைப்புகளாக" இருப்பதைப் பார்க்க முடிகிறது.[31] பாலியல் துன்புறுத்தல், அத்துமீறல் குறித்த ஒரு பெண்ணின் சாட்சியம் நீதிமன்றத் தீர்ப்புகளிலோ, பொதுச் சமூகத்தின் முன்முடிவுகளிலோ, மரபார்ந்த நீதிநூல் சார்ந்த பதிவுகளிலோ, தினசரிப் பேச்சுகளிலோ பகிரப்பட்டு சமூகத்தில் சுற்றுக்கு விடப்படும்போது அது கறை படிந்தது என்ற வழக்கமான முன்முடிவோடுதான் விடப்படுகிறது. இந்த முன்முடிவை அறிந்தும் சகித்தும்கொண்டுதான் ஒரு பெண் தன் சாட்சியத்தைத் தர வேண்டியிருக்கிறது. தன் சாட்சியம் ஆணின் சாட்சியத்தைவிடக் கீழ்மையானதல்ல என்று அறிவிப்பதாக அது இருக்கிறது. தன்னுடைய மனிதத் தன்மையும் ஆணுடைய மனிதத்தன்மை போன்றதே என நிரூபித்துக் காட்டுவதாகவும் அது உள்ளது. ஒரு பெண்ணின் இத்தகைய சாட்சியம் அவளிடமிருந்து கடும் உழைப்பைச் சமயத்தில் அவள் வாழ்நாள் முழுக்கக் கோருவதாகவும் இருக்கிறது.

குறிப்புகள்

1. இத்தொகுப்பில் பார்க்க "#MeToo திறக்கும் புதிய பாதைகள்."

2. Chadha 2017.

3. Chadha 2017. ரயா பட்டியலை முன்னெடுத்ததற்கான நோக்கத்துக்கு இதையும் பார்க்க Bhanuj Kappal, "Breaking the 'savarna feminism' rules -how Raya Sarkar's list of alleged harassers divided opinion in India," *New Statesman America*, November 30, 2017. https://www.newstatesman.com/politics/feminism/2017/11/breaking-savarna-feminism-rules-how-raya-sarkar-s-list-alleged-harassers

4. விசாகா வழிகாட்டுதல்களின்படி *Delhi School of Economics* எனும் உயர்கல்வி நிறுவனத்தில் அமைக்கப்பட்ட இத்தகைய ஒரு குழுவின் தலைவராகச் செயல்பட்ட அஸ்வினி தேஷ் பாண்டே இது போன்ற குழுக்களில் நிலவும் அதிகாரச் சமச்சீரின்மை, புகார் கொடுப்பவர்களுக்குச் சற்றும் அணுக்க மில்லாத இயங்கியல் ஆகியவற்றை விளக்கியிருக்கிறார். பார்க்க Ashwini Deshpande, "Lessons from Being on a University Anti-Sexual Harassment Committee," *The Wire*, November 02, 2017. https://thewire.in/gender/delhi-university-anti-sexual-harassment-committee

5. இக்கட்டுரையில் குறிப்பிடப்பட்டிருக்கும் புகாரின் பின்னணிக்கு, அந்தப்பெண்ணுக்கு நிகழ்ந்த அத்துமீறல் களையும் துன்புறுத்தல்களையும் பற்றிய விரிவான தகவல்களுக்கு வாசிக்கவும் Ajoy Ashirwad Mahaprashasta, "Former Supreme Court Employee Alleges Sexual Harassment by Chief Justice Gogoi," *The Wire*, April 22, 2019. https://thewire.in/women/former-supreme-court-employee-alleges-sexual-harassment-by-chief-justice-gogoi

6. "Chief Justice Says Sexual Harassment Charge Part of 'Bigger Plot' to 'Deactivate' Him," *The Wire*, April 20, 2019. https://thewire.in/law/supreme-court-special-sitting-cji-ranjan-gogoi-allegations

7. "Chief Justice Says Sexual Harassment Charge Part of 'Bigger Plot' to 'Deactivate' Him," *The Wire*, April 20, 2019. https://thewire.in/law/supreme-court-special-sitting-cji-ranjan-gogoi-allegations

8. தன் மோசமான அச்சங்கள் அனைத்தும் நிஜமாகிவிட்ட தாகவும், இந்த நாட்டின் ஆக உயரிய இடத்தில் இருக்கும் நீதிமன்றத்திலிருந்து தனக்கான நீதியும் குறைக்கான நிவர்த்தி யும் கிடைக்கும் என்ற எல்லா நம்பிக்கைகளும் தகர்ந்த நாள் இது என்றும் பாலியல் புகார் அளித்த பெண் கூறியிருக்கிறார். பார்க்க "CJI sexual harassment case: Section 144 outside SC after protests against clean chit to Gogoi," *India Today*, May 7, 2019. https://www.indiatoday.in/india/story/cji-sexual-harassment-case-section-144-outside-sc-after-protests-against-clean-chit-to-gogoi-1519041-2019-05-07

9. Gaurav Jain, "CJI Sexual Harassment Case: Why Gogoi's Accuser Rejected SC Panel and What It Stands For," *The Ladies Finger*, May 04, 2019. http://theladiesfinger.com/cji-sexual-harassment-case-why-gogois-accuser-rejected-sc-panel-and-what-it-stands-for/

10. நீதிபதிகளின் உட்குழு அவர் தந்த புகாருக்கு முகாந்தரம் இல்லை என்று தெரிவித்திருப்பது அவருக்கு அதிர்ச்சியைத் தந்தது. Sruthisagar Yamunan & Ipsita Chakravarty, "Interview: 'I've lost everything. Financially, mentally, everything,' says ex-SC staffer in CJI case," *Scroll.in*, May 09, 2019. https://scroll.in/article/922751/interview-ive-lost-everything-financially-mentally-everything-says-ex-sc-staffer-in-cji-case

11. PUCL.org, "PUCL Statement on the Report of the SC In-House Committee on Sexual Harassment: A '*Travesty of Justice!*'" May 08, 2019. http://pucl.org/press-statements/pucl-statement-report-

sc-house-committee-sexual-harassment-%E2%80%9Ctravesty-justice%E2%80%9D

12. Purnima Sah, "MCC students demand action against Zoology prof for sexual harassment," *The Times of India*, April 21, 2019. hhttps://timesofindia.indiatimes.com/city/chennai/mcc-students-demand-action-against-zoology-prof-for-sexual-harassment/articleshow/68954400.cms

13. Samuel Merigala, "Madras Christian College students allege sexual harassment from professor," *The New Indian Express*, March 27, 2019. https://www.newindianexpress.com/cities/chennai/2019/mar/27/madras-christian-college-students-allege-sexual-harassment-from-professor-1956344.html

14. Megha Kaveri & Sreedevi Jayarajan, "2 Madras Christian College Profs found guilty of sexual harassment by internal panel," *The News Minute*, April 26, 2019. https://www.thenewsminute.com/article/2-madras-christian-college-profs-found-guilty-sexual-harassment-internal-panel-100760

15. Megha Kaveri & Sreedevi Jayarajan, "2 Madras Christian College Profs found guilty of sexual harassment by internal panel," *The News Minute*, April 26, 2019. https://www.thenewsminute.com/article/2-madras-christian-college-profs-found-guilty-sexual-harassment-internal-panel-100760

16. Gaurav Jain, "20 questions for SC panel that cleared CJI of sexual harassment charges: Why the bias, rush to decide and secrecy?" *Firstpost*, May 08, 2019. https://www.firstpost.com/india/20-questions-for-sc-panel-that-cleared-cji-of-sexual-harassment-charges-why-the-bias-rush-to-decide-and-secrecy-6591041.html

17. Purnima Sah, "MCC students demand action against Zoology prof for sexual harassment," *The Times of India*, April 21, 2019. https://timesofindia.indiatimes.com/city/chennai/mcc-students-demand-action-against-zoology-prof-for-sexual-harassment/articleshow/68954400.cms

18. Sruthisagar Yamunan & Ipsita Chakravarty. "Interview: 'I've lost everything. Financially, mentally, everything,' says ex-SC staffer in CJI case," *Scroll.in*, May 09, 2019. https://scroll.in/article/922751/interview-ive-lost-everything-financially-mentally-everything-says-ex-sc-staffer-in-cji-case

19. Purnima Sah, "MCC students demand action against Zoology prof for sexual harassment," *The Times of India*, April 21, 2019. https://timesofindia.indiatimes.com/city/chennai/mcc-students-demand-action-against-zoology-prof-for-sexual-harassment/articleshow/68954400.cms
20. Charu Nivedita, April 20, 2019. https://www.facebook.com/charu.nivedita.9/posts/2149731448396829
21. Press Trust of India, "SC employees welfare association supports CJI Ranjan Gogoi against allegations of sexual harassment," *National Herald*, April 22, 2019. https://www.nationalheraldindia.com/national/sc-employees-welfare-association-supports-cji-ranjan-gogoi-against-allegations-of-sexual-harassment
22. Banu Gomes, April 20, 2019. https://www.facebook.com/bhanugomes/posts/10216916468596711
23. Marx Anthonisamy, April 23, 2019. https://www.facebook.com/marx.anthonisamy/posts/2638543209551720
24. Marx Anthonisamy, April 21, 2019. https://www.facebook.com/marx.anthonisamy/posts/2634124339993607
25. உச்ச நீதிமன்றத்தில் வழக்கறிஞர்கள், ஊழியர்கள் பற்றிய பாலியல் புகார்களை விசாரிக்க விசாகா வழிகாட்டுதல்களின்படி குழுக்கள் அமைந்திருக்கின்றன. ஆனால் ஏனோ நீதிபதிகளைப் பொறுத்து இவை நிறுவன நடைமுறையில் இல்லை. பார்க்க Samanwaya Rautray, "CJI Ranjan Gogoi refutes sexual harassment allegation by former court staffer," *The Economic Times*, April 20, 2019. https://economictimes.indiatimes.com/news/politics-and-nation/cji-ranjan-gogoi-refutes-sexual-harassment-allegation-by-former-court-staffer/articleshow/68971333.cms?from=mdr
26. Gilmore 2017, 18.
27. பார்க்க மனுதர்ம சாஸ்திரம் *8.70,* Hiltebeitel *2011, 339.*
28. பார்க்க மனுதர்ம சாஸ்திரம் *8.77,* Hiltebeitel *339.*
29. Ajoy Ashirwad Mahaprashasta, "Former Supreme Court Employee Alleges Sexual Harassment by Chief Justice Gogoi," *The Wire*, April 22, 2019. https://thewire.in/women/former-supreme-court-employee-alleges-sexual-harassment-by-chief-justice-gogoi

30. சத்யா கோபாலன். "'20 ஆண்டுக்காலம் நேர்மையாகப் பணியாற்றியதற்கான வெகுமதி!' – பாலியல் புகாரை நிராகரித்த தலைமை நீதிபதி," *விகடன்*, ஏப்ரல் 20, 2019. https://www.vikatan.com/news/judiciary/155566-the-chief-justice-of-india-has-denied-the-exually-harassed-case

31. Gilmore 2017, 16-17.

உதவிய ஆய்வு நூல்கள், கட்டுரைகள்

Chadha, Geeta. "Towards Complex Feminist Solidarities after the List–Statement." *Economic and Political Weekly*, 52. 50, 16 Dec, 2017. https://www.epw.in/engage/article/towards–complex–feminist–solidarities–list–statement

Gilmore, Leigh. *Tainted Witness: Why We Doubt What Women Say about Their Lives*. New York: Columbia University Press, 2016.

Hiltebeitel, Alf. *Dharma: Its Early History in Law, Religion, and Narrative*. New York: Oxford University Press, 2011.

11

'திரைகள் ஆயிரம்:' கண்ணுக்குத் தெரியாத காட்சிகள்

சுந்தர ராமசாமியின் ([1966] 2008) 'திரைகள் ஆயிரம்' குறுநாவல் பாலியல் வன்முறையின் சொல்லாடல் களத்தில் பெண்ணொருத்தியின் சித்திரத்தைத் தரும் பிரதி. 'திரைகள் ஆயிரம்' என்ற தலைப்பே முழுக்கத் தெரிந்துகொண்டுவிட முடியாத உண்மையை எடுத்துரைப்பதாக அமைந்திருப்பது. 'உண்மை' ஒரு இளம்பெண் எதிர்கொண்டதாக ஊர் முழுக்கப் பேசப்பட்ட, ஒரு பத்திரிகையில் வெளிவந்த தொடர் வல்லுறவைப் பற்றியது. குறுநாவலின் முதல் சில பக்கங்களிலேயே 'உண்மையைக்' கறுப்பாகவோ வெள்ளையாகவோ தெரிந்துகொண்டுவிட முடியாது என்பது ஒரு சுவர்க்கோல வருணனையில் காட்டப் பட்டுவிடுகிறது.

ஏழைப் பெண் மரியம்மை உள்ளூர் 'சர்வ தேச நட்புறவு சங்கத்தில் இருபத்தியோரு நாள் சிறைவாசத் தில் அகப்பட்டுக் 'குதறப்பட்டதை' திருவிதாங்கூர் நேசன் பத்திரிகையில் வந்த செய்தியைக் கதைசொல்லி படிக்கிறான். 'மரியம்மையின் முகம் பார்க்கப் பார்க்க பரிதாபமாகக் காட்சி தந்துகொண்டிருந்தது,' என்று சொல்லப்பட்டவுடன் அவன் சிறு தூக்கம் போட்டுவிட்டுக் கண்விழித்தவுடன் காணும் காட்சி, "எதிர் சுவரில் சப்போட்டா மரத்தின் கொத்து இலைகளில் நிழலும் ஒளியுமான கோலம்."[1] "காற்றில் மரம் லேசாக அசைய நிழலும் ஒளியும் இழைத்த

சுவர்க் கோலம் படபடவென்று விறைத்த கணப்பொழுதில் நூறாயிரம் தினுசுகளில் உருமாறித் தோன்றும் காட்சி" என விவரணை தொடர்கிறது. "மனசுக்குள் வகைப்படுத்த முடியாதபடி நிமிஷத்திற்கு நிமிஷம் அழகு அழகாக உருமாறும்" அந்தக் காட்சி யின் "சஞ்சலப் புத்தி"யும் அதனாலேயே அதற்கு உண்டான "கவர்ச்சி"யும் கூறப்படுகின்றன.[2]

சுவர்க் காட்சி இன்றியமையாத தொடக்க உருவகமாகக் குறுநாவலின் கதையாடல் திசையை இறுதிவரை தீர்மானிக் கிறது. கதையாடலில் உருமாறும் காட்சிகள் மரியம்மை துன்புறுத்தப் பட்டாளா, சம்மதித்தாளா, தொடர் வல்லுறவுக்காகப் போடப் பட்ட வழக்கு நீதிக்காகவா, பண வசூலுக்கா, மரியம்மை வெகுளியா, பாலியலை முன்வைத்துப் பேரம் பேசியவளா எனப் பற்பல சந்தேகங்களைக் கதைசொல்லிக்குத் தருகின்றன. மட்டுமல்லாமல் அவனோடு அடையாளம் காணக்கூடிய வகையில் வாசகரிடத்திலும் ஏற்படுத்துகின்றன. இவை ஒருபுறம் இருக்க மரியம்மை நல்லவளா கெட்டவளா என்பதைக் குறித்த கதாபாத்திரங்களின் சஞ்சலம் மரியம்மையின் "கவர்ச்சி"யோடும் அலங்காரத்தோடும் தொடர்புகொண்டதாக உள்ளது.

மரியம்மை "வசீகரமான"வளாக "மதமதவென்று" இருக்கிறாள், "பெண்மையின் வடிவத்திற்கு இலக்கண"மெனச் சொல்லத் தக்கதைப் போல.[3] பத்திரிகையில் வந்த அவளது புகைப்படத்துக்கும் அவளது நிஜ உருவுக்கும் சம்பந்தமேயில்லாமல். கதைசொல்லி அதைப் பற்றி விசாரிக்கும்போது புகைப்படம் எடுத்த அன்று தான் "டிரஸ்" பண்ணிக்கொள்ளவில்லை, தலை வாரவில்லை, பொட்டிடவில்லை, சேலை மாற்றிக்கொள்ளவில்லை, வக்கீல் திடீரென்று வெயிலில் போய் நில் என்றவுடன் தான் போய் நின்றுவிட்டதால் புகைப்படம் "இருட்டாட்டு எடுத்துப் போட்டான்" என வருத்தப்படுகிறாள்.[4] பத்திரிகையில் வந்த புகைப்படத்தில் அவள் "பறட்டைத் தலையுடன்," "சாதுத்தனத்தோடு," "பரிதாபமாகக்" காட்சியளிக்கிறாள்.[5] அதாவது குதறலுக்கு ஆளாகக்கூடிய அபலைக் கோலத்தில். ஆனால் நேரிலோ நேர் எதிரான தோற்றம். ஒரு பக்கம் அவள் சந்தித்த பாலியல் வன்முறை தொடர்பான வழக்கு நீதிமன்றத்தில் நடந்துகொண்டிருக்கிறது. இன்னொரு பக்கம் அவளோ அந்த வழக்குக்குத் தோதாக இருக்கக்கூடிய பலியான தோற்றத்தை, அபலைத் தோற்றத்தைக் கைகொள்ள மறுக்கிறாள். "அழகான ஸாரி" கட்டிக்கொண்டு, தலைமுடியை "நேர்த்தியாய்ப் பின்னி," "சிரத்தையுடன்" அலங்காரம் செய்துகொள்ளும் அவளைக் கண்டு கதைசொல்லியின் மனைவி ஊர் பேசுமே என அச்சப்படுகிறாள்: "சொல்லணும் அவகிட்டே. என்னா

இப்பொ அவ இந்த மாதிரி பண்ணிண்டா பலவிதமான பேச்சுக் கிளம்பிடும். ஒண்ணும் தெரியமாட்டேன் என்கிறது அதுக்கு."[6] மரியம்மையைப் பாராட்டி கூட தங்கவைத்துக்கொண்ட பொன்னம்மையே பிறகு மரியம்மையை அவள் "நடத்தைக்காகத்" தூற்றுகிறாள். அதிலும் அந்தப் பெண்ணின் அலங்காரம் விமர்சிக்கப்படுகிறது. பவுடர் டப்பாவை அவள் அங்கே இங்கே போட்டுக்கொண்டு காலியாக்குவதும் டிரங்குப் பெட்டியில் அவள் அடுக்கி வைத்திருக்கும் "சிலுக்குச் சேலை"களும் சுட்டிக் காட்டப்படுகின்றன.[7]

இங்கே ஒன்றைக் கூற வேண்டும். நம் சமூகத்தில் பாலியல் வன்முறையைச் சந்திக்கும் பெண்கள் அந்த அனுபவம் தரும் சித்ரவதையை, கொடும் நினைவை மாத்திரம் சுமப்பதில்லை. அவர்களிடம் வேறொரு உழைப்பு கோரப்படுகிறது. பாலியல் வன்முறையைச் சந்தித்ததன் அடையாளத்தை வெளிப்படையாகச் சுமக்க அவர்கள் கோரப்படுகிறார்கள். மோசமான அனுபவத்தின் விளைவாக அவர்கள் தோற்றத்தில் அதற்கான அடையாளம் 'உருவாகலாம்' என்ற சாத்தியத்திலிருந்து அந்த அடையாளம் அவர்களிடம் 'இருக்க வேண்டும்' என்ற நிபந்தனைக்கு நகரும் உழைப்புக் கோரல் அது. அலங்கரித்துக்கொள்ள அவகாசம் தராமல் "பறட்டைத் தலையோடு" மரியம்மை புகைப்படம் எடுக்கப்படுவதன் பின்னணியில், கதைசொல்லியின் மனைவி அவள் அலங்காரத்தைப் பற்றி வரக்கூடிய ஊர் அலர் குறித்து யோசிப்பதன் பின்னணியில் பொன்னம்மை அவளது அலங்காரத்தைக் குறை கூறுவதன் பின்னணியில் சமூகத்தின் இந்த உழைப்புக் கோரல் வெளிப்படுகிறது.

தோற்ற அலங்காரம் என்றில்லை, பொதுவாகவே பாலியல் தாக்குதலுக்கு, துன்புறுத்தலுக்கு உள்ளான பெண்கள் அவர்களுக்குப் பழகிய 'இயல்பு' வாழ்க்கையில் இருந்தபடி அதைப் பற்றிப் புகார் தரும்போது, அதைக் கேட்பவர்கள் மத்தியில் அதன் நம்பகத்தன்மை குறைவதைப் பார்க்கிறோம். பழகிய 'இயல்பு' வாழ்க்கை என நான் குறிப்பிடுவது பாலியல் புகாரைக் கூறும்வரை பாதிக்கப்பட்டவர் தன்னைத் துன்புறுத்தியவரோடு 'இயல்பாக'ப் பணி, கல்வி, தொழில் இடங்களில் இருக்க நேர்வது, அவரோடு பொதுவெளி நாகரிகத்தைப் பேணுவது ஆகியவற்றையும் சேர்த்துத்தான். இவ்விடத்தில் 'National Public Radio' எனும் அமெரிக்க ஊடகத்தின் தலைமை வர்த்தக எடிட்டர் பல்லவி கோகாய் மற்றும் முன்னாள் பத்திரிகையாளர் தூஷிதா படேல், பத்திரிகைத் துறையில் தங்களுக்கு மேல்நிலையில் பணியாற்றிய எம்.ஜே. அக்பர் மீது வைத்த வல்லுறவு புகார் தொடர்பான ஒரு விஷயம் இணைத்துப் பார்க்கத் தக்கது. அந்தப் புகார் சார்ந்து

அக்பரை ஆதரித்துப் பேசிய அவரது மனைவி மல்லிகா ஜோசப் "பாலியல் தாக்குதலால் பாதிக்கப்பட்டவர்களைப் போல பேயறைந்த தோற்றத்தில்" அப்பெண்கள் காணப்படவில்லை என வாதிட்டார்.[8] மேலும் அந்தப் பெண்கள் இருவரும் தங்கள் வீட்டுக்கு வந்து உண்டனர், குடித்தனர் என்று கூறினார். பாலியல் தாக்குதலுக்கு உள்ளானவர்கள், பழகிய 'இயல்பு' வாழ்க்கையை வாழ முனையமாட்டார்கள் என்ற பண்பாட்டு எதிர்பார்ப்பின் வெளிப்பாடு இது. போலவே திரைப் பாடகர் சின்மயி பாடலாசிரியர் வைரமுத்துவின் மீது பாலியல் துன்புறுத்தல் புகார் வைத்தபோது சின்மயி ஏன் தனது திருமணத்துக்கு வைரமுத்துவை அழைத்தார், மேடையில் அவர் காலில் ஏன் விழுந்தார் என்றெல்லாம் கேள்வி கேட்கப்பட்டது. அவர் முன்வைத்த புகார் விசாரிக்கப்படுவதற்கு முன்பே அதன் நம்பகத்தன்மையைக் குலைக்கப் பலரும் பாடுபட்டனர்.[9] தனது திருமணத்துக்கு பி.ஆர்.ஓக்கள் மூலமாகப் பத்திரிகை தர வேண்டியிருந்தது, திரைப்படத் துறையில் முதன்மையான பாடலாசிரியர் வைரமுத்து என்பதால் தந்தேன், மேடையில் பலர் காலில் விழுந்ததைப் போலத்தான் அவர் காலிலும் விழுந்தேன் என்றெல்லாம் சின்மயி விளக்கம் தரவேண்டியிருந்தது. ஒருவேளை சின்மயியே வைரமுத்துவைத் தன் திருமணத்துக்கு அழைத்திருந் தாலும் அவரது பாலியல் புகார் விசாரிக்கப்பட வேண்டியதன் அவசியத்தை அது குறைத்துவிடாது, அந்தப் புகாரைத் தள்ளிவிட எந்த விதத்திலும் அது முகாந்திரமாகிவிடாது.[10]

'திரைகள் ஆயிர'த்தில் மரியம்மை தன் இயல்பில் இருக்கிறாள். அவளைப் பார்க்க ஆண்கள் பலர் வருகிறார்கள் என்று பொன்னம்மை கதைசொல்லியின் மனைவியிடம் குறைபட்டுக்கொள்கிறாள். கேட்டால் அண்ணன், தம்பி, மாமா என உறவுமுறை சொல்கிறாள், சிரித்துச் சிரித்துப் பேசுகிறாள் எனக் குற்றஞ்சாட்டுகிறாள்.[11] மரியம்மை நல்லவள் இல்லை என்று பொன்னம்மை கூறுவதை கதைசொல்லியின் மனைவி நம்பத் தொடங்குகிறாள்.[12]

உண்மையில் மரியம்மை சரியானவளா, சரியில்லாதவளா? இங்கும் அங்கும் ஊசலாடும் 'திரைகள் ஆயிர'த்தின் கதையாடலின் முள் கடைசியில் ஒரு பக்கத்தில் வந்து நிற்பது போலத் தெரிகிறது. கதையாடலின் இறுதிப் பகுதியில் மரியம்மையின் வழக்கு பற்றிய தகவல்களைக் கதைசொல்லி தேடுகிறான். 'திருவிதாங்கூர் நேசன்' வழக்கின் தகவல்களைத் தருவதை நிறுத்திவிட்டிருக்கிறது. பத்திரிகை அலுவலகத்துக்கே நேரே சென்றாலும் பலனில்லை. பத்திரிகையில் மரியம்மை விவகாரத்தைப் பற்றி எழுதிய பத்திரிகையாளன் இசக்கியும் ஊருக்குச் சென்றுவிட்டதாகத்

தகவல் கிடைக்கிறது. கதைசொல்லிக்கு எல்லாம் ஒரே மர்மமாக இருக்கிறது.[13] ஆனால் அதன் பின்னர், மரியம்மையை ஆரம்பத்தில் "சர்வ தேச நட்புறவு சங்க"த்துக்கு அழைத்துச் சென்ற குஞ்சுபிள்ளையை அவன் சந்திக்கிறான். வழக்கு முடிந்து விட்டதை, பத்திரிகையின் வாய் அடைக்கப்பட்டதை தெரிந்து கொள்கிறான்.

கதையாடலின் முடிவில் மரியம்மை விரும்பித்தான் இணங்கினாள் என்றுதான் ஒரு வாசகருக்கு எண்ணத் தோன்றும். ஏனெனில் குஞ்சுபிள்ளை கதைசொல்லியிடம் கூறும் மரியம்மை வழக்கின் கதை, வழக்கு சீக்கிரம் முடிந்தவிட்டதென்றும் மரியம்மைக்குப் பணம் தரப்பட்டதென்றும் கூறும் கதை வாசகருக்கும் சொல்லப்படுவதாக இருக்கிறது. அதை நம்பும் கதைசொல்லியைப் போல மரியம்மை பாலியல் தொழில் செய்தாள் என்ற முடிவுக்குத்தான் நாமும் வர முடியும். ஒரு பெண் பழி போடும்போது நம்பாமல் இருக்கமுடிவதில்லை, ஆனால் குஞ்சுபிள்ளை கூறும் கதையைப் போல பின்னால் இருப்பதெல்லாம் யாருக்குத் தெரியும்? திரைகள் ஆயிரத்தில் குஞ்சுபிள்ளை விலக்கும் இப்படியான திரை ஒன்று.

இப்படிப் பிறர் வாயிலாக வல்லுறவுக் குற்றச்சாட்டுக்குப் பின்னால் வேறு ஏதோ நடந்திருப்பதைத் தெரிந்துகொள்ளும்போது, ஆரம்பத்தில் அதை நம்பிவிட்டதைப் பற்றி ஒரு உறுத்தல் உண்டாகிறது. கதைசொல்லியின் மனைவி, பொன்னம்மையின் வாயிலிருந்து மரியம்மையின் நடத்தை பற்றி கேள்விப்பட்டதிலிருந்து அவள் பெயரையே எடுப்பதில்லை. அவள் மனதில் மரியம்மையின் விஷயம் ஊமைக் காயமாக நீலம் பாரித்துவிட்டிருக்கிறது.[14] அதே நேரத்தில் கதைசொல்லியும் ஒரு அடியை உணர்கிறான். அவன் நண்பரான நாவலாசிரியர், மரியம்மையோடு அவன் ஒருநாள் தங்கியிருந்திருந்தால் அவள் விஷயம் அவனை இத்தனை அலட்டியிருக்காது எனக் கூறும்போது அவனுக்கே தன்னைக் குறித்துச் சந்தேகம் ஏற்படுகிறது.[15]

கதாபாத்திரங்களின் மனதில் மரியம்மையைச் "சரியில்லாதவளாக" எது நினைக்க வைத்தது? அபலை அடையாளத்தோடு பொருந்தாமல் மரியம்மை இருப்பதால் பொன்னம்மை கூறுவதை உண்மை என் நம்புகிறாள் கதைசொல்லியின் மனைவி. கதைசொல்லியோ தான் மகா அயோக்கியன் ஆனால் மற்றவர்கள் தன்னை யோக்கியன் என்று சொல்ல வேண்டும் என்ற ஆசை சற்றும் கிடையாது என்று குஞ்சுபிள்ளை கூறியவுடன் அவனை நம்பத் தொடங்கிவிடுகிறான்.[16] இத்தனை வெளிப்படையாக இருப்பவனிடமிருந்து "அரிய உண்மைகள்" கிடைக்கும் என்று

கதைசொல்லிக்கு உடனே தோன்றிவிடுகிறது. ஒரே ஒரு கூற்றில் தன்னை அயோக்கியன் என்று அழைத்துக்கொள்ளும் இடைத் தரகனான ஆண் மரியம்மையைப் பற்றிய மர்ம முடிச்சுகளை அவிழ்ப்பவனாக மாறிவிடுகிறான்.

ஆனால் குஞ்சுபிள்ளை தரும் "உண்மைகள்" உண்மைகள் தானா? அல்லது இன்னொரு திரையைக் கட்டுகிறதா கதையாடல்? உண்மையில் மரியம்மை சரியானவளா, சரியில்லாதவளா? இரண்டாவது முறையாக இக்கேள்வியை நாம் கேட்கும்போது கதையாடலின் முள் தடக்கென்று எதிர்த்திசைக்குப் போய்விடுகிறது; கதையாடலில் ஒரு இடம் வருகிறது, மரியம்மை தான் பலவந்தப்படுத்தப்பட்டதைப் பற்றி விவரிக்கும்போது தன் "தாடையில் ஒரு அங்குலத்திற்கு"ப் பொருக்காடியிருந்த காயத்தைக் கதைசொல்லியிடம் காட்டும் இடம். தன்னைப் பிடித்துத் தள்ளியதால் கட்டில் காலில் பட்டு ரத்தம் வந்ததாகக் கூறுகிறாள்.[17] ஆனால், அதன் பின் அவள் காயத்தைப் பற்றிக் கதையாடல் ஒன்றுமே சொல்வதில்லை. ஒரு அறிகுறியாக (symptom) இந்தக் காயம் கதையாடலில் தனித்து இருக்கிறது. ஓரிடத்தில் மட்டுமே வந்துபோகும் மரியம்மையின் காயம். மரியம்மையின் காயம் நாம் புரிந்துகொண்டிருக்கும் கதையாடலின் போக்கை, அதன் ஓர்மையைப் பாதிப்பதாக உள்ளது. சொல்லப்போனால் மரியம்மையின் பொருக்காடிய காயத்தின் வாயிலாகக் கதையாடல் தன்னைச் சற்றே திறந்து தன் ரத்தத்தையும் சதையையும் காட்டுகிறது எனலாம். திரைகள் ஆயிரத்தில் மிக முக்கியமான ஒரு திரை விலகும் இடம் இது.

ஒரே ஒரு தரம் காட்டப்பட்டு கதையாடலே மறந்துவிடும் மரியம்மையின் காயம். அந்தக் கணத்தில் மாத்திரம் பேசப்பட்டு, சமூகக் கூட்டு மறதிக்குத் தரப்பட்டுவிடும் பாலியல் வன்முறையின் அறிகுறியும்தானே அது. உண்மையில் மரியம்மைக்கு என்ன நடந்திருக்கலாம்? நடைமுறையில் நம் ஊரில் பாலியல் வன்முறை வழக்கு விசாரணைகளில் நடப்பதைப் போல மரியம்மையிடம் சமரசம் பேசப்பட்டிருக்கலாம்.[18] அவள் பிறழ் சாட்சியாக மாறியிருக்கலாம். மிரட்டப்பட்டிருக்கலாம். வழக்கின் மூலம் அவள் கேட்ட தொகையைவிடக் குறைவாகப் பேரம்பேசி வல்லுறவாளர்கள் அவளைத் துரத்திவிட்டிருக்கலாம். கதையாடலில் அனாதரவாக விடப்படும் மரியம்மையின் காயம் ஒரு தடயம் போல நம் கண்களிலிருந்து கதையாடல் திரைபோட்டு மறைத்திருக்கக்கூடிய பல காட்சிகளை யூகிக்கக் கேட்கிறது. சாதாரணத் தகவலைப் போல ஓரிரு வரிகளில் வந்துவிட்டுப் போகும் அவள் காயத்தைக் குறித்து யோசித்துப் பார்க்கும்போது கதையாடலின் ஓட்டத்துக்குள் எதிரோட்டம்

உடல்–பால்–பொருள்

ஒன்றை உணர முடிகிறது. உண்மையில் மரியம்மைக்கு என்ன நடந்தது? எதுவும் நடந்திருக்கலாம்.

குறிப்புகள்

1. சுந்தர ராமசாமி 2008, 12.
2. சுந்தர ராமசாமி 12.
3. சுந்தர ராமசாமி 20−21.
4. சுந்தர ராமசாமி 23.
5. சுந்தர ராமசாமி 10−12.
6. சுந்தர ராமசாமி 47.
7. சுந்தர ராமசாமி 51.
8. "Was consensual: MJ Akbar rejects rape charge, wife comes out in his support," *India Today*, November 02, 2018. https://www.indiatoday.in/india/story/mj−akbar−raped−me−pallavi−gogoi−1380846−2018−11−02
9. ஆ. சாந்தி கணேஷ், "'வைரமுத்துவை ஏன் என் திருமணத்துக்கு அழைத்தேன்!'−விளக்கிய சின்மயி," *விகடன்*, அக்டோபர் 12, 2018. https://www.vikatan.com/news/cinema/139556−this−is−the−reason−why−i−have−invited−vairamuthu−to−my−marriage−explains−chinmayi
10. மேலும் தமிழ்த் திரைப்படத் துறையில் சின்மயி, வைரமுத்து ஆகியோரின் இடங்கள் அதிகாரத்தில் சமமானவை அல்ல. அவர் முன்வைத்த புகாரால் தமிழ்நாடு dubbing கலைஞர் சங்கத்திலிருந்து நீக்கப்பட்டார் பல பணி வாய்ப்புகளை அவர் இழந்ததாகக் கூறியிருக்கிறார். பார்க்க Abira Dhar and Pankhuri Shukla, "A Year Later, Here's How #MeToo Has Affected These Four Women," *The Quint*, November 18, 2019. https://www.thequint.com/voices/women/me−too−affect−on−sona−mohapatra−chinmayi−sripaada−vinta−nanada−rituparna−chatterjee தவிர, #MeToo இயக்கத்தின் இரண்டாம் அலை தொடங்கி ஒரு வருடமாகியும் இந்நாள் வரை தமிழ்த் திரைத்துறையில் பாலியல் புகாரை விசாரிக்க ICC அமைக்கப்பட்டிருப்பதாகத் தெரியவில்லை. பார்க்க Meryl Sebastian, "Chinmayi Sripaada: No ICC Or Changes A Year After #MeToo Hit Tamil Film Industry," *Huffington Post*, October 04, 2019. https://www.huffingtonpost.in/entry/chinmayi−sripada−metoo−tamil−film−industryinterview_in_5d9720a5e4b0f5bf7972d0bd

11. சுந்தர ராமசாமி 48–49.
12. சுந்தர ராமசாமி 48, 51–52.
13. சுந்தர ராமசாமி 53.
14. சுந்தர ராமசாமி 57–58.
15. சுந்தர ராமசாமி 58.
16. சுந்தர ராமசாமி 54.
17. சுந்தர ராமசாமி 26.
18. வல்லுறவு வழக்கு விசாரணைகளின்போது குற்றஞ்சாட்டப் பட்டவர்களின் வழக்கறிஞர்கள், பாதிக்கப்பட்டவர்களும் புகாரளித்தவர்களும் சாட்சியம் தருகையில் அதை மாற்றித்தர அவர்களுக்கு அழுத்தம் தரும் வகையில் சமரசத்தை ஒரு கருவியாகப் பயன்படுத்துவது நடைமுறையில் சகஜம். பார்க்க Baxi 2010, 210

உதவிய ஆய்வுக் கட்டுரை, புனைவாக்கம்

Baxi, Pratiksha. "Justice is a Secret: Compromise in Rape Trials." *Contributions to Indian Sociology* 44.3 (2010): 207 - 233.

சுந்தர ராமசாமி. 1966. *திரைகள் ஆயிரம்*. நாகர்கோவில்: காலச்சுவடு, 2008.

12

"ஆடையும் மானமும் இல்லாததோர் வெளியினில் ஆடி மகிழ்ந்திட விரும்புகிறேன்"

ஆண்–பெண் உறவு என்றவுடன் முதலில் மனதில் தோன்றுவது புதுமைப்பித்தன் தன் மனைவி கமலாவுக்கு எழுதிய கடிதத்தின் வரிகள்தாம். 17.5.1940 என்று தேதியிட்ட கடிதம் அது.[1] "அன்பில் காமம் ஒரு படி. காமம் இல்லாமல் ஒருவரைக் காதலிக்க முடியும் என்று நீ ஒருமுறை சொல்லிக்கொண்டிருந்த விஷயத்தின் உண்மை இப்பொழுதுதான் எனக்குப் புலப்படுகிறது" என்று எழுதிவிட்டு, சில வரிகளுக்குப் பின் இப்படித் தொடர்கிறார்: "இதுவரை எனது காதல், நான் உன்னைப் பிரிந்தால் என்னால் தனித்து வாழ முடியாது என்ற பயத்தில், அதாவது சுயநலத்தில் பிறந்தது. சுயநலம் இருக்கும் இடத்தில் உண்மையான அன்புக்கு இடமுண்டா என்பதைத் தீர ஆலோசித்தால் இல்லை என்றுதான் சொல்ல வேண்டும். காட்டுத்தீபோல தேகத்தொடர்பு என்ற அடிப்படையில் பிறந்த காதலைப் புத்தித்தெளிவு என்ற அங்குசம்கொண்டு கட்டுப்படுத்திப் பணிய வைத்தால்தான் அன்பு என்னும் விளக்கு வாடாமல் எரியும். இதுதான் என் ஆத்ம சோதனையின் முடிவு."

ஆண்–பெண் உறவில் சில படிநிலைகளை வைக்கிறார் புதுமைப்பித்தன். சுயநலத்தோடு கூடிய காமம், காமத்திலிருந்து பிறக்கும் காதல், அதிலிருந்து காமம் நீங்கி அன்பு விளக்காக ஒளிரும் காதல்,

இப்படிப் போகிறது புதுமைப்பித்தனின் விவரணை. ஆனால், இன்றைக்கு ஆண்–பெண் உறவில் காதல், காமம், அன்பு என்றெல்லாம் தனித்தனியாகப் பிரித்துப் பார்க்க வேண்டுமா என்பதோடு `அது முடியுமா என்கிற கேள்வியும் எழுகிறது.

அன்றைய காலகட்டத்தில் தொலைதூர உறவு என்பது, கடிதத்தால் மட்டுமே வளர்க்க முடிந்ததாக இருந்தது. ஐம்புலன் களிலும் காமத்தை விலக்கிவைக்க வேண்டிய நிர்பந்தம். ஆனால், இன்றோ தொலைதூரத்தில் இருந்தாலும், பேசுதல், கேட்டல், பார்த்தல் இவை எல்லாமே இணையவெளித் தொழில் நுட்பத்தால் சாத்தியமாகியிருக்கின்றன. தொடுதலும் நுகர்தலும் இல்லாவிட்டாலும் மின்திரை வழியில் காமம் வேறொரு பாதையைக் கண்டடைந்திருக்கிறது. அன்று புதுமைப்பித்தன் முன்வைத்த சமன்பாடு இன்று குழம்பிவிட்டிருக்கிறது. புதுமைப் பித்தன் கூறும் ஆத்ம சோதனை இன்று பொருளிழந்து போயிருக்க லாம். என்றாலும் ஆண்–பெண் இடையில் அன்பு என்பது என்றும் மாறாத, சுவாரஸ்யமான விவாதப் பொருளாக நம்மிடம் தொடர்கிறது.

ஆண், பெண் இடையிலான உறவு அன்பை அடிப்படையாகக் கொண்டிருக்க வேண்டும் என்ற ஒரு ஆதரிசத்தை மனதில்கொண்டு விகடன் கட்டுரைத் தொடருக்கான தலைப்பை “ஆண்பால் பெண்பால் அன்பால்” என வைத்திருக்கிறார்களா?[2] அல்லது உள்ளபடியே அப்படித்தான் இருக்கிறது என்று கூறுகிறார்களா? ஆண்பால், பெண்பால் என இருவகைப் பால்கள்தானா? இடையில் அல்லது மேற்கொண்டு வேறேதும் இல்லையா? மேலும் இந்த அன்பு அன்பு என்கிறார்களே, அது ஆணுக்கும் பெண்ணுக்குமிடையே தன்னிச்சையான நீரோட்டமாக நகர்கிறதா? சம்பந்தப்பட்ட ஆணும் பெண்ணும்தான் அதன் திசையைத் தீர்மானிக்கிறார்களா? அல்லது மற்றவர்களுக்கும் அதில் பங்குண்டா?

சிதறும் எண்ணங்களை ஒன்றாகக் கோக்கிறேன். புவனேஸ்வரியிலிருந்து தொடங்க நினைக்கிறேன். சிறு நகர மொன்றில் பள்ளிக்குச் சென்ற வயதில் என்னுடைய சிநேகிதி அவள். என்னைவிட மூன்று ஆண்டுகள் பெரியவள். தாமதமாகப் பள்ளியில் சேர்ந்ததாலும் ஒரு வருடம் தவறியதாலும் என் வகுப்பில் படித்தாள். சின்ன வயதிலேயே சினேகத்தின் பரிபூரண அர்த்தத்தை உணர்த்தியவள். பத்தாவது படிக்கும்போது தீபாவளிக்குப் பிறகு சிலநாள்கள் அவள் பள்ளிக்கு வரவில்லை. பின்னர் கெரசினை மேலே ஊற்றிப் பற்ற வைத்துக்கொண்டு உடல் கருகிச் செத்தாள் என்றொரு தகவல் மட்டும் வந்தது. அவள் வீட்டுக்கு எதிரே கடையில் வேலை செய்யும் ஒருவரோடு காதல்.

சாதிப் படிநிலையில் இவர்களினும் கீழே வைக்கப்பட்டிருக்கிற சாதி அவருடையது. வீட்டில் கடுமையாக எதிர்த்ததால் இந்த முடிவு என்று பள்ளியில் பேசிக்கொண்டார்கள்.

என் அம்மாவோடு புவனாவின் வீட்டுக்குப் போய்த் துக்கம் விசாரித்தது நினைவிருக்கிறது. அவள் அம்மா முந்தானையால் வாயை மூடிக்கொண்டு உடல் மடங்கி மருகியது நினைவிருக்கிறது. பறிகொடுத்த கையறு நிலையில் பாழ்கிணறுகளைப் போலத் தோற்றம்கொண்ட அவர் கண்களும் நினைவிலிருக்கின்றன. அப்போது என் அம்மாவின் கைகளை இன்னும் இறுகப் பற்றி நின்றதைத் தவிர என்னிடம் சொல்ல வார்த்தைகள் இல்லை. அந்த வயதில் நான் சந்தித்த முதல் சாவு புவனாவுடையதுதான். அந்த ஊரில் நாங்கள் இருந்தவரை அடுத்த மூன்று வருடங்களுக்கு அவளுக்குத் திதி கொடுக்கும் தினத்தில் அவள் குடும்பத்தினர் என்னை அழைத்துச் சாப்பாடு போடுவார்கள், புத்தாடை வாங்கித் தருவார்கள். இறந்தபின் அவள் ஆத்மாவை நன்றாகவே போஷித்தார்கள்.

ஏன் அத்தனை அவசர அவசரமாக, அத்தனை நம்பிக்கை இழந்து, அத்தனை இளம்வயதில் புவனா தன்னை மாய்த்துக் கொண்டாள்? குடும்பம், காதல் இரண்டும் எதிரெதிர்த் திசைகளில் நகர்ந்தன; எந்தத் திசையில் செல்வது என்ற வயதை மீறிய பொறுப்பு அவளைத் தற்கொலை நோக்கி நகர்த்தியது என்று எளிதாகச் சொல்லிவிடலாம். ஆனால், குடும்பமும் காதலும் பல சமயம் முரண்படுவதற்கு முதன்மைக் காரணமே காதலிலோ திருமணத்திலோ சாதியைக் கடக்க நாம் தயாராக இல்லை என்பதால்தானே? அவள் தற்கொலைக்கு அவள் மட்டுமா பொறுப்பு? புவனாவின் மரணத்துக்குப்பின் கிட்டத்தட்ட இருபத்தைந்து வருடங்கள் கழித்து இதே போன்றதொரு இழப்பில் பரிதவித்து நின்ற கண்களை மீண்டும் சந்தித்தேன். இந்த முறை ஓமலூரில். தலித் இளைஞன் கோகுல்ராஜின் குடும்பத்தினருடையவை. கோகுல்ராஜ் கொலைக்குப் பிறகு, அந்த இளைஞனின் வீட்டுக்குச் சென்றிருந்தேன்.[3] ஆதிக்கச் சாதி அதிகாரத்துக்கு மகனை, சகோதரனைப் பலிகொடுத்த அவர்களிடம் என்னவென்று ஆறுதல் கூறுவது? உண்மையில் அந்தக் கண்களை நான் எப்படிச் சந்தித்திருக்க முடியும்? சாதிப் படிநிலையில் ஆக உயர்ந்த இடத்தில் வைக்கப்பட்டிருக்கும் சாதியில் பிறந்த எனக்கு அந்தக் கொலைப் பாவத்தில் பங்கில்லையா என்ன? புவனாவின் மரணத்திற்குப் பிறகு மீண்டும் வார்த்தைகள் என்னைக் கைவிட்ட தருணம் அது.

புவனாவின் சாவை நினைவுகூர்கிறபோதெல்லாம் என்னைச் சிந்திக்கத் தூண்டும் விஷயம் ஒன்று உண்டு. அது ‘அன்பின்

கொள்கலன்' என்று நாம் நினைத்துக்கொண்டிருக்கும் குடும்பம் என்ற அமைப்பு காதல், சுயத்தேர்வு என வரும்போது மட்டும் என்னென்ன வரைமுறைகளை வைத்திருக்கிறது, கட்டுப்பாடு களை விதிக்கிறது என்பதுதான். காதல், திருமணம் உள்ளிட்ட விவகாரங்களில் பெற்ற பிள்ளைகளின் சுயதேர்வுகளை அன்பின் பெயரால் பெற்றோர்கள் கட்டுப்படுத்தும்போது சாதி, மதம் போன்றவற்றை உன்னிப்பாகப் பார்க்கிறார்கள். ஆனால் அவை அல்லாமல் இங்கே பொதுவெளியில் உரத்துப் பேசப்படாத ஒரு விஷயம் உண்டு. அது பால் அடையாளம். தேர்ந்தெடுக்கப் படுபவர் எதிர்பால் அடையாளம் கொண்டவராக இருக்க வேண்டும் என்பதைக் குடும்பம் உள்ளிடையாக வலியுறுத்துகிறது. அதை முன்நிறுத்தியே தொடக்கத்திலிருந்து பிள்ளைகள் வளர்க்கப்படுகிறார்கள்.

ஆண்பால், பெண்பால் என்ற இரண்டு முனைகளின் திருமண உறவில் முகிழ்த்து, நிலைபெற்று, தொடர்வதுதான் குடும்பம் என்றொரு பொதுப்புத்திக் கருத்தியல் நம்மிடையே நிலவுகிறது. எதிர்பாலியல் குடும்ப அமைப்பு இனப்பெருக்கத்தை முன்னிட்டு, மனிதர்களின் பாலியலைக் கட்டுப்படுத்தும் வகையில் மனிதகுல வரலாற்றில் ஒரு கட்டத்தில் உருவாகிய அமைப்பு. ஆனால், ஏதோ இதுதான் பாலியல் இச்சையின் இயற்கை, மற்றபடி ஒருபால் உறவு போன்றதெல்லாம் இயற்கைக்கு விரோதம் என்பதுபோல ஒரு கருத்து நம்மிடையே உருவாகிவிட்டிருக்கிறது. முக்கியமாக, அதை நம் குடும்ப இயங்கியல் பிள்ளைகளுக்குக் கற்றுத்தருகிறது.

இன்றைக்கும் நம் ஊரில் ஒருபால் உறவு என்றால் ஏதோ நம் மண்ணுக்கு அந்நியம்போல, வெளிநாட்டிலிருந்து இங்கே இறக்குமதியாகி நம்மைச் சீரழித்திருக்கிற சரக்குபோலப் பலரும் பேசிக்கொண்டிருக்கிறார்கள். ஆனால் காலாகாலமாக இத்தகைய உறவுகள் நம் மண்ணில் இருந்துகொண்டிருப்பதுதான் நிஜம். கோயில் சிற்பங்களாக இவற்றின் விவரணைகளைப் பார்க்கிறோம். பத்மபுராணம், ராமாயணம், மகாபாரதம் உள்ளிட்ட நூல்களில் இவை பற்றிய குறிப்புகள் வருகின்றன. ஆனாலும் இதெல்லாம் நம் மரபிலேயே இல்லை என்று நம்புவது, புனைந்து சொல்வது எந்த அளவுக்கு எதிர்பாலியல் குடும்ப அமைப்பு என்னும் கருத்தாக்கம் சமூகத்தில் வலு பெற்றிருக்கின்றன என்பதைக் காட்டுகிறது, இவற்றுக்கு எந்த அளவுக்கு நம்மை நாம் ஒப்புக் கொடுத்திருக்கிறோம் என்பதைக் காட்டுகிறது.

ஆணுக்கும் பெண்ணுக்குமான எதிர்பாலியல் உறவு மட்டுமே இயல்பு என்று நாம் எண்ணுவதாலும் அதுவே சரியானது என்று நம் மனதில் பதிந்துவிட்டிருப்பதாலும் ஆண், பெண்

என்பவை மட்டுமே பால் வகைமைகள் என்றும் நாம் கறாராக நினைத்துக்கொண்டிருக்கிறோம். ஆனால், 'பால்களுக்கிடையே' (intersexed) எனச் சிலர் நம் மத்தியில் அடையாளப்படுத்தப்படுவது உண்டு. அத்தகையவர்கள் தம்மை ஆணாகவோ பெண்ணாகவோ உணர்ந்து வெளிப்படுத்திக்கொள்ளும்போது அதைப் பண்பாட்டு ரீதியாகவோ, நவீன மருத்துவப் பரிசோதனைகளைக் காட்டியோ ஏற்றுக்கொள்ள மறுக்கும் யதேச்சாதிகாரப் போக்குகளையும் பொதுவெளியில் நாம் பார்க்க நேர்கிறது.

உதாரணமாக, தோஹாவில் 2006இல் நடைபெற்ற ஆசிய விளையாட்டுப்போட்டியில் பெற்று பால் பரிசோதனைக் காரணத்தால் அதைப் பறிகொடுத்த புதுக்கோட்டை சாந்தி சௌந்தர்ராஜன் நம்மில் பலருக்கு நினைவில் வரலாம். சாந்தியும் அவர் குடும்பத்தினரும் அவரைப் பெண்ணாகத்தான் நினைக்கிறார்கள். ஆனால், அவர் உடலில் டெஸ்டோஸ்டிரோன் என்கிற ஹார்மோனின் சுரப்பு அதிகமாக இருந்ததால் அவர் பெண்ணல்ல என்ற தடாலடி முடிவுக்கு ஆசிய விளையாட்டுப் போட்டி சார்ந்த மருத்துவப் பரிசோதனைக் குழு முடிவுக்கு வந்தது. விளைவாக, கடும் உழைப்பால் சாந்திக்குக் கிடைத்த அங்கீகாரம், அடுத்து வருகிற போட்டிகளில் பங்கேற்கும் தகுதி, இவையெல்லாம் மறுக்கப்பட்டன. தற்கொலை முயற்சியை நோக்கி அவர் தள்ளப்பட்டார்.[4]

சாந்தி மட்டுமல்ல, இன்னொரு தடகள விளையாட்டு வீரரான டுட்டிசந்த் என்பவரும் இதேபோன்ற பிரச்சினையைச் சந்தித்தார். தடகள விளையாட்டுக் கூட்டமைப்புகளின் பன்னாட்டுச் சங்கத்தின் (IAAF) தரப்பில் அவருக்கே தெரியாமல் பால் நிர்ணயச் சோதனைகள் அவருக்குச் செய்யப்பட்டன.[5] இந்தச் சோதனைகளில், ஹார்மோன் சுரப்புகளை அளவிடுவதோடு கிளிடோரிஸ், யோனி போன்றவற்றின் நீள அகலங்கள், தவிர பிறப்புறுப்பின் முடி, மார்பகங்களின் அளவு போன்றவையும் கணக்கில் கொள்ளப்படும். அவர் உடலில் டெஸ்டோஸ்டிரோன் போன்ற ஹார்மோன்கள் அதிகம் சுரப்பதால் உருவாகும் நிலையான ஹைபரான்ட்ரோஜெனிசம் (hyperandrogenism) கண்டுபிடிக்கப்பட்டு பெண்களுக்கான காமன்வெல்த் தடகளப் போட்டியில் அவர் பங்கேற்பது தடை செய்யப்பட்டது. பிறகு அவர் வழக்கு தொடுத்தபின் உலகளாவிய விளையாட்டுகளுக்கான நீதிமன்றம் தடையை நீக்கியது. இந்தப் பிரச்சினைக்கு முன் டெஸ்டோஸ்டிரோன், பால் நிர்ணயம், ஹார்மோன் சோதனை போன்றவற்றையெல்லாம் டுட்டி கேள்விப்பட்டதேயில்லை. மிகச் சாதாரணமான கிராமப்புறப் பின்னணியிலிருந்து முன்னுக்கு வந்தவர் அவர்.

“பெண்ணாகப் பங்குபெற எதற்காக என் உடலைக் குறிப்பிட்ட வகையில் நான் சரிசெய்ய வேண்டும்? நான் பிறந்தது பெண்ணாக, வளர்க்கப்பட்டது பெண்ணாக, என்னை அடையாளப்படுத்திக்கொள்வது பெண்ணாக, நான் பிற பெண்களுடன் போட்டியிட அனுமதிக்கப்பட வேண்டுமென நம்புகிறேன்” என்ற அவர் ஆதங்கம் நியாயமானது.[6] ஆண்பால், பெண்பால் என்ற இரு வகைமைகள் மட்டுமே சமூகத்தில் ஏற்றுக்கொள்ளப்படுவதால் இதுபோன்ற சிக்கல்கள் வருகின்றன. சமூகத் தளத்தில் இந்த இரு வகைமைகளுக்கு ஏற்ப உடற்கூறுகள், உடலமைப்பு ஆகியவை நிர்ணயிக்கப்பட்டிருக்கின்றன. இரண்டில் ஏதாவதொரு ‘பால் லேபிள்’ அடியில் பொருந்தாதவர்கள், ‘இடைப்பட்டவர்களாகச்’ சமூகத்தில் அறியப்படுகிறார்கள். இத்தகையவர்கள் தம்மை ஆணாகவோ பெண்ணாகவோ அடையாளப்படுத்திக்கொண்டாலும் அந்த அடையாளத்தை மற்றவர்கள் ஏற்க அவர்கள் கடுமையாகப் போராட வேண்டி யிருக்கிறது. சிலசமயம் போராட்டம் வாழ்நாள் முழுதும் நீடிக்கிறது. ஏன், வாழ்க்கையைத் தொலைத்தும் நீடிக்கிறது.

ஆண்பால், பெண்பால் என்கிற வகைமைகள் இப்படி ‘இடைப்பட்டவர்களுக்கு’ அல்லல் தருவதோடு நிற்பதில்லை. அவை தத்தம் அளவில் நிஜங்களைப் போலவே பண்பாட்டுச் சூழலில் நிலைபெற்றிருக்கின்றன. தவிர ஒன்றுக்கொன்று முழுக்க வேறுபடுத்திப் பார்க்கப்படும் வார்ப்புருக்களாக (stereotype) அவை இருக்கின்றன. ‘பெண்கள் வெள்ளிக் கிரகத்திலிருந்து வந்தவர்கள், ஆண்கள் செவ்வாய்க் கிரகத்திலிருந்து வந்தவர்கள்,’ ‘ஒரு பெண்ணால் மட்டுமே இன்னொரு பெண்ணைப் புரிந்துகொள்ள முடியும்’ போன்ற கூற்றுகளை எண்ணிப் பார்க்கலாம். எந்த அளவுக்கு இரு பால்களையும் ஒன்றுக்கொன்று அந்நியப்படுத்தி, வேறுபடுத்தி வைத்திருக்கிறார்கள் எனப் புரிந்துகொள்ள முடியும். அதேபோல பெண் இயல்புக்கானவை, ஆண் இயல்புக்கானவை என்று ஒருவரின் தனிப்பட்ட குணாம்சங்கள், நடவடிக்கைகளிலிருந்து பொழுதுபோக்குகள், விளையாட்டுகள், தொழில்கள் வரை இங்கே தெளிவாக வகைப் படுத்தப்பட்டிருக்கின்றன.

ஆண்களும் பெண்களும் இவற்றை அப்படியே கடைப் பிடிக்கிறார்கள், வகைப்படுத்தலைத் தாண்டவில்லை என்பதல்ல நான் சொல்வதன் பொருள். இதைத் தாண்டிச் செல்பவர்கள் உண்டு. ஆனாலும் அபூர்வ நிகழ்வுகளாகவே அந்தத் தாண்டல்கள் சமூகத்தில் பார்க்கப்படுகின்றன. ஏதோ தங்கள் பால் இயற்கையை மீறி அவர்கள் நடந்துகொண்டதைப் போல. டாஸ்மாக்கில் குடித்துவிட்டு ரோட்டில் தள்ளாடும் பெண்ணும் கப்பல் ஓட்டும்

உடல்–பால்–பொருள் 169

பெண்ணும் சுடுகாட்டில் பிணத்தை எரிக்கும் பெண்ணும் இன்றும் நம் செய்திகளில் தனிக் கவனத்தைப் பெறுகிறார்கள் என்பதை வேறெப்படிப் புரிந்துகொள்வது?

சரி, அப்போது நாம் ஆணாகவோ, பெண்ணாகவோ இல்லையா என்று கேட்டால், 'ஆம் இருக்கிறோம். ஆனால், ஒரே சமயத்தில் ஆணாகவும் பெண்ணாகவும் இருக்கிறோம்' என்பதே பதிலாக இருக்கும். ஆண்தன்மைகளும் பெண்தன்மைகளும் வெவ்வேறு விகிதங்களில் கலந்துகட்டி இருப்பவர்கள்தாம் நாம். எல்லோருமே சிவனொரு பாகர்கள்தாம். ஆனால் இங்கே பண்பாடு யதேச்சாதிகாரமாகப் பாலின வகைமையின் அடிப்படையில் சில உடற்கூறுகளை வைத்து ஆணாக, பெண்ணாக நம்மை வகைப்படுத்துகிறது. அந்த வகைப்படுத்தலுக்கேற்ப குறிப்பிட்ட பாலோடு மட்டுமே நம்மை அடையாளப்படுத்திக் கொள்கிறோம். அதற்கேற்ப நடந்துகொள்கிறோம்.

சமூகப் பொதுவெளியில் 'நான் ஆண்' அல்லது 'நான் பெண்' என்று மீண்டும் மீண்டும் நம் நடவடிக்கைகளால் நிகழ்த்திக் காட்டுகிறோம், நம்மை அவ்வாறு நிறுவிக்கொள்கிறோம். உண்மையைச் சொன்னால் பண்பாடு நம்மை 'ஆடுறா ராமா... ஆடுறா ராமா' என்கிறது. நாமும் குரங்கைப் போல் கோலைத் தாண்டிக் குதிக்கிறோம். ஆனால் ஏதோ நாமே சுயம்புவாக ஆடுவதைப் போல நினைத்துக்கொள்கிறோம்.

ஆனால் நம்மில் சிலரேனும் இந்த ஆட்டத்தை ஆட விரும்பாதிருக்கலாம். இந்த ஆட்டமற்ற வேறொரு எளிய வாழ்க்கையைக் கனவு காணலாம். ஜெயகாந்தனின் 'ஒரு மனிதன் ஒரு வீடு ஒரு உலகம்' நாவல் எழுதப்பட்ட காலத்தில் 'திரும்பல்' என்று ஜெயகாந்தன் எழுதி, *தீபம்* இதழில் ஒரு பாடல் பிரசுரமானது. அதை எழுத்தாளர் ராஜமார்த்தாண்டன் குறிப்பிடுகிறார்.[7] அந்தப் பாடலின் கடைசிப்பகுதி இது:

> ஆடையும் மானமும் இல்லாததோர் வெளியினில்
> ஆடி மகிழ்ந்திட விரும்புகிறேன்
> கூடவும் கூடியும் குரோதம் வளர்க்கவும்
> கூடாதென்று திரும்புகிறேன்.

ஆழ்ந்த பொருள் பொதிந்த வரிகள் இவை. ஆடையும் மானமும் பால் அடையாளத்தோடு கூடவே வந்தவை அல்லது பால் அடையாளத்தை முன்னிட்டு வந்தவை. ஆடையும் மானமும் இல்லாத வெளி, பால் வகைப்பாடுகளுக்கு முந்தைய வெளி. அந்தச் சுதந்திரப் பால்வெளிக்கு மட்டும் நம்மால் திரும்ப முடியுமானால்... என்ன ஓர் அற்புதத் தங்கக் கனவு அது!

குறிப்புகள்

1. புதுமைப்பித்தன் 2000, 31.
2. "ஆண்பால் பெண்பால் அன்பால்" என்ற கட்டுரைத் தொடர் ஆனந்த விகடனில் வெளியானது. அதில் என் கட்டுரையும் வெளிவந்தது. பார்க்க "ஆண்பால் பெண்பால் அன்பால் 52," ஆனந்த விகடன், செப்டம்பர் 06, 2017. அந்தக் கட்டுரை இத்தொகுப்புக்காகச் சில திருத்தங்கள் செய்யப்பட்டு இடம்பெறுகிறது.
3. கோகுல்ராஜ் கொலைக்கு, அதன் சாதியப் பின்னணிக்குப் பார்க்க "The murder which shook Tamil Nadu: Gokulraj's death to Yuvaraj's surrender, all you need to know," *The News Minute*, October 12, 2015. https://www.thenewsminute.com/article/murder-which-shook-tamil-nadu-gokulraj's-death-yuvaraj's-surrender-all-you-need-know-35081
4. Press Trust of India, "Athlete Santhi Soundarajan attempts suicide," *Hindustan Times*, September 05, 2007. https://www.hindustantimes.com/india/athlete-santhi-soundarajan-attempts-suicide/story-QzxxUV7se3nK1p60zXSsmL.html
5. Ruth Padawer, "The Humiliating Practice of Sex-Testing Female Athletes," *The New York Times*, June 28, 2016. https://www.nytimes.com/2016/07/03/magazine/the-humiliating-practice-of-sex-testing-female-athletes.html
6. Ruth Padawer, "Indian Dutee Chand, set to run in the Olympics, has been humiliated by sex-testing," *The Sydney Morning Herald*, July 15, 2016. https://www.smh.com.au/lifestyle/indian-dutee-chand-set-to-run-in-the-olympics-has-been-humiliated-by-sextesting-20160704-gpyeat.html
7. ராஜமார்த்தாண்டன் 2012, 21.

உதவிய ஆக்கங்கள்

புதுமைப்பித்தன். *1994. கண்மணி கமலாவுக்கு. தொகுப்பு:* இளையபாரதி. சென்னை: புதுமைப்பித்தன் பதிப்பகம், 2000.

ராஜமார்த்தாண்டன். *2007. முன்னுரை. ஒரு மனிதன் ஒரு வீடு ஒரு உலகம். ஜெயகாந்தன்.* நாகர்கோவில்: காலச்சுவடு பதிப்பகம், 2012.

கலைச்சொற்கள்

இயல்பாக்கம்	:	normalization
எதிர்பால் நியதி	:	heteronorm / heteronormative
எதிர்பாலியல்	:	heterosexual / heterosexuality
குறுக்குவெட்டு அடையாளங்கள்	:	intersectional identities
சமூக இயங்கியல்	:	social dynamics
சமூகச் செயற்பாடு	:	social practice
சாராம்சமான அடையாளம்	:	essentialistic identity
சுயம்	:	self
சுயாதீனம்	:	agency
தன்னாளுகை	:	autonomy
தன்னிலை	:	subject
பண்டமாக்குதல்	:	objectification
பண்பாட்டு அடங்கல்	:	cultural register
பால்	:	sex
பால் படிநிலை	:	hierarchy of sexes
பாலியல்	:	sexuality
பாலினம்	:	gender
வல்லுறவு	:	rape
வல்லுறவுப் பண்பாடு	:	rape culture
வலிந்தேற்றுதல்	:	reinforcing

பெருந்தேவியின் பிற நூல்கள்
[காலச்சுவடு வெளியீடுகள்]

உலோகருசி
(கவிதைகள்)
ரூ. 125

சமூகத்தின் பல்வேறு தளங்களிலான அனுபவங்களை, இன்றைய வாழ்வு தரும் உள நெருக்கடியை, பொய்மையாய்த் துலங்கும் நிஜத்தை, காதலை, மெல்லப் படர்ந்துவரும் வாழ்வின் நகல் போலியாக மாறிவிட்ட பிளாஸ்டிக் தன்மையைப் பெருந்தேவியின் கவிதைகள் காட்டிக்கொடுக்கின்றன.

வாழ்வின் 'உண்மைகளைச்' சொல்வதையோ அவற்றைச் சுட்டிக்காட்டி வாசிப்பாளரை ஏற்க வைப்பதையோ இக்கவிதைகள் செய்யவில்லை. உடன்பாட்டுநிலையில் இல்லாமல் கொடுக்கப்பட்ட 'உண்மைகளாக' நம்பப்படுவனவற்றை விமர்சனத்திற்கு உட்படுத்துவதாக அமைந் திருக்கின்றன என்பதே இக்கவிதைகளின் முக்கியத்துவம்.

இக்கடல் இச்சுவை
(கவிதைகள்)
ரூ. 70

கோபம், ஆதங்கம், ஆற்றாமை போன்ற வலிமையான உணர்ச்சிகளின் வீச்சு கச்சிதமான படிமச்சிதறல்களாகத் தெறிக்கும் ஜாலம் இக்கவிதைகளில் காணக்கிடைக்கிறது. தொன்மத்தின் வாசம் உள்ளோடி நிற்கும் மொழி, சொல்தேர்வின் நேர்த்தியைக் காட்டுகிறது. பார்வையின் கூர்மை மொழியின் திண்மையாக வெளிப்படுவது பெருந்தேவியின் கவிதைகளின் சிறப்பென்று சொல்லலாம். பெண்மனத்தின் வலிமையான அம்சங்களை முன்னிறுத்துபவையாக இக்கவிதைகள் தோற்றம் கொள்கின்றன.

அசோகமித்திரனை வாசித்தல்

(கட்டுரைகள்)

தொகுப்பாசிரியர்: **பெருந்தேவி**

ரூ. 100

இந்தத் தொகுப்பு அசோகமித்திரன் எனும் மேதையின் கடல் போன்ற எழுத்துப் பரப்பின் கரையில் சிலர் இணைந்து எடுத்திருக்கும் ஒரு கைப்பிடி மணல். 2014ஆம் ஆண்டு ஜூன் 7 அன்று நடந்த 'அசோகமித்திரனை வாசித்தல்' என்ற கருத்தரங்கில் வாசிக்கப்பட்ட கட்டுரைகளின் தொகுப்பு இது.

என். கல்யாணராமன், அம்ஷன் குமார், பெருமாள்முருகன், ராஜன் குறை, பெருந்தேவி, ராமாநுஜம் ஆகியோரின் கட்டுரைகள் அசோகமித்திரனின் புனைவுலகை வெவ்வேறு கோணங்களில் ஆராய்கின்றன.

இதற்குமுன் பரிச்சயமில்லாத சாளரங்களைத் திறக்கக்கூடிய தொகுப்பு இது.